Vietnamese

lonely planet

phrasebooks

Vietnamese phrasebook
5th edition – September 2010

Published by
Lonely Planet Publications Pty Ltd ABN 36 005 607 983
90 Maribyrnong St, Footscray, Victoria 3011, Australia

Lonely Planet Offices
Australia Locked Bag 1, Footscray, Victoria 3011
USA 150 Linden St, Oakland CA 94607
UK 2nd fl, 186 City Rd, London, EC1V 2NT

Cover illustration Yukiyoshi Kamimura

ISBN 9781741047899

text © Lonely Planet Publications Pty Ltd 2010
cover illustration © Lonely Planet Publications Pty Ltd 2010

10 9 8 7 6 5 4 3 2

Printed by Hang Tai Printing Company, Hong Kong
Printed in China

Mixed Sources
Product group from well-managed forests and other controlled sources
www.fsc.org Cert no. SGS-COC-005002
© 1996 Forest Stewardship Council

Editor Branislava Vladisavljevic would like to acknowledge the following people for their contributions to this phrasebook:

Ben Handicott for transliterations, translations, cultural information and proofing the manuscript. Ben lived in Vietnam for three years and now works as an associate publisher for Lonely Planet.

Ben would like to thank Benjamin Reichman for his translations and advice; Ralph Schwer and Nga Ngọc Schwer for their assistance with the dictionary and comments on the manuscript; and Ralph again for his thoughts on the transliteration system. Thanks also to a dedicated bunch who've tested the transliterations in Footscray *phở* haunts and *bánh mì* bakeries (as if the food wasn't thanks enough).

Yukiyoshi Kamimura for the internal illustrations and Lara Cameron for the cover illustration.

Mark Germanchis, David Burnett and Nick Stebbing for technical assistance and software support.

Lonely Planet Language Products

Publishing Manager: Chris Rennie
Commissioning Editor:
  Karin Vidstrup Monk
Editor: Branislava Vladisavljevic
Assisting Editors: Jodie Martire,
  Francesca Coles & Vanessa Battersby
Layout Designer: Jim Hsu

Cartographer: Wayne Murphy
Managing Editor : Annelies Mertens
Managing Layout Designer: Celia Wood
Layout Manager: Adriana Mammarella
Series Designer: Yukiyoshi Kamimura
Project Manager: Jane Atkin

make the most of this phrasebook ...

Anyone can speak another language! It's all about confidence. Don't worry if you can't remember your school language lessons or if you've never learnt a language before. Even if you learn the very basics (on the inside covers of this book), your travel experience will be the better for it. You have nothing to lose and everything to gain when the locals hear you making an effort.

finding things in this book

For easy navigation, this book is in sections. The Tools chapters are the ones you'll thumb through time and again. The Practical section covers basic travel situations like catching transport and finding a bed. The Social section gives you conversational phrases, pick-up lines, the ability to express opinions – so you can get to know people. Food has a section all of its own: gourmets and vegetarians are covered and local dishes feature. Safe Travel equips you with health and police phrases, just in case. Remember the colours of each section and you'll find everything easily; or use the comprehensive Index. Otherwise, check the two-way traveller's Dictionary for the word you need.

being understood

Throughout this book you'll see coloured phrases on each page. They're phonetic guides to help you pronounce the language. Start with them to get a feel for how Vietnamese sounds. The pronunciation chapter in Tools will explain more, but you can be confident that if you read the coloured phrase, you'll be understood. As you become familiar with the spoken language, move on to using the actual Vietnamese text which will help you perfect your pronunciation.

communication tips

Body language, ways of doing things, sense of humour – all have a role to play in every culture. 'Local talk' boxes show you common ways of saying things, or everyday language to drop into conversation. 'Listen for ...' boxes supply the phrases you may hear. They start with the language (so local people can point out what they want to say to you) and then lead in to the pronunciation guide and the English translation.

social 97

food 149

safe travel 171

dictionaries 187

index 249

finder 255

vietnamese

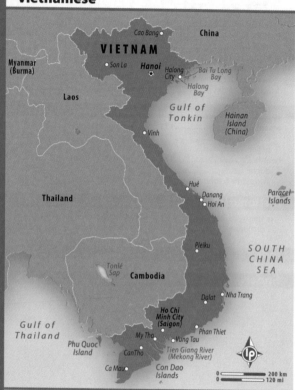

■ official language

For more details, see the **introduction**.

The distant ancestor of today's Vietnamese was born in the Red River Delta region, now in northern Vietnam. Initially, it was strongly influenced by Indic and Malayo-Polynesian languages, but this all changed when the Chinese took control of the coastal nation in the 2nd century BC.

Over a millennium, nearly 30 dynasties of Chinese rulers held sway in Vietnam. This period saw Chinese used as the language of literature, academia, science, politics and the Vietnamese aristocracy. The common people, however, still spoke the vernacular language, which was written in chữ nôm jũhr nawm. This script consisted of Chinese characters adapted to express Vietnamese sounds, and it was used until the early 20th century. Over two thirds of Vietnamese words are derived from Chinese sources – this vocabulary is termed Hán Việt haán vee·ụht (Sino-Vietnamese).

Following a century of fighting for independence, the Vietnamese gained control of their own land in AD 939. Vietnamese, written in chữ nôm, gained prestige as the nation rebuilt itself. This was the richest time for Vietnamese literature – great works such as the poetry of Ho Xuan Huong and the epic poem Truyện Kiều chwee·ụhn ğee·oò ('The Tale of Kieu') by Nguyen Du were composed.

The first European missionaries appeared in Vietnam in the 16th century. The French gradually asserted themselves over the

at a glance ...

language name:
Vietnamese

name in language:
tiếng Việt
dee·úhng vee·ụht

language family:
Mon-Khmer

approximate number of speakers:
about 85 million worldwide

close relative:
Muong
(Hill Tribe language)

Portuguese as the region's dominant European power, adding Vietnam to Indochina in 1859 when they took control of Saigon. French vocabulary began to be used in Vietnamese, and in 1910 the Latin-based quốc ngữ gwáwk ngūhr script was declared the language's official written form, facilitating French rule even further. This 29-letter phonetic alphabet had been invented in the 17th century by Alexandre de Rhodes, a French Jesuit missionary. Today virtually all writing is in quốc ngữ.

Despite the many conflicts which Vietnam has faced since the middle of last century, little has changed in the Vietnamese language. Some modifications, however, were made to quốc ngữ during the '50s and '60s – this made the script representative of a 'Middle Vietnamese' dialect which combines the initial consonants of the south with the vowels and final consonants of the north.

Today, Vietnamese is the official language of the Socialist Republic of Vietnam. It's spoken by about 85 million people worldwide, both in Vietnam and among migrant communities in Australia, Europe, North America and Japan.

This book gives you the practical phrases you need to get by in Vietnamese, as well as all the fun, spontaneous phrases that can lead to a better understanding of Vietnam and its people. Once you've got the hang of how to pronounce Vietnamese words, the rest is just a matter of confidence. Local knowledge, new relationships and a sense of satisfaction are on the tip of your tongue. So don't just stand there, say something!

abbreviations used in this book

a	adjective	Ⓝ	north
adv	adverb	pl	plural
f	feminine	pol	polite
inf	informal	prep	preposition
lit	literal	sg	singular
m	masculine	Ⓢ	south
n	noun	v	verb

introduction

10

vowel sounds

symbol	english equivalent	vietnamese example	transliteration
a	at	*me*	ma
aa	father	*ba*	baa
ai	aisle	*ai*	ai
ay	play	*bay*	bay
aw	law	*số*	sáw
e	bet	*ghê*	ge
ee	feet	*đi*	đee
er	her	*phở*	fẻr
i	fit	*thích*	tík
o	lot	*lo*	lo
oh	doh!	*phau*	foh
oo	through	*đủ*	đoỏ
oy	boy	*tôi*	doy
ow	cow	*sao*	sow
u	book	*lúc*	lúp
uh	but	*gặp*	guhp
uhr	fur (without the 'r')	*từ*	dùhr

Most Vietnamese vowel sounds exist in English, so you shouldn't have too much trouble pronouncing them. Once you've got the hang of the tones and the few challenging vowel sounds you'll be well on your way.

Vowel sounds can also have various combinations within a word (as shown in the table below). In such cases, each vowel is pronounced separately. In our pronunciation guides we've used dots (eg dee·úhng) to separate the different vowel sounds, but simplified three-vowel instances to two – that's not to say that there aren't three vowels in action, but when you get to the point of recognising the distinctions, you'll be using the Vietnamese script anyway.

symbol	vietnamese example	transliteration
ay·oo	meo	may·oo
ee·e	miếng	mee·úhng
ee·oo	phiều	fee·òo
ee·uh	mía	mee·úh
o·ee	mọi	mo·ẹe
oo·ee	mùi	moo·èe
oo·uh	muốn	moo·úhn
uhr·ee	mười	muhr·èe
uhr·er	được	đuhr·ẹrk
uhr·oo	mưu	muhr·oo
uhr·uh	mưa	muhr·uh

The accent marks above or below vowels in written Vietnamese (eg á, ẻ, ụ) refer to the tones (see next page).

tones

If you listen to someone speaking Vietnamese you'll notice that some vowels are pronounced with a high or low pitch while others swoop or glide in an almost musical manner. This is because Vietnamese uses a system of tones to make distinctions between words.

There are six tones used in Vietnamese: mid, low falling, low rising, high broken, high rising and low broken. The accent marks above or below the vowel in written Vietnamese (and also in our pronunciation guides) remind you which one to use. Note that the mid tone is flat. In the south, the low rising and the high broken tones are both pronounced as the low rising tone.

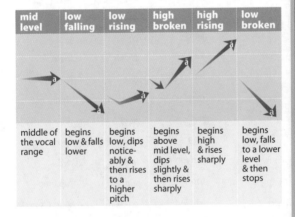

mid level	low falling	low rising	high broken	high rising	low broken
middle of the vocal range	begins low & falls lower	begins low, dips noticeably & then rises to a higher pitch	begins above mid level, dips slightly & then rises sharply	begins high & rises sharply	begins low, falls to a lower level & then stops

consonant sounds

Vietnamese consonant sounds are generally a breeze for English speakers to pronounce. The challenge for some people is the ng at the start of a word. English has this sound (eg 'sing'), but only in the middle or at the end of a word.

symbol	english equivalent	vietnamese example	transliteration
b	bed	*ba*	ba
ch	chill	*trà*	chà
d	stop	*tin*	din
đ	dog	*đề*	đày
f	fit	*pha*	faa
g	gap	*ga, ghen tị*	gaa, gen dẹe
ğ	skill	*cá, kem*	ğá, ğem
h	hat	*hát*	hát
j	jam	*chó*	jó
k	kit	*khách*	kaák
l	let	*lý*	lée
m	mat	*trung, me*	chum, ma
n	not	*nóng*	nóm
ng	sing	*ngon, anh*	ngon, ang
ny	canyon	*nhà*	nyà
p	top	*súp, tóc*	súp, dóp
s	sad	*sữa, xin*	sũhr·a, sin
t	top	*thích*	tík
v	vase	*vịt*	vịt
w	water	*quá*	ğwá
z	zoo	*giấy, do*	záy, zo

regional differences

There are three main varieties of spoken Vietnamese – northern (around Hanoi), southern (around HCMC) and central (Hue). In this book we've used Hanoi pronunciation, but also provided Saigon pronunciation and vocabulary for common-use variations. We've marked the two options when they occur as Ⓝ and Ⓢ. The Vietnamese spoken around Hue is considered even by Vietnamese to be quite unique. In fact, as a first-time speaker of Vietnamese, you might find that people in the north and south ask you if your strange pronunciation comes from having learnt Vietnamese in the centre of the country!

There are a few very obvious pronunciation differences between northern and southern consonants. The table below explains these. Vowels also differ, though this tends to be more subtle. See **tones** on page 13 for information on regional variations relating to tone.

consonant	southern dialect	northern dialect
d	y as in 'yes'	z
gi	y as in 'yes'	z
nh	n as in 'not'	ng
r	r as in 'rat'	z

word stress

Vietnamese words are considered to have one syllable, so stress is not a major issue when speaking. Tones can make words sound stressed though – work on your tones and it'll all fall into place.

way down south

The Vietnamese spoken south of HCMC is noted for its fluid sound, perhaps an impact of the Mekong Delta which fans out through the area. Here are a couple of consonants that change from standard southern pronunciation:

s (at the start of a word) becomes s sh as in '**show**'
v (at the start of a word) becomes v y as in '**yes**'

reading & writing

Vietnamese has a 29-letter phonetic alphabet known as *quốc ngữ* gwáwk ngũhr. It includes all the letters of the English alphabet, except 'f', 'j', 'w' and 'z', plus a few diacritic-laden letters of its own. For spelling purposes, the pronunciation of each letter is provided below. The order shown has been used in the **culinary reader** and the **vietnamese–english dictionary**. We've also used the following order when the same letter has different tone marks – a, á, à, ả, ã, ạ. In some dictionaries, you may find *ch, gh, kh, ng, nh, ph, th* and *tr* listed as separate letters.

alphabet				
A a aa	Ă ă uh	Â â uh	B b be	C c se
D d ze	Đ đ đe	E e a	Ê ê e	G g zhe
H h haat	I i ee	K k ğaa	L l e·luh	M m e·muh
N n e·nuh	O o o	Ô ô aw	Ơ ơ er	P p be
Q q koo	R r e·ruh	S s e·suh	T t de	U u u
Ư ư uhr	V v ve	X x ek·suh	Y y ee·gret	

contents

The index below shows which grammatical structures you can use to say what you want. Look under each function – listed in alphabetical order – for information on how to build your own sentences. For example, to tell the taxi driver where your hotel is, look for **giving instructions** and you'll be directed to information on **demonstratives**, **prepositions** etc. A **glossary** of grammatical terms is included at the end to help you.

adjectives & adverbs

describing people/things • doing things

Adjectives can also be used as adverbs. Adjectives and adverbs come after the noun or verb they describe.

This is a very fast car.
Xe này nhanh lắm.   sa này nyaang lúhm
(lit: vehicle this fast very)

We want to go quickly.
Chúng tôi muốn đi nhanh.   júm doy moo·úhn đee nyaang
(lit: we want go fast)

See also **word order**.

be

doing things • making statements • negating

The verb *là* laà (be), which never changes form, comes after the subject, just as 'be' does in English. To make a 'be' statement negative, place *không phải* kawm fai (lit: no true) before *là*:

I'm a student.
Tôi là sinh viên.   doy laà sing vee·uhn
(lit: I be student)

He isn't a teacher.
Ông ấy không phải   awm áy kawm fai
là giao viên.   laà zow vee·uhn
(lit: he no true be teacher)

In a sentence with 'be' + adjective, *là* is omitted. If the adjective is a 'negative' one – like *bệnh* bẹng (sick) – use the word *bị* bẹe (bad-be) instead of *là*.

I'm thirsty.	*Tôi khát nước.*	doy kaát nuhr·érk
	(lit: I thirsty)	
I'm sick.	*Tôi bị bệnh.*	doy bẹe bẹng
	(lit: I bad-be sick)	

The verb *là* isn't used to indicate location (as in 'I am here') – instead, use the preposition *ở* ér (at).

I'm in Vietnam.   *Tôi ở Việt Nam.*   doy ér vee·uht naam
              (lit: I at Vietnam)

See also **negatives**, **prepositions** and **verbs**.

classifiers

When counting, Vietnamese speakers use classifiers or 'counters' between the numbers and the nouns. In English we do this with words like 'pants' – we say 'three pairs of pants' instead of 'three pants'. The word 'pairs' not only classifies 'pants' but also items such as shoes, sunglasses, socks and so on. In Vietnamese, you need to use a classifier whenever you count objects in a given category. The most common classifiers are listed below – *cái* ğaí, in particular, can be used with any noun. Other useful classifiers are listed on the next page.

common classifiers		
animals	*con*	ğon
inanimate objects	*cái*	ğaí
people	*người*	nguhr·eè

two tickets	*hai cái vé*	hai ğaí vá
three dogs	*ba con chó*	baa ğon jó
four Australians	*bốn người Úc*	báwn nguhr·eè úp

Note that, like in English, some nouns can be used without classifiers:

two beers	*hai bia*	hai bee·uh
two bottles of beer	*hai chai bia*	hai jai bee·uh

See also **demonstratives** and **plurals**.

other classifiers		
book-like objects	*quyển*	ğweé·uhn
bottles	*chai*	jai
buildings	*cần*	ğàn
couples or pairs	*đôi*	đoy
flat objects or sheets	*tờ*	dèr
flowers	*bông*	bawm
individual items	*chiếc*	jee·úhk
photos or flat art	*bức*	búhrk
plants or trees	*cây*	ğay
round objects	*quả*	quả
sets of items	*bộ*	bạw
vehicles	*xe*	sa

demonstratives

giving instructions • indicating location • naming people/things • pointing things out

Demonstratives (in the table below) are used with classifiers and come after the classifier and the noun they describe. For plurals, just add the plural marker *những* nyũhrng before the classifier (note that *cái* ğaí can be replaced by any other classifier).

demonstratives					
this	*(cái) này*	(ğaí) này	these	*những (cái) này*	nyũhrng (ğaí) này
that	*(cái) đó*	(ğaí) đó	those	*những (cái) đó*	nyũhrng (ğaí) đó

this painting	*bức tranh này*	búhrk chaang này
	(lit: classifier-flat-art painting this)	
these mangos	*những trái xoài này*	nyũhrng chaí swaì này
	(lit: plural classifier-fruit mango this)	

If it's clearly understood which item you're talking about (eg if you're pointing at something in a shop or a restaurant), you can drop the noun and keep the classifier and the demonstrative.

I'd like this (snake).
   Tôi muốn con (rán) này.   doy moo·úhn ǧon (zaán) này
   (lit: I want classifier-animal (snake) this)

See also **classifiers** and **plurals**.

have

making statements • negating • possessing

To say you possess something in Vietnamese, use the word *có* ǧó (have), which never changes form. For a negative statement, just add the word *không* kawm (no) before *có*.

I have a visa.	*Tôi có visa.*	doy ǧó vee·saa
	(lit: I have visa)	
I don't have	*Tôi không có visa.*	doy kawm ǧó vee·saa
a visa.	(lit: I no have visa)	

See also **negatives**, **possessives**, **there is/are** and **verbs**.

negatives

negating

For negative statements, add the word *không* kawm (no) before the verb.

We're going by plane.
   Chúng tôi đi bằng máy bay.   júm doy đee bùhng máy bay
   (lit: we go by plane)

We're not going by plane.
Chúng tôi không đi bằng   júm doy đee bùhng
máy bay.   máy bay
(lit: we no go by plane)

See also **be**, **have** and **there is/are**.

personal pronouns

making statements • naming people/things

Using personal pronouns correctly is the most difficult part of Vietnamese grammar, as they vary depending on the age, gender and social position of both speaker and the listener, plus the level of intimacy between them or how closely they're related. On the positive side, pronouns don't change form in the subject or object position – eg 'I' and 'me' are both translated as *tôi* doy.

The forms appropriate for the context have been used in all phrases in this book. The table below gives the general pronouns which will be suited to most situations you're likely to encounter. For a more comprehensive list, see the box **title case** on page 99. For more on pronouns used in informal situations, see the box **who do you love**, page 121.

personal pronouns		
I/me	*tôi*	doy
you sg	*bạn*	baạn
he/him	*ông ấy*	awm áy
she/her	*cô ấy*	ğaw áy
it	*cái đó*	ğaí đó
we/us excl/incl	*chúng tôi/ta*	júm doy/daa
you pl	*các bạn*	kaák baạn
they/them	*họ*	họ

Note that the pronoun 'we' has two forms in Vietnamese – the exclusive form (excl) is used to exclude the person spoken to, while the inclusive form (incl) is used to include the person spoken to.

plurals

naming people/things

Vietnamese nouns don't change form for plural. Instead, you can use the plural marker *những* nyũhrng before the noun. If you're counting with numbers, you need to use a classifier instead of the plural marker. See also **classifiers** and **demonstratives**.

bicycle	*xe đạp*	sa đaạp
	(lit: bicycle)	
bicycles	*những xe đạp*	nyũhrng sa đaạp
	(lit: plural-marker bicycle)	

possessives

naming people/things • possessing

To express possession in Vietnamese, use a personal pronoun (eg 'I', 'she') from the table on the previous page followed by the word *của* ǧoỏ·uh (of). See also **have**.

my passport	*hộ chiếu của tôi*	hạw jee·oó ǧoỏ·uh doy
	(lit: passport of I)	

prepositions

giving instructions • indicating location

Prepositions are used to show the relationship between words in a sentence, just like in English. They come before the words they refer to. Some useful ones are listed on the next page.

I'm in Vietnam.	*Tôi ở Việt Nam.* (lit: I at Vietnam)	doy èr vee·ụht naam

prepositions					
at/in/on (place)	*ở*	èr	from (time)	*từ*	dùhr
at/on (time)	*lúc*	lúp	to (place)	*đến*	đèn
for (purpose)	*để*	đẻ	until	*đến*	đèn
for/in (time)	*trong*	chom	with	*với*	ver·eé

questions

asking questions

There are several ways to form a question in Vietnamese. These structures all use the general subject-verb-object word order. In each case, you answer 'yes' by repeating the key word and 'no' by saying *không* kawm (no) plus that key word.

question type	structure	answer (yes)	answer (no)
yes/no question	... verb *không?* ... kawm (lit: verb no)	verb	*không* + verb kawm ...
yes/no question (asking for confirmation)	... *phải không?* fai kawm (lit: right no)	*Phải.* fai	*Không phải.* kawm fai
'can' question	... *được không?* đuhr·ẹrk kawm (lit: can no)	*Được.* đuhr·ẹrk	*Không được.* kawm đuhr·ẹrk

Do you have an English–Vietnamese dictionary?
    Bạn có tự điển   bạạn ğó dụhr đeé·uhn
    Anh–Việt không?   aang vee·ụht kawm
    (lit: you have dictionary English–Vietnamese no)

Yes./No.
    Có./Không có.   ğó/kawm ğó
    (lit: have/no have)

You're a student, right?
    Bạn là sinh viên,   bạạn laà sing vee·uhn
    phải không?   fai kawm
    (lit: you be student right no)

Yes./No.
    Phải./Không phải.   fai/kawm fai
    (lit: right/no right)

Can you help me?
    Bạn thể giúp   bạạn tảy zúp
    tôi được không?   doy đuhr·ẹrk kawm
    (lit: you help me can no)

Yes./No.
    Được./Không được.   đuhr·ẹrk/kawm đuhr·ẹrk
    (lit: can/no can)

The questions words below can be used on their own, or come at the start or end of a sentence (as shown on the next page).

question words		
How?	*... như thế nào?*	... nyuhr tấy nòw
How many/much?	*... bao nhiêu?*	... bow nyoo
What?	*... cái gì?*	... ğaí zeè
When?	*Khi nào ...?*	kee nòw ...
Where?	*... ở đâu?*	... ẻr đow
Which?	*... cái nào?*	... ğaí nòw
Who?	*Ai ...?*	ai ...
Why?	*... tại sao?*	... tại sow

How do you pronounce this?
Phát âm từ này　　　faát aảm dùhr này
như thế nào?　　　　nyuhr tấy nòw

How much is a kilo of rice?
Một cân gạo là　　　mạwt ğuhn gọw làã
bao nhiêu?　　　　　bow nyee·oo

What's that?
Đó là cái gì?　　　　đó laà ğaí zeè

When does it get dark?
Khi nào thì trời tối?　　kee nòw teẻ cher·eè dóy

Where can I buy a ticket?
Tôi có thể mua vé ở đâu?　doy ğó tẻ moo·uh vá ẻr đoh

Which village is this?
Làng này là cái nào?　　laàng này laà ğaí nòw

Who made it?
Ai đã xây nó?　　　　ai đaã say nó

Why are you studying Vietnamese?
Tại sao bạn học　　　daị sow bạn họp
tiếng Việt?　　　　　dee·úhng vee·ụht

requests

giving instructions · making requests

To make a direct request, use the dictionary form of a verb:

Wait here.　　*Đợi ở đây.*　　　đer·eẹ ẻr đạy
　　　　　　　(lit: wait at here)

To make a polite request, place the word *xin* sin before the verb.

Please wait here.　*Xin đợi ở đây.*　　đer·eẹ ẻr đạy
　　　　　　　(lit: request wait at here)

See also **verbs**.

there is/are

indicating location • pointing things out

Use *có* ğó (have) for 'there is/are' and *không có* kawm ğó (lit: no have) for 'there isn't/aren't'.

There's a phone here.
Ở đây có máy điện thoại.   ẻr đay ğó máy đee·ụhn twại
(lit: at here have classifier-machine telephone)

There's no phone here.
Ở đây không có máy   ẻr đay kawm ğó máy
điện thoại.   đee·ụhn twại
(lit: at here no have classifier-machine telephone)

If you're pointing at something to indicate where it is, use *đây là* đay laà for 'here is/are' and *đó là* đó laà for 'there is/are'.

Here's my ticket.
Đây là vé của tôi.   đay laà vá ğoỏ·uh doy
(lit: here be ticket of I)

There are my bags.
Đó là hành lý của tôi.   đó laà haàng leé ğoỏ·uh doy
(lit: there be luggage of I)

See also **have** and **demonstratives**.

verbs

doing things • making statements

Vietnamese verbs never change form – they remain the same regardless of gender, person or tense. Some tense markers (eg *đã* đaã for the past tense, *đang* đaang for the present and *sẽ* sã for future actions), which always precede the main verb, can help indicate when the action is happening. Including words which specify time (eg *ngày mai* ngày mai 'tomorrow' or *hôm qua* hawm ğwaa 'yesterday') is also a very common and acceptable way to indicate tense.

Have you bought any souvenirs?
Bạn có mua kỷ   baạn ğó moo·uh ğeẻ
niệm chưa?   nee·uhm juhr·uh
(lit: you past buy souvenir yet)

She's buying souvenirs.
Bà ấy đang mua   baà áy đaang moo·uh
kỷ niệm.   ğeẻ nee·uhm
(lit: she in-the-process-of buy souvenir)

He's going to buy souvenirs.
Ông ấy sẽ mua kỷ niệm. awm áy sã moo·uh ğeẻ nee·uhm
(lit: he will buy souvenir)

past actions		
đã	đaã	past tense
có	ğó	past tense (to ask/answer a question)
rồi	zòy	'already'

present actions		
đang	đaang	'in the process of'
còn	ğòn	'still'

future actions		
sẽ	sã	'will' or 'shall'
sắp	súhp	'going to' or 'about to'

Vietnamese also uses words similar to English modal verbs (eg 'can' and 'should') before the main verb to modify its meaning:

modal verbs					
can	*có thể*	ğó tảy	**should**	*nên*	nen
must	*phai*	fai	**want**	*muốn*	moo·úhn
need	*cần*	ğùhn			

He wants to buy souvenirs.
   Ông ấy muốn mua   awm áy moo·úhn moo·uh
   kỷ niệm.   ğeẻ nee·ụhm
   (lit: he want buy souvenir)

word order

asking questions • making statements

As in English, Vietnamese worde order is generally subject–
verb–object.

I bought a ticket.
   Tôi đã mua vé.   doy đaã moo·uh vá
   (lit: I past-tense buy ticket)

Also remember the following rules:

word order	
adjectives & adverbs	after the noun or verb they modify
classifiers	between the number and the noun
demonstratives	after the noun they describe
prepositions	before nouns they refer to
question words	at the start or the end of a sentence
tense markers & modals	before the main verb

glossary

adjective	word that describes something – 'I'd like to try some **rice** wine'
adverb	word that explains how an action is done – 'The cyclo was going **slowly**'
classifier	counting word – eg 'Please bring me a **pair** of chopsticks'
demonstrative	word that means 'this' or 'that'
gender	classification of nouns and pronouns into classes (like masculine and feminine), requiring other words (eg adjectives and verb forms) to belong to the same class
modal verb	verb used before the main verb to modify its meaning – 'I **can** speak Vietnamese'
noun	thing, person or idea – 'When's the **pagoda** open?'
object (direct)	person or thing in the sentence that has the action directed to it – 'He's reading the **menu**'
object (indirect)	person or thing in the sentence that is the recipient of the action – 'I gave **him** the ticket'
plural marker	word used before the noun to indicate plural
preposition	word like 'at' or 'before' in English
pronoun	word that means 'I', 'you', etc
subject	thing or person in the sentence that does the action – 'Both **men and women** wear conical hats'

tense	form of a verb that indicates whether the action is in the present, past or future – eg 'eat' (present), 'ate' (past), 'will eat' (future)
tense marker	word used to indicate when the action is happening – eg 'yet' or 'still'
verb	word that tells you what action happened – 'The country **was divided** between the north and the south'

Do you speak (English)?
Bạn có nói tiếng (Anh)   baạn ǧó nóy dee·úhng (aang)
không?   kawm

Does anyone speak (English)?
Có ai nói tiếng (Anh)   ǧó ai nóy dee·úhng (aang)
không?   kawm

Do you understand?
Bạn hiểu không?   baạn heé·oo kawm

I (don't) understand.
Tôi (không) hiểu.   doy (kawm) heé·oo

I speak (English).
Tôi nói tiếng (Anh) được.   doy nóy dee·úhng (aang) đuhr·ẹrk

I don't speak (Vietnamese).
Tôi không biết nói   doy kawm bee·úht nóy
tiếng (Việt).   dee·úhng (vee·ụht)

Pardon?
Xin lỗi?   sin lỏy

---

tone troubles

As there are six tones in spoken Vietnamese, every syllable can be pronounced in six different ways. Not only that, but different tones can completely change a word's meaning. Here are just a few examples:

ma	maa	**ghost**	la	laa	**to cry**
má	maá	**cheek**	lá	laá	**to be**
mà	maà	**but**	là	laà	**leaf**
mạ	maạ	**rice seedling**	lạ	laạ	**very tired**
mả	maả	**tomb**	lả	laả	**pure**
mã	maã	**horse**	lã	laã	**strange**

See also **tones**, page 13.

I speak a little.
Tôi nói một ít thôi.   doy nóy mạwt ít toy

I'm studying Vietnamese.
Tôi đang học tiếng Việt.   doy đaang họp dee·úhng vee·ụht

I'd like to practise Vietnamese.
Tôi muốn tập nói   doy moo·úhn dụhp nóy
tiếng Việt.   dee·úhng vee·ụht

What does (*thôi*) mean?
(Thôi) có nghĩa gì?   (toy) ğó ngyeẽ·uh zeè

How do you …?	… *như thế nào?*	… nyuhr té nòw
pronounce this	*Phát âm từ này*	faát aảm dùhr này
write (Hanoi)	*Viết từ*	vee·úht dùhr
	(Hà Nội)	(haà nọy)

Could you	*Bạn có thể …*	bạn ğó tẻ …
please …?	*được không?*	đuhr·ẹrk kawm
repeat that	*lập lại*	lụhp lại
speak more	*nói chậm hơn*	nóy jụhm hern
slowly		
write it down	*viết ra*	vee·úht raa

---

how to say 'enough'

The word *thôi* toy is very useful, and translates roughly as 'and not a bit more'. It usually comes at the end of a phrase to create emphasis:

Tôi nói tiếng (Anh) được thôi!   **I speak (English)**
    doy nóy dee·úhng (aang)   **and nothing else!**
    đuhr·ẹrk toy

It can also mean 'Enough!' when used on its own – if children are annoying their parents, you'll more than likely hear a frustrated '*Thôi!*'. You might use it if the same kids are trying to ingratiate themselves to you with postcards for sale …

cardinal numbers

số đếm

0	*không*	kawm	6	*sáu*	sóh	
1	*một*	mạwt	7	*bảy*	bảy	
2	*hai*	hai	8	*tám*	daám	
3	*ba*	baa	9	*chín*	jín	
4	*bốn*	báwn	10	*mười*	muhr·eè	
5	*năm*	nuhm				

11	*mười một*	muhr·eè mạwt
12	*mười hai*	muhr·eè hai
13	*mười ba*	muhr·eè baa
14	*mười bốn*	muhr·eè báwn
15	*mười lăm*	muhr·eè luhm
16	*mười sáu*	muhr·eè sóh
17	*mười bảy*	muhr·eè bảy
18	*mười tám*	muhr·eè daám
19	*mười chín*	muhr·eè jín
20	*hai mươi*	hai muhr·ee
21	*hai mươi mốt*	hai muhr·ee máwt
22	*hai mươi hai*	hai muhr·ee hai
30	*ba mươi*	baa muhr·ee
40	*bốn mươi*	báwn muhr·ee
50	*năm mươi*	nuhm muhr·ee
60	*sáu mươi*	sów muhr·ee
70	*bảy mươi*	bảy muhr·ee
80	*tám mươi*	daám muhr·ee
90	*chín mươi*	jín muhr·ee
100	*một trăm*	mạwt chuhm
200	*hai trăm*	hai chuhm
1000	*nghìn/ngàn* ⓝ/ⓢ	ngyìn/ngaàn ⓝ/ⓢ
10,000	*mười nghìn/ngàn* ⓝ/ⓢ	muhr·eè ngyìn/ngaàn ⓝ/ⓢ
1,000,000	*triệu*	chee·oọ
100,000,000	*tỷ*	deẻ

ordinal numbers

1st	*thứ nhất*	túhr nyúht
2nd	*thứ hai*	túhr hai
3rd	*thứ ba*	túhr baa
4th	*thứ tư*	túhr duhr
5th	*thứ năm*	túhr nuhm

fractions

phân số

a quarter	*một phần tư*	mạwt fùhn duhr
a third	*một phần ba*	mạwt fùhn baa
a half	*một nửa*	mạwt nuhr·aả
three-quarters	*ba phần tư*	baa fùhn duhr

useful amounts

nói về số lượng

How much?	*Bao nhiêu?*	bow nyee·oo
How many?	*Bao nhiêu cái?*	bow nyee·oo kái
Please give me …	*Xin cho tôi …*	sin jo doy …
a few	*một số*	mạwt sáw
(just) a little	*một chút (thôi)*	mạwt chút (toy)
a lot/many	*nhiều*	nyee·oò
some	*một vài*	mạwt vaì

classifiers

When counting nouns, Vietnamese uses classifiers – words that come between the number and the noun to describe some property of the noun (such as animacy, gender, shape etc). For more details, see the **phrasebuilder,** page 20.

telling the time

chỉ giờ

There are no direct equivalents of the English 'am' and 'pm' in Vietnamese – specify the time of day by placing the words *sáng* saáng (morning – 4am to 11am), *trưa* chuhr·uh (lit: midday – 11am to 2pm), *chiều* jee·oò (afternoon – 2pm to 5pm) or *tối* dóy (evening – 5pm till late) after the hour. Minutes (*phút* fút) past the hour are simply added after *giờ* zèr ('hour' or 'o'clock'), but for minutes before the hour, add *kém* kám (less).

What time is it?
Mấy giờ rồi?   máy zèr zòy

It's (ten) o'clock.
(Mười) giờ rồi.   (muhr·eè) zèr zòy

Five past (ten).
(Mười) giờ năm.   (muhr·eè) zèr nuhm

Quarter past (ten).
(Mười) giờ mười lăm phút.   (muhr·eè) zèr muhr·eè luhm fút

Half past (ten).
(Mười) giờ rưỡi.   (muhr·eè) zèr zūhr·ee

Quarter to (ten).
(Mười) giờ kém mười lăm.   (muhr·eè) zèr kám muhr·eè luhm

Twenty to (ten).
(Mười) giờ kém hai mươi.   (muhr·eè) zèr kám hai muhr·eè

At what time …?
Lúc mấy giờ …?   lúp máy zèr …

At (ten).
Lúc (mười) giờ.   lúp (muhr·eè) zèr

At (7.57pm).
Lúc (tám giờ kém ba tối).   lúp (daám zèr kám baa dóy)
(lit: at eight o'clock less three evening)

the calendar

Lunar Calendar	*âm lịch*	uhm lịk
Lunar New Year	*tết âm lịch*	dét uhm lịk
Western New Year	*tết tay*	dét day

days

Monday	*thứ hai*	túhr hai
Tuesday	*thứ ba*	túhr baa
Wednesday	*thứ tư*	túhr duhr
Thursday	*thứ năm*	túhr nuhm
Friday	*thứ sáu*	túhr sóh
Saturday	*thứ bảy*	túhr bảy
Sunday	*chủ nhật*	joỏ nyụht

months

January	*tháng một*	taáng mạwt
February	*tháng hai*	taáng hai
March	*tháng ba*	taáng baa
April	*tháng tư*	taáng duhr
May	*tháng năm*	taáng nuhm
June	*tháng sáu*	taáng sóh
July	*tháng bảy*	taáng bảy
August	*tháng tám*	taáng daám
September	*tháng chín*	taáng jín
October	*tháng mười*	taáng muhr·eè
November	*tháng mười một*	taáng muhr·eè mạwt
December	*tháng mười hai*	taáng muhr·eè hai

dates

What date is it today?
  Hôm nay là ngày mấy?   hawm nay laà ngày máy

It's (18 October).
  Hôm nay là (mười tám, tháng mười).   hawm nay laà (muhr·eè daám, taáng muhr·eè)

seasons

spring	*mùa xuân*	moo·ùh swuhn
summer	*mùa hè*	moo·ùh hà
autumn	*mùa thu*	moo·ùh too
winter	*mùa đông*	moo·ùh đawm
dry season	*mùa khô*	moo·ùh kaw
wet season	*mùa mưa*	moo·ùh muhr·uh

present

hiện tại

now	*bây giờ*	bay zèr
today	*hôm nay*	hawm nay
tonight	*tối nay*	dóy nay
this ...	*... này*	... này
morning	*sáng*	saáng
afternoon	*chiều*	jee·oò
week	*tuần*	dwùhn
month	*tháng*	taáng
year	*năm*	nuhm

past

quá khứ

last night	*buổi tối*	boỏ·ee dóy
	hôm qua	hawm ğwaa
yesterday	*hôm qua*	hawm ğwaa
day before yesterday	*hôm kia*	kawm ğee·uh
(three days) ago	*(ba ngày)*	(baa ngày)
	trước đây	chuhr·érk đay
since (May)	*từ (tháng năm)*	dùhr (taáng nuhm)

yesterday ...	... hôm qua	... hawm ğwaa
morning	sáng	saáng
afternoon	chiều	jee·oò
evening	tối	dóy
last ...	... trước	... chuhr·érk
week	tuần	dwùhn
month	tháng	taáng
year	năm	nuhm

future

tương lai

day after tomorrow	ngày kia	ngày ğee·uh
in (six days)	(sáu ngày) sau	(sóh ngày) soh
until (June)	cho đến (tháng sáu)	jo đén (taáng sóh)
tomorrow ...	... ngày mai	... ngày mai
morning	sáng	saáng
afternoon	chiều	jee·oò
evening	tối	dóy
next ...	... sau	... soh
week	tuần	dwùhn
month	tháng	taáng
year	năm	nuhm

during the day

trong ngày

day	ngày	ngày
midday	buổi trưa	boỏ·ee chuhr·uh
midnight	khuya	kwee·uh
night	đêm	đem
sunrise	mặt trời mọc	mụht cher·eè mọp
sunset	mặt trời lặn	mụht cher·eè lụhn

How much is it?
Nó bao nhiêu tiền? — nó bow nyee·oo dee·ùhn

Can you write down the price?
Bạn có thể viết giá được không? — baạn ğó tảy vee·úht zaá đuhr·ẹrk kawm

There's a mistake in the bill.
Có sự nhầm lẫn trên hoá đơn. — ğó sụhr nyùhm lũhn chen hwaá đern

Do you change money here?
Bạn có dịch vụ đổi tiền ở đây? — baạn ğó zịk voọ đỏy dee·èn ẻr đay

Do I need to pay upfront?
Tôi có cần phải trả trước không? — doy ğó ğùhn fai chaả chuhr·érk kawm

Could I have my deposit, please?
Tôi có thể xin lại tiền đặt cọc không? — doy ğó tẻ sin lại dee·èn đụht ğọp kawm

I'd like to … — *Tôi muốn …* — doy moo·úhn …
  cash a cheque — *đổi séc ra tiền mặt* — đỏy sák zaa dee·ùhn mụht
  change a travellers cheque — *đổi séc du lịch* — đỏy sák zuu lịk
  change money — *đổi tiền* — đỏy dee·ùhn
  get a cash advance — *rút tiền tạm ứng* — zút dee·ùhn daạm úhrng
  withdraw money — *rút tiền* — zút dee·ùhn

Do you accept …?	Bạn có dùng … không?	baạn ğó zùm … kawm
credit cards	thẻ tín dụng	tả dín zụm
debit cards	thẻ trừ tiền	tả chùhr dee·ùhn
travellers cheques	séc du lịch	sák zoo lịk

I'd like …, please.	Làm ơn cho tôi …	laàm ern jo doy …
a receipt	hoá đơn	hwaá đern
a refund	tiền hoàn lại	dee·ùhn hwaàn laị
my change	tiền thừa	dee·ùhn tùhr·uh

Where's …?	… ở đâu?	… ér đoh
an automated teller machine	Máy rút tiền tự động	máy zút dee·ùhn dụhr đạwm
a foreign exchange office	Phòng đổi ngoại tệ	fòm đỏy ngwaị dẹ

What's the …?	… là bao nhiêu?	… laà bow nyee·oo
charge for that	Phí cho cái đó	feé jo ğaí đó
exchange rate	Tỉ giá hối đoái	deé zaá haw·eé đwaí

How much is it per …?	Giá bao nhiêu cho một …?	zaá bow nyee·oo jo mạwt …
night	đêm	đem
person	người	nguhr·èe
vehicle	xe	sa
week	tuần	dwùhn

It's free.	Miễn phí.	meẽ·uhn feé
It's (10) dollars.	(Mười) đô.	(muhr·eè) đaw
It's (10,000) dong.	(Mười nghìn) đồng.	(muhr·eè ngyìn) đàwm

getting around

đường đi

Which ... goes to (Hanoi)?	... nào đi tới (Hà Nội)?	... nòw đee der·eé (haà nọy)
boat	Thuyền	twee·ùhn
bus	Xe buýt	sa bweét
plane	Máy bay	máy bay
train	Xe lửa	sa lủhr·uh

Is this the ... to (Hue)?	... này đi tới (Huế) phai không?	... này đee der·eé (hwé) fai kawm
boat	Thuyền	twee·ùhn
bus	Xe buýt	sa bweét
plane	Máy bay	máy bay
train	Xe lửa	sa lủhr·uh

What time does the ... (bus) arrive/leave?	Máy giờ thì chuyển (xe buýt) ... tới/chạy?	máy zèr tèe chweẻ·uhn (sa bweét) ... der·eé/chạy
first	đầu tiên	dòh dee·uhn
last	cuối cùng	ğoo·eé ğùm
next	kế tiếp	ğé dee·úhp

What time does it get to (Dalat)?
Máy giờ tới (Đà Lạt)?   máy zèr der·eé (đaà lạat)

How long will it be delayed?
Nó sẽ bị đình hoãn bao lâu?   nó sã beẹ đìng hwaăn bow loh

Is this seat free?
Chỗ này có ai ngồi không?   jãw này ğó ai ngòy kawm

That's my seat.
Chỗ này là chỗ của tôi.   jãw này laà jãw ğoỏ·uh doy

Please stop here.
Dừng lại ở đây.   zùhrng lại ẻr đay

How long do we stop here?
   Chúng ta ngừng ở   júm daa ngùhrng ẻr
   đây bao lâu?   đay bow loh

Please tell me when we get to (Nha Trang).
   Xin cho tôi biết khi   sin jo doy bee·úht kee
   chúng ta đến (Nha Trang).   júm daa đén (nyaa chaang)

tickets

vé

Where do I buy a ticket?
   Tôi có thể mua vé ở đâu?   doy ǧó tẻ moo·uh vá ẻr đoh

Do I need to book?
   Tôi có cần giữ chỗ   doy ǧó gùhn zũhr jãw
   trước không?   chuhr·érk kawm

A ... ticket	Một vé ...	mạwt vá ...
to (Saigon).	đi (Sài Gòn).	đee (saì gòn)
1st-class	hạng nhất	haạng nyúht
2nd-class	hạng nhì	haạng nyeè
child's	giá trẻ em	zaá chẻ am
one-way	một chiều	mạwt jee·oò
return	khứ hồi	kúhr hòy
student's	giá sinh viên	zaá sing vee·uhn

I'd like	Tôi muốn	doy moo·úhn
a/an ... seat.	chỗ ...	jãw ...
aisle	chỗ ngồi bên	jãw ngòy ben
	lối đi	lóy đee
nonsmoking	không hút thuốc	kawm hút too·úhk
smoking	hút thuốc	hút too·úhk
window	bên cửa sổ	ben ǧủhr·uh sảw

Is there (a) ...?	Có ... không?	ǧó ... kawm
air conditioning	điều hòa	đee·oò hwaà
blanket	chăn	juhn
sick bag	túi nôn	doo·eé nawn
toilet	phòng vệ sinh	fòm vẹ sing

How much is it?
Bao nhiêu tiền? bow nyee·oo dee·ùhn

How long does the trip take?
Cuộc hành trình này ǧoo·ụhk haàng chìng này
mất bao lâu? múht bow loh

Is it a direct route?
Đây có phải là lộ trình đay ǧó fai laà lạw chìng
trực tiếp không? chụhrk dee·úhp kawm

Can I get a stand-by ticket?
Tôi có thể mua vé chờ doy ǧó tẻ moo·uh vá jèr
đi ngay được không? đee ngay đuhr·ẹrk kawm

Can I get a soft/hard sleeping berth?
Tôi muốn một giường doy moo·úhn mạwt zuhr·èrng
cứng/mềm được không? ǧúhrng/mèm đuhr·ẹrk kawm

What time should I check in?
Mấy giờ tôi phải ghi tên đi? máy zèr doy fai gee den đee

I'd like to … my	*Tôi muốn … vé*	doy moo·úhn … vá
ticket, please.	*này, được không?*	này đuhr·ẹrk kawm
cancel	*hủy bỏ*	hweẻ bỏ
change	*thay đổi*	tay đỏy
confirm	*xác nhận*	saák nyuhn

listen for …

bãi công	baĩ ǧawm	**strike** n
bản ghi biểu thời gian	baản gee beẻ·oo ter·eè zaan	**timetable**
bị hủy bỏ	bẹe hweẻ bỏ	**cancelled**
bị trễ	bẹe chễ	**delayed**
cái này/đó	ǧaí này/đó	**this/that one**
cửa sổ bán vé	ǧúhr·uh sảw baán vá	**ticket window**
hết chỗ	hét jãw	**full**
thềm	tèm	**platform**

luggage

hành lý

Where can I find a/the …?	… ở đâu?	… ẻr đoh
baggage claim	*Nơi nhận hành lý*	ner·ee nyuhn haàng leé
luggage locker	*Tủ khóa đựng hành lý*	doỏ kwaá đụhrng haàng leé
trolley	*Xe đẩy*	sa đảy

My luggage has been …	*Hành lý của tôi đã bị …*	haàng leé ğoỏ·uh doy đaã beẹ …
damaged	*laàm huhr*	làm hư
lost	*mất*	múht
stolen	*lấy cắp*	láy ğủhp

That's (not) mine.
Đây (không) phải của tôi.
đay (kawm) fai ğoỏ·uh doy

plane

máy bay

Where does flight (VN631) arrive?
Cửa nào chuyến bay (VN631) đến?
ğửhr·uh nòw jwee·úhn bay (ve en sáh ba mạwt) đen

Where does flight (VN631) depart?
Cửa nào chuyến bay (VN631) cất cánh?
ğửhr·uh nòw jwee·úhn bay (ve en sáh ba mạwt) ğúht ğaáng

chuyển	jweẻ·uhn	**transfer**
hộ chiếu	hạw jee·oó	**passport**
quá cảnh	ğwaá ğaảng	**transit**
thẻ lên máy bay	tả len máy bay	**boarding pass**

Where's (the) ...?	... *ở đâu?*	... ẻr đoh
airport shuttle	*Xe chở người*	sa jẻr nguhr·eè
	trong sân bay	chom suhn bay
arrivals hall	*Ga đến*	gaa đén
departures hall	*Ga đi*	gaa đee
duty-free shop	*Cửa hàng*	ğủhr·uh haàng
	miễn thuế	meẽ·uhn twé
gate (6)	*Cửa số (sáu)*	ğủhr·uh sáw (sóh)

bus

xe buýt

How often do buses come?
Lịch trình xe buýt thế nào?   lịk chìng sa bweét té nòw

Which bus goes to (Hai Phong)?
Xe buýt nào đi tới   sa bweét nòw đee der·eé
(Hải Phòng)?   (hai fòm)

Does it stop at (Danang)?
Xe này có ngừng ở   sa này ğó ngừhrng ẻr
(Đà Nẵng) không?   (đaà nũhng) kawm

What's the next stop?
Trạm kế tới là   chụhm ğé der·eé laà
trạm nào?   chụhm nòw

I'd like to get off at (Hue).
Tôi muốn xuống   doy moo·úhn soo·úhng
tại (Huế).   dại (hwé)

... bus	*xe buýt ...*	sa bweét ...
city	*thành phố*	taàng fáw
intercity	*liên thành phố*	lee·uhn taàng fáw

xe lửa

What station is this?
Trạm này là trạm nào? chụhm này laà chụhm nòw

What's the next station?
Trạm kế tới là chụhm ğé der·eé laà
trạm nào? chụhm nòw

Does it stop at (Vinh)?
Xe này có ngừng ở sa này ğó ngùhrng ẻr
(Vinh) không? (ving) kawm

Do I need to change?
Tôi có cần đổi xe không? doy ğó ğùhn đỏy sa kawm

Is it …?	*Đây có phải là lộ*	đay ğó fai laà lạw
	trình … không?	chìng … kawm
direct	*trực tiếp*	chụhrk dee·úhp
express	*nhanh*	nyaang

Which carriage	*Toa xe nào*	dwaa sa nòw
is (for) …?	*là …?*	laà …
1st class	*hạng nhất*	haạng nyúht
dining	*toa xe hàng ăn*	dwaa sa haàng uhn

tàu thuyền

What's the sea like today?
Hôm nay biển như hawm nay beẻ·uhn nyuhr
thế nào? té nòw

What time does the ferry leave?
Mấy giờ phà đi? máy zèr faà đee

Where does the boat leave from?
Từ đâu thuyền đi? dùhr đoh twee·ùhn đee

Are there life jackets?
Có áo cứu đắm không? ğó ów ğụhr·oó đúhm kawm

What ... is this?	... này là cái nào?	... này laà ğaí nòw
bay	Vịnh	vịng
beach	Bãi biển	baĩ beẻ·uhn
island	Hòn đảo	hòn dỏw
lake	Hồ	hàw
river	Sông	sawm

cabin	phòng	fòm
captain	thuyền trưởng	twee·ùhn chúhr·erng
deck	sàn tàu	saàn dòh
ferry n	phà	faà
hammock	võng	võm
hydrofoil	tàu cánh ngầm	dòw ğaáng ngùhm
jolly roger	cờ cướp biển	ğèr ğuhr·érp beẻ·uhn
lifeboat	tàu cứu đắm	dòh ğuhr·oó đúhm
life jacket	áo cứu đắm	ów ğuhr·oó đúhm
yacht	thuyền buồm	twee·ùhn boo·ùhm

I feel seasick.	Tôi bị say sóng.	doy beẹ say sóm

taxi, motorcycle-taxi & cyclo

taxi, xe ôm & xích lô

I'd like a taxi ...	Tôi muốn một chiếc taxi ...	doy moo·úhn mạwt jee·úhk dúhk·see ...
at (9am)	lúc (chín giờ sáng)	lúp (jín zèr saáng)
now	ngay	ngay
tomorrow	ngày mai	ngày mai

Where can I find motorcycle-taxis?
Xe ôm ở đâu?	sa awm ẻr đoh

Is this taxi free?
Taxi này có đang trống không?	dúhk·see này ğó đaang cháwm kawm

How much is it to ...?
Đi đến ... mất bao nhiêu tiền?	đee đén ... múht bow nyee·oo dee·ùhn

Please take me to (this address).
Làm ơn đưa tôi tới — laàm ern đuhr·uh doy der·eé
(địa chỉ này). — (đẹ·uh jeé này)

Please put the meter on.
Làm on mở đồng hồ. — laàm ern mẻr đàwm hàw

How much is it?
Tiền xe hết bao nhiêu? — dee·ùhn sa hét bow nyee·oo

Please ...	Làm ơn ...	laàm ern ...
slow down	chậm lại	juhm lại
stop here	dừng lại ở đây	zùhrng lại ẻr đay
wait here	đợi ở đây	đer·eẹ ẻr đay

car & motorbike

xe hơi & xe máy

car & motorbike hire

I'd like to hire a/an ...	Tôi muốn thuê ...	doy moo·úhn twe ...
4WD	xe bốn bánh chủ động	sa báwn baáng joỏ đạwm
automatic	xe số tự động	sa sáw dụhr đạwm
car	xe hơi	sa her·ee
manual	xe số tay	sa sáw day
minibus	xe mini	sa mi·nee
motorbike	xe môtô	sa maw·taw
motor**scooter**	xe máy	sa máy

with ...	có ...	ğó ...
a driver	người lái xe	nguhr·eè laí sa
air conditioning	máy lạnh	máy lạạng

How much for ... hire?	Bao nhiêu một ...?	bow nyee·oo mạwt ...
daily	ngày	ngày
weekly	tuần	dwùhn

If you plan to ride a motorbike, you may want to ask for a helmet (*mũ bảo hiểm* moõ bỏw heẻ·uhm). Though not used a lot in the cities, they're increasingly popular on the relatively dangerous rural roads and highways. In fact, they're required by law on certain roads and open highways. (What 'by law' means in practice can be a little vague!) Using one for a bicycle is very rare indeed, but perhaps better safe than sorry …

Does that include insurance?

Có bao gồm bảo hiểm không?

ğó bow gàwm bỏw heẻ·uhm kawm

Do you have a guide to the road rules in English?

Bạn có quyển sách hướng dẫn luật đi đường bằng tiếng Anh không?

baạn ğó ğweẻ·uhn saák huhr·érng zũhn lwụht đee đuhr·èrng bùhng dee·úhng aang kawm

Do you have a road map?

Có bản đồ lái xe không?

ğó baản đàw laí sa kawm

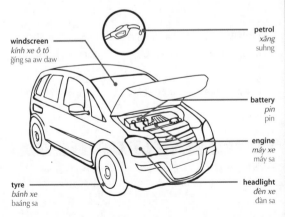

petrol
xăng
suhng

windscreen
kính xe ô tô
ğíng sa aw daw

battery
pin
pin

engine
máy xe
máy sa

tyre
bánh xe
baáng sa

headlight
đèn xe
đàn sa

on the road

What's the speed limit?
Tốc độ là bao nhiêu? dáwp dạw laà bow nyee·oo

Is this the road to (Dien Bien Phu)?
Đường này đi (Điện đuhr·èrng này đee (đee·ụhn
Biên Phủ) không? bee·uhn foỏ) kawm

Can I park here?
Tôi có thể đậu ở đây doy ğó tẻ đọh ẻr đay
được không? đuhr·ẹrk kawm

How long can I park here?
Tôi có thể đậu ở đây doy ğó tẻ đọh ẻr đay
được bao nhiêu lâu? đuhr·ẹrk bow nyee·oo loh

Where's a petrol station?
Trạm xăng ở đâu? chụhm suhng ẻr đoh

Please fill it up.
Làm ơn đổ đầy bình. laàm ern đảw đày bìng

I'd like (20) litres.
Tôi muốn (hai mươi) lít. doy moo·úhn (hai muhr·ee) lít

diesel	*điêzen*	dee·zan
leaded	*xăng có chì*	suhng ğó jee
unleaded	*xăng không chì*	suhng kawm jee
Can you check the ...?	*Làm ơn kiểm tra ...*	laàm ern geẻ·uhm chaa ...
oil	*dầu*	zòh
tyre pressure	*áp suất hơi*	aáp swúht her·ee
	bánh xe	baáng sa
water	*nước*	nuhr·érk

problems

I need a mechanic.
Tôi cần thợ sửa xe.   doy ğùhn tẹr sủhr·uh sa

I've had an accident.
Tôi bị tai nạn.   doy bẹẹ dai nạan

It won't start.
Xe không mở máy.   sa kawm mẻr máy

I have a flat tyre.
Bánh xe tôi bị xì.   baáng sa doy bẹẹ seè

I've lost my car keys.
Tôi bị mất chìa khóa xe.   doy bẹẹ múht jee·ùh kwaá sa

I've run out of petrol.
Tôi bị hết dầu xăng.   doy bẹẹ hét zòh suhng

Can you fix it (today)?
Bạn có thể sửa xe   bạan ğó tẻ sủhr·uh sa
(hôm nay) được không?   (hawm nay) đuhr·ẹrk kawm

How long will it take?
Sửa xe mất bao   sủhr·uh sa múht bow
nhiêu lâu?   nyee·oo loh

bicycle

xe đạp

I'd like …	Tôi muốn …	doy moo·úhn …
my bicycle repaired	sửa xe đạp của tôi	sủhr·uh sa đaạp ğoỏ·uh doy
to buy a bicycle	mua xe đạp	moo·uh sa đaạp
to hire a bicycle	mướn xe đạp	muhr·érn sa đaạp
I'd like (to buy) a … bike.	Tôi muốn (mua) một xe đạp …	doy moo·úhn (moo·uh) một sa đaạp …
mountain	leo núi	lay·oo noo·eé
racing	đua	đoo·uh
secondhand	bán lại	baán lại

Do I need a helmet?
Có phải đội mũ bảo hiểm không? — ğó faỉ độy moõ bỏw heẻ·uhm kawm

I have a puncture.
Bánh xe tôi bị xì. — baáng sa doy beẹ seè

signs

Cấm Đậu Xe	ğúhm đọh sa	No parking
Cấm Vượt Qua	ğúhm vuhr·ẹrt ğwaa	No overtaking
Chạy Chậm Lại	jạy jụhm lại	Slow down
Dừng Lại	zùhrng lại	Stop
Điện Cao Thế	đee·ụhn ğow té	High voltage
Đường Đang Sửa Chữa	đuhr·èrng đang sủhr·uh jũhr·uh	Roadworks
Đường Sắt	đuhr·èrng súht	Railway
Giao Thông Một Chiều	zow tawm mạwt jee·oò	One-way
Lối Ra	lóy raa	Exit
Lối Vào	lóy vòw	Entrance
Nguy Hiểm	ngwee heẻ·uhm	Danger
Thu Thuế	too twé	Toll

border crossing

cửa khẩu

I'm ...	Tôi đang ...	doy đaang ...
in transit	quá cảnh	ğwaá ğaảng
on business	đi công tác	đee ğawm daák
on holiday	đi nghỉ	đee ngyeẻ

I'm here for ...	Tôi ở đây ...	doy ér đay ...
(10) days	(mười) ngày	(muhr·eè) ngày
(two) months	(hai) tháng	(hai) túhng
(three) weeks	(ba) tuần	(ba) dwùhn

I'm going to (Hanoi).
Tôi sẽ đi (Hà Nội).   doy sã đee (haà nọy)

I'm staying at (the Hotel Lotus).
Tôi đang ở (Khách Sạn   doy đaang ér (kaák saạn
Hoa Sen).   hwaa san)

The children are on this passport.
Trẻ em có ở trên hộ   chả am ğó ér chen hạw
chiếu này.   jee·oó này

at customs

I have nothing to declare.
Tôi không có gì để khai báo.   doy kawm ğó zeè để kai bów

I have something to declare.
Tôi cần khai báo.   doy ğùhn kai bów

Do I have to declare this?
Tôi có cần phải khai   doy ğó ğùhn fai kai
báo cái này không?   bów ğaí này kawm

That's mine.
Cái đó của tôi.   ğaí đó ğoỏ·uh doy

That's not mine.
Cái đó không phải của tôi.   ğaí đó kawm fai ğoỏ·uh doy

I didn't know I had to declare it.
Tôi không biết phải   doy kawm bee·úht
khai báo cái đó.   fai kai bów ğaí đó

Does anyone speak (English)?
Có ai nói tiếng (Anh)   ğó ai nóy dee·úhng (aang)
không?   kawm

signs

Hải Quan	hai ğwaan	Customs
Hàng Không	haàng kawm	Duty-Free
Đánh Thuế	đaáng twé	
Kiểm Dịch	ğee·ủhm zịk	Quarantine
Kiểm Tra	ğee·ủhm chaa	Passport Control
Hộ Chiếu	hạw jee·oó	
Nhập Cảnh	nyụhp ğaảng	Immigration

What ... is this?	... này là cái nào?	... này laà ğaí nòw
street	Phố/Đường ⒩/⒮	fáw/đuhr·èrng ⒩/⒮
village	Làng	laàng

Where's a/the ...?	... ở đâu?	... èr đoh
bank	Ngân hàng	nguhn haàng
market	Chợ	jẹr
tourist office	Phòng thông tin du lịch	fòm tawm din zoo lịk

What's the address?
Địa chỉ là gì? đẹẹ·uh jeé laà zeè

How far is it?
Bao xa? bow saa

How do I get there?
Tôi có thể đến tới bằng đường nào? doy ğó tẻ đén der·eé bùhng đuhr·èrng nòw

Can you show me (on the map)?
Xin chỉ giùm (trên bản đồ này)? sin jeẻ zùm (chen baản đàw này)

It's ...	Nó ...	nó ...
behind ...	đằng sau ...	đùhng soh ...
close	gần đây	gùhn đay
here	ở đây	èr đay
in front of ...	đằng trước ...	đùhng chuhr·érk ...
near ...	gần ...	gùhn ...
next to ...	bên cạnh ...	ben ğạạng ...
on the corner	ở gốc phố/ đường ⒩/⒮	èr gáwp fáw/ đuhr·èrng ⒩/⒮
opposite ...	đối diện ...	đóy zee·uhn ...
straight ahead	thẳng tới trước	tủhng der·eé chuhr·érk
there	ở đó	èr đó

Turn ...	Rẽ/Quẹo ... ⑩/⑤	zã/ğway·oọ ... ⑩/⑤
at the corner	ở góc phố/ đường ⑩/⑤	ẻr gấwp fáw/ đuhr·èrng ⑩/⑤
at the traffic lights	tại đèn giao thông	daị đàn zow tawm
left	trái	chaí
right	phải	faỉ

by bus	bằng xe buýt	bùhng sa bweét
by cyclo	bằng xe xích lô	bùhng sa sík law
by taxi	bằng xe taxi	bùhng sa dúhk·see
by train	bằng xe lửa	bùhng sa lủhr·uh
on foot	đi bộ	đee baọ

north	hướng bắc	huhr·érng búhk
south	hướng nam	huhr·érng naam
east	hướng đông	huhr·érng đawm
west	hướng tây	huhr·érng day

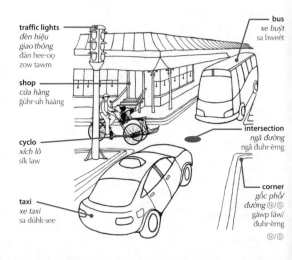

traffic lights
đèn hiệu
giao thông
đàn hee·oọ
zow tawm

shop
cửa hàng
ğủhr·uh haàng

cyclo
xích lô
sík law

taxi
xe taxi
sa dúhk·see

bus
xe buýt
sa bweét

intersection
ngã đường
ngã đuhr·èrng

corner
góc phố/
đường ⑩/⑤
gấwp fáw/
đuhr·èrng
⑩/⑤

finding accommodation

tìm kiếm nơi ở

Where's a …?	… ở đâu?	… èr đoh
bed and breakfast	Nhà khách	nyà kaák
camping ground	Nơi cắm trại	ner·ee gùhm chai
guesthouse	Nhà khách	nyà kaák
hotel	Khách sạn	kaák saạn
youth hostel	Nhà trọ cho	nyà chọ jo
	du khách trẻ	zoo kaák chả

Can you	Bạn có thể	baạn ğó tẻ
recommend	giới thiệu	zer·eé tee·oọ
somewhere …?	cho tôi chỗ …?	jo doy jõ …
cheap	rẻ	zả
good	tốt	dáwt
luxurious	sang trọng	saang chọm
nearby	gần đây	gùhn đay
romantic	lãng mạn	laãng maạn

What's the address?	Địa chỉ là gì?	đẹẹ·uh jeé laà zeè

For responses, see **directions**, page 57.

local talk

dive n	nhà nghỉ không tốt	nyà ngyeẻ kawm dáwt
rat-infested	nhà ổ chuột	nyà ảw choo·ụt
top spot	cao cấp	ğow ğúhp

booking ahead & checking in

I'd like to book a room, please.
Tôi muốn đặt phòng. — doy moo·úhn đụht fòm

I have a reservation.
Tôi đã đặt trước. — doy đaã đụht chuhr·érk

My name is …
Tên tôi là … — den doy làa …

For (three) nights/weeks.
Cho (ba) đêm/tuần. — jo (baa) đam/dwùhn

From (July 2) to (July 6).
Từ (ngày hai tháng bảy) — dùhr (ngày hai taáng bảy)
đến (ngày sáu tháng bảy). — đén (ngày sóh taáng bảy)

Do I need to pay upfront?
Tôi có cần phải trả — doy ğó ğùhn faỉ chaả
trước không? — chuhr·érk kawm

Do you have a … room?	*Bạn có phòng …?*	bạan ğó fòm …
double	*đôi*	đoy
single	*đơn*	đern
twin	*hai giường*	hai zuhr·èng

How much is it per …?	*Giá bao nhiêu cho một …?*	zaá bow nyee·oo jo mạwt …
night	*đêm*	đem
person	*người*	nguhr·èe
week	*tuần*	dwùhn

Can I pay by …?	*Tôi có thể trả bằng … được không?*	doy ğó tẻ chaả bùhng … đuhr·ẹrk kawm
credit card	*thẻ tín dụng*	tẻ dín zụm
debit card	*thẻ trừ tiền*	tẻ chùhr dee·ùhn
travellers cheque	*séc du lịch*	sák zoo lịk

For other methods of payment, see **shopping**, page 69.

Máy đêm?	máy đam	**How many nights?**
chìa khoá	chee·à kwaá	**key**
hết phòng	hét fòm	**full**
hộ chiếu	hạw chee·oó	**passport**
lễ tân	lãy duhn	**reception**

Can I see it?
Tôi có thể xem phòng
được không?

doy ğó tẻ sam fòm
đuhr·ẹrk kawm

I'll take it.
Tôi chọn phòng này.

doy jọn fòm này

requests & queries

yêu cầu

When's breakfast served?
Máy giờ ăn sáng?

máy zèr uhn saáng

Where's breakfast served?
Ăn sáng ở đâu?

uhn saáng ẻr đoh

Please wake me at (seven).
Làm ơn đánh thức tôi
vào lúc (bảy giờ).

laàm ern đaáng túhrk doy
vòw lúp (bảy zèr)

Do you have a/an ...?   Bạn có ... không?   bạạn ğó ... kawm

elevator	*thang máy*	taang máy
laundry service	*dịch vụ giặt là*	zịk voọ zụht laà
message board	*bảng thông báo*	baảng tom bów
safe	*két sắt*	ğát súht
swimming pool	*bể bơi*	bẻ ber·ee

accommodation

61

Can I use the ...?	Tôi có thể dùng	doy ğó tẻ zùng
	... được không?	... đuhr·érk kawm
kitchen	nhà bếp	nyaà bép
laundry	máy giặt	máy zụht
telephone	điện thoại	dee·ụhn twại

Could I have	Làm ơn cho	laàm ern cho
(a/an) ..., please?	tôi ...?	doy ...
extra blanket	thêm một cái	tam mạwt ğái
	chăn	chuhn
mosquito net	một cái màn	mạwt ğái maàn
my key	chìa khoá	chee·à kwaá
	phòng tôi	fòm doy
receipt	một hoá đơn	mạwt hwá đern

Do you ... here?	Ở đây có	ẻr đay ğó
	dịch vụ ... không?	zịk voọ ... kawm
arrange tours	du lịch	zoo lịk
change money	đổi tiền	đỏy dee·ùhn

Is there a message for me?
| Có tin nhắn nào cho | ğó din nhúhn nòw cho |
| tôi không? | doy kawm |

Can I leave a message for someone?
| Tôi có thể để lại lời nhắn? | doy ğó tẻ đẻ lại ler·eè nhúhn |

signs

Cấm Chụp Ảnh	gúhm chụp aảng	**No Photography**
Quay Phim	gway feem	**or Video Taping**
Còn Phòng	gòn fòm	**Vacancy**
Đóng	đáwm	**Closed**
Hết Phòng	hét fòm	**No Vacancy**
Lạnh	laạng	**Cold**
Mở	mểr	**Open**
Nam	naam	**Men**
Nóng	nóm	**Hot**
Nữ	nũhr	**Women**
Tin Tức	din dúhrk	**Information**
Vệ Sinh	vạy sịng	**Toilet**

complaints

I'm locked out of my room.
*Tôi đã lỡ khoá phòng
mất rồi.*

doy đaã lẽr kwaá fòm
múht zòy

It's too ...	*Phòng của tôi quá ...*	fòm ğoỏ·uh doy ğwaá ...
bright	*sáng*	saáng
cold	*lạnh*	laạng
dark	*tối*	daw·eé
expensive	*đắt*	đúht
noisy	*ồn*	àwn
small	*nhỏ*	nyảw

air conditioner
máy điều hoà
máy đee·oò hwaà

fan
quạt
ğwaạt

key
chìa khoá
chee·à kwaá

toilet
nhà vệ sinh
nyaà vẹ sing

bed
giường
zuhr·èrng

bathroom
phòng tắm
fòm dúhm

TV
vô tuyến
vaw dwee·én

The ... doesn't work.   *Cái ... bị hỏng.*   ğái ... beẹ hỏng

air conditioner	*máy điều hoà*	máy đee·oò hwaà
fan	*quạt*	ğwaạt
toilet	*la-bô*	laa·baw

Can I get another (blanket)?
Cho tôi thêm cái (chăn) nữa?   jo doy tem ğái (chuhn) nũr·a

This (pillow) isn't clean.
Cái (gối) này không sạch.   ğái (góy) này kawm saạk

There's no hot water.
Nước nóng không chảy.   nuhr·érk nóm kawm jảy

---

a knock at the door ...

Who is it?
Ai đó?   ai dó

Just a moment.
Chờ một lát.   jèr mạwt laát

Come in.
Xin mời vào.   sin mer·eè vòw

Come back later, please.
Xin bạn trở lại sau.   sin baạn chẻr lại soh

---

checking out

trả phòng

What time is checkout?
Trả phòng vào lúc mấy giờ?   chả fòm vòw lúp máy zèr

Can I have a late checkout?
Tôi có thể trả phòng   doy ğó tẻ chả fòm
muộn được không?   mu·ạwn đuhr·ẹrk kawm

Can you call a taxi for me (for 11 o'clock)?
Bạn làm ơn có thể gọi   baạn làm ern ğó tẻ gọi
taxi cho tôi (vào lúc   dúhk·see jo doy (vòw lúp
mười một giờ)?   muhr·eè mạwt zèr)

I'm leaving now.
Tôi đi bây giờ. — doy đee bay zèr

Can I leave my bags here?
Tôi có thể để lại hành lý ở đây không? — doy ğó tẻ đẻ lại haàng leé ẻr đay kawm

There's a mistake in the bill.
Có sự nhầm lẫn trên hoá đơn. — ğó sụhr nyùhm lũhn chen hwaá đern

I had a great stay, thank you.
Tôi đã có một kỳ nghỉ tuyệt vời, cám ơn. — doy đã ğó mạwt ğeè ngyeẻ dwee·ụht ver·eè ğaám ern

I'll recommend it to my friends.
Tôi sẽ giới thiệu chỗ này với các bạn của tôi. — doy sã zer·eé tee·ọo jãw này ver·eé ğaák bạan ğỏo·uh doy

Could I have my ..., please?	Tôi có thể xin lại ... không?	doy ğó tẻ sin lại ... kawm
deposit	tiền đặt cọc	dee·ùhn đụht ğọp
passport	hộ chiếu	hạw chee·oó
valuables	những đồ có giá trị	nyũhrng đàw ğó zá chẹ

I'll be back ...	Tôi sẽ trở lại ...	doy sã chẻr lại ...
in (three) days	trong (ba) ngày nữa	chom (baa) ngày nũhr·uh
on (Tuesday)	vào ngày (Thứ ba)	vòw ngày (túhr baa)

---

in a daze

all day long	suốt ngày	soo·úht ngày
day in, day out	ngày lại ngày	ngày lại ngày
day off	ngày nghỉ	ngày ngyeẻ
every day	hằng ngày	hùhng ngày
in the old days	thời xưa	ter·eè suhr·uh
one of these days	một ngày nào đó	mạwt ngày nòw đó
three times a day	mỗi ngày ba lần	mãw·ee ngày baa lùhn

đi cắm trại

Do you have (a) …?	*Bạn có … không?*	baạn ğó … kawm
electricity	*điện*	đee·ụhn
laundry	*dịch vụ giặt là*	zịk voọ zụht laà
shower facilities	*thiết bị tắm*	tee·úht beẹ dúhm
site	*nơi cắm trại*	ner·ee ğúhm chại
tents for hire	*trại cho thuê*	chại jo twe
How much is it per …?	*Bao nhiêu tiền cho một …?*	bow nyee·oo dee·ùhn jo mạwt …
caravan	*nhà lưu động*	nyaà luhr·oo đạwm
person	*người*	nguhr·eè
tent	*trại*	chại
vehicle	*xe*	sa

Can I camp here?
Tôi có thể cắm trại ở đây? doy ğó tẻ ğúhm chại ẻr đay

Who do I ask to stay here?
Tôi phải hỏi ai để được ở đây? doy fải hoỉ ai đảy đuhr·ẹrk ẻr đay

Could I borrow …?
Tôi có thể mượn …? doy ğó tẻ muhr·ẹrn …

Is it coin-operated?
Máy đó dùng đồng xu phải không? máy đó zùm đàwm soo fải kawm

Is the water drinkable?
Có nước uống không? ğó nuhr·érk oo·úhng kawm

renting

I'm here about the ... for rent.	Tôi đến đây để thuê ...	doy đén đay đảy twe ...
Do you have a/an ... for rent?	Bạn có một ... cho thuê?	bạn ğó mạwt ... jo twe
apartment	căn hộ	ğuhn hạw
cabin	nhà lá	nyaà laá
house	nhà	nyaà
room	phòng	fòm
villa	biệt thự	bee·ụht tuhr
furnished	tiện nghi	dee·ụhn ngyee
partly furnished	một phần tiện nghi	mạwt fùhn dee·ụhn ngyee
unfurnished	không tiện nghi	kawm dee·ụhn ngyee

staying with locals

Can I stay at your place?
Tôi có thể ở chỗ bạn được không?
doy ğó tẻ ẻr jãw bạn đuhr·ẹrk kawm

Is there anything I can do to help?
Tôi có thể giúp gì không?
doy ğó tẻ zúp zeè kawm

Can I ...?	Tôi có thể ... được không?	doy ğó tẻ ... đuhr·ẹrk kawm
bring anything for the meal	mang cái gì cho bữa ăn	maang ğái zeè jo bũhr·uh uhn
do the dishes	rửa bát đĩa	zủhr·uh baát đee·uh
set/clear the table	bày/dọn bàn	bày/zọn bàan
take out the rubbish	đổ rác	đảw zaák

I have my own …	Tôi có … rồi.	doy ğó … zòy
mattress	cái đệm	ğaí đẹm
sleeping bag	túi ngủ	doo·eé ngoỏ

Thanks for your hospitality.

Cảm ơn cho sự hiểu	ğaảm ern jo sụhr hee·oó
khách của bạn.	kaák ğoỏ·uh bạạn

For dining-related expressions, see **eating out**, page 149.

what's in a name?

Most Vietnamese names consist of a family name (*họ* họ), a middle name (*tên đệm* den đẹm or *tên lót* den lót) and a given name (*tên* den) – in that order. People are called by their given name, with the appropriate title before the name, eg *Cô Trang* ğaw chaang (Miss Trang). For more on titles, see the box **title case** on page 99.

The most common family name in Vietnam is *Nguyên* ngwẽe·uhn, followed by *Trần* chùhn, *Le* le and *Pham* faam. The middle name can be purely ornamental, can indicate the person's gender (*Văn* vuhn for men and *Thị* tẹe for women), or can be used by all male members of the family.

The given name is carefully chosen as it always carries a meaning – some of the names for boys are *Dũng* zũm (heroic), *Cùong* ğoo·ùhng (prosperous), *Minh* ming (bright) and *Trang* chaang (honoured), while some girls' names are *Kiều* ğee·oò (graceful), *Mỹ* meẽ (pretty), *Dịu* zee·oọ (gentle) and *Han* haan (faithful). Many names can be used for both men and women.

PRACTICAL

68

looking for …

đi tìm …

Where's a/the …?	… ở đâu?	… ẻr đoh
department store	Trung tâm mua bán	chum duhm moo·uh baán
market	Chợ	jer
supermarket	Siêu thị	see·oo teẹ

Where can I buy (a padlock)?
Tôi có thể mua
(ổ khóa) ở đâu?
doy ǧó tảy moo·uh
(ảw kwaá) ẻr đoh

For responses, see **directions**, page 57.

making a purchase

mua sắm

I'm just looking.
Tôi chỉ xem thôi.
doy cheẻ sam toy

I'd like to buy (an adaptor plug).
Tôi muốn mua
(một ổ cắm).
doy moo·óhn moo·uh
(mạwt ảw ǧúhm)

How much is it?
Bao nhiêu tiền?
bow nyee·oo dee·ùhn

Can you write down the price?
Bạn có thể viết giá
được không?
baạn ǧó tảy vee·úht zaá
đuhr·ẹrk kawm

Do you have any others?
Bạn có cái khác không?
baạn ǧó ǧaí kaák kawm

Can I look at it?
Tôi có thể xem không?
doy ǧó tảy sam kawm

Do you accept …?	Bạn có dùng … không?	bạan ğó zùm … kawm
credit cards	thẻ tín dụng	tả dín zụm
debit cards	thẻ trừ tiền	tả chùhr dee·ùhn
travellers cheques	séc du lịch	sák zoo lịk

Could I have a …, please?	Xin cho tôi một …?	sin jo doy mạwt …
bag	cái túi	ğái doo·eé
receipt	hoá đơn	hwaá đern

Could I have it wrapped please?
Làm ơn gói giùm. laàm ern góy zùm

Does it have a guarantee?
Nó có được bảo nó ğó đuhr·ẹrk bỏw
hành không? haàng kawm

Can I have it sent overseas?
Bạn có thể gửi ra ğó tảy gủhr·ee nó zaa
nước ngoài cho tôi nuhr·érk ngwaì jo doy
được không? đuhr·ẹrk kawm

Can you order it for me?
Bạn có thể đặt nó cho bạan ğó tảy đụht nó jo
tôi được không? doy đuhr·ẹrk kawm

Can I pick it up later?
Tôi có thể lấy nó sau doy ğó tảy láy nó soh
được không? đuhr·ẹrk kawm

It's faulty.
Nó bị hỏng rồi. nó bẹe hỏm zòy

I'd like …, please.	Làm ơn cho tôi …	laàm ern jo doy …
a refund	tiền hoàn lại	dee·ùhn hwaàn lại
my change	tiền thừa	dee·ùhn tùhr·uh
to return this	trả lại cái này	chaả lại ğái này

local talk		
bargain v	trả giá	chaả zaá
rip-off	đắt cắt cổ	đúht ğúht ğảw
sale	đại hạ giá	đại haạ zaá
specials	ưu đãi	uhr·oo đaĩ

bargaining

sự mặc cả

That's too expensive.
   Cái đó quá đất.   ğaí đó ğwaá đúht

Can you lower the price?
   Có thể giảm giá   ğó tảy zaảm zaá
   được không?   đuhr·ẹrk kawm

Do you have something cheaper?
   Bạn có cái nào rẻ   baạn ğó ğaí nòw zả
   hơn không?   hern kawm

I'll give you (10,000 dong).
   Tôi chỉ trả (mười nghìn   doy jeẻ chaả (muhr·eè ngyìn
   đồng) thôi.   đàwm) toy

books & reading

sách & đọc

Is there an English-	*Có … tiếng Anh*	ğó … dee·úhng aang
language …?	*ở đây không?*	ẻr đay kawm
bookshop	*hiệu sách*	hee·oọ saák
section	*nơi để sách*	ner·ee zãy saák
Do you have	*Bạn có …*	baạn ğó …
a/an …?	*không?*	kawm
book by	*một quyển*	maạwt ğweẻ·uhn
(Ho Anh Thai)	*sách nào của*	saák nòw ğoỏ·uh
	(Hồ Anh Thái)	(hàw aang taí)
entertainment	*quyển sách*	ğweẻ·uhn saák
guide	*hướng dẫn*	huhr·érng zũhn
	nơi giải trí	ner·ee zaỉ cheé

shopping

I'd like a ...	Tôi muốn có một ...	doy moo·úhn ǧó mạwt ...
dictionary	quyển từ điển	ǧweẻ·uhn dùhr đeẻ·uhn
newspaper (in English)	tờ báo (bằng tiếng Anh)	dèr bów (bùhng dee·úhng aang)

Can you recommend a book to me?
Bạn có thể giới thiệu cho tôi một quyển sách được không?
bạạn ǧó tẻ zer·eé tee·oọ jo doy mạwt ǧweẻ·uhn saák đuhr·ẹrk kawm

clothes

trang phục

My size is ...	Cỡ của tôi là ...	ǧẽr ǧoọ·uh doy laà ...
(40)	(bốn mươi)	(báwn muhr·ee)
small	bé	bá
medium	trung bình	chum bìng
large	to	do

Can I try it on?
Tôi có thể mặc thử được không?
doy ǧó tẻ mụhk tủhr đuhr·ẹrk kawm

It doesn't fit.
Nó không vừa.
nó kawm vuhr·ùh

It's perfect!
Vừa lắm!
vuhr·ùh lúhm

For clothing items, see the **dictionary**.

---

listen for ...

| *Tôi có thể giúp gì không?*
doy ǧó tẻ zúp zeè kawm | **Can I help you?** |
| *Còn gì nữa không?*
ǧòn zeè nũhr·uh kawm | **Anything else?** |
| *Không có.*
kawm ǧó | **No, we don't have any.** |

electronic goods

thiết bị điện tử

Where can I buy duty-free electronic goods?
  Tôi có thể mua đồ điện
  tử miễn thuế ở đâu?
  doy ğó tảy moo·uh đàw đee·ụhn
  dủhr meẽ·uhn twé ẻr đoh

Is this the latest model?
  Đây có phải là loại mới
  nhất không?
  đay ğó fai laà lwại mer·eé
  nyúht kawm

Is this (240) volts?
  Cái này là (hai trăm bốn
  mươi) vôn phải không?
  ğái này laà (hai chuhm báwn
  muhr·ee) vawn fai kawm

I need an adaptor plug.
  Tôi cần một cái nắn dòng. doy ğùhn mạwt ğái núhn zòm

hairdressing

hiệu làm đầu

I'd like (a) …	Tôi muốn …	doy moo·úhn …
blow wave	sấy tóc	sáy dóp
colour	nhuộm tóc	nyoo·ụhm dóp
haircut	cắt tóc	ğúht dóp
my beard trimmed	tỉa râu	deẻ·uh zoh
shave	cạo râu	ğọw zoh
trim	tỉa tóc	deẻ·uh dóp

Don't cut it too short.
  Đừng cắt quá ngắn. đùhrng ğúht ğwaá ngúhn

Please use a new blade.
  Xin dùng lưỡi mới. sin zùm lũhr·ee mer·eé

Shave it all off!
  Cạo sạch! ğọw sạak

I should never have let you near me!
  Mày cắt dở hơi bỏ mẹ! mày ğúht zẻr her·ee bỏ mạ

music

I'd like a …	*Tôi muốn một …*	doy moo·uhn mạwt …
blank tape	*cuộn băng trắng*	ğoo·uhn buhng chúhng
CD	*đĩa CD*	đeē·uh se·đe
DVD	*đĩa DVD*	đeē·uh đe·ve·đe
video	*băng hình*	buhng hìng

I'm looking for something by (Hong Nhung).
Tôi đang tìm mọt cái đĩa của ca sĩ (Hồng Nhung).
doy đaang dìm mạwt ğaí đeē·uh ğoó·uh ğaa seẽ (hàwm nyum)

What's his/her best recording?
Đĩa nào của anh/cô ấy là hay nhất?
đeē·uh nòw ğoó·uh aang/ğaw áy laà hay nyúht

Can I listen to this?
Tôi có thể nghe thử cái này? doy ğó tảy ngya tủhr ğaí này

Will this work on any DVD player?
Đĩa này có chạy ở bất kỳ đầu DVD nào không?
đeē·uh này go jạy ẻr búht ğeè đòh đe·ve·đe nòw kawm

Is this for a (PAL/NTSC) system?
Cái này có hợp với hệ thống (PAL/NTSC) không?
ğaí này ğó hẹrp ver·eé hẹ táwm (paal/en·te·es·se) kawm

photography

Do you have … for this camera?	*Bạn có … cho máy ảnh này không?*	bạan ğó … jo máy aảng này kawm
batteries	*pin*	pin
memory cards	*thẻ nhớ*	tả nyér

I need a/an ...	Tôi cần loại	doy ğùhn lwai
film for this	phim ... cho	feem ... jo
camera.	máy ảnh này.	máy aảng này
APS	APS	aa·pe·es
B&W	đen trắng	đan chúhng
colour	màu	mòh
slide	đèn chiếu	đàn jee·oó
(200) speed	tốc độ	dáwp đaw
	(hai trăm)	(hai chuhm)

Can you ...?	Bạn có thể	bạan ğó tảy
	... không?	... kawm
develop digital	rửa ảnh kỹ	zủhr·uh aảng ğeē
photos	thuật số	twụht sáw
develop this	rửa cuộn	zủhr·uh ğoo·ụhn
film	phim này	feem này
recharge the	nạp pin cho	naạp pin jo
battery for my	máy ảnh kỹ	máy aảng ğeē
digital camera	thuật số	twụht sáw
	của tôi	goỏ·uh doy
transfer photos	chuyển ảnh	jweẻ·uhn aảng
from my	từ máy ảnh	dùhr máy aảng
camera to CD	của tôi sang	goỏ·uh doy saang
	đĩa CD	deẽ·uh se·đe

I need a cable to connect my camera to a computer.

Tôi cần một đường	doy ğùhn mạwt đuhr·èrng
dây dẫn điện để nối	zay zũhn đee·ụhn đẻ nóy
máy ảnh với máy tính.	máy aảng ver·eé máy díng

I need a cable to recharge this battery.

| Tôi cần một đường nối | doy ğùhn mạwt đuhr·èrng nóy |
| để sạc pin này. | đẻ saạk pin này |

I need a video cassette for this camera.
Tôi cần một băng ghi · doy ğùhn mạwt buhng gee
hình cho máy quay này. · hìng jo máy ğway này

I need a passport photo taken.
Tôi cần chụp ảnh · doy ğùhn jụp aảng
cho hộ chiếu. · jo hạw jee·oó

When will it be ready?
Khi nào sẽ xong? · kee nòw nó som

I don't want to pay the full price.
Tôi không muốn trả hết. · doy kawm moo·úhn chaả hét

I'm not happy with these photos.
Tôi chưa hài lòng với · doy juhr·uh hài ver·eé
những ảnh này. · nyũhrng aảng này

repairs

sửa đồ

Can I have my …	*Ở đây có thể sửa*	ẹr đay ğó tẻ sủhr·uh
repaired here?	*… được không?*	… đuhr·ẹrk kawm
When will my	*Khi nào …*	kee nòw …
… be ready?	*của tôi sẽ xong?*	ğoỏ·uh doy sã som
backpack	*ba-lô*	baa·law
camera	*máy ảnh*	máy aảng
(sun)glasses	*kính (râm)*	ğíng (zuhm)
shoes	*giầy*	zày

souvenirs		
basket	*cái rổ*	ğaí zảw
brassware	*đồ đồng*	đàw đàwm
caneware	*đồ mây tre*	đàw may cha
embroidery	*đồ thêu*	đàw te·oo
handicraft	*đồ thủ công*	đàw toỏ ğawm
	mỹ nghệ	meẽ ngyẹ
shell souvenirs	*đồ lưu niêm*	đàw luhr·oo nee·uhm
	làm bằng vỏ sò	laàm bùhng vỏ sò
woodcarving	*tượng gỗ*	duhr·ẹrng gãw

PRACTICAL

the internet

mạng internet

Where's the local Internet café?
Internet càfê gần　in·ter·net ğà·fe gùhn
nhất ở đâu?　nyúht ẻr đoh

I'd like to …	*Tôi muốn …*	doy moo·úhn …
check my	*kiểm tra*	keé·uhm chaa
email	*email*	ee·mayl
get Internet	*vào mạng*	vòw maạng
access		
use a printer	*dùng máy in*	zùm máy in
use a scanner	*dùng máy scan*	zùm máy skaan

Do you have …?	*Bạn có … không?*	baạn ğó … kawm
Macs	*máy tính Mac*	máy díng maak
PCs	*máy tính PC*	máy díng pe·se
a Zip drive	*ổ đĩa Zip*	ảw đeẻ·uh zip

How much	*Bao nhiêu*	bow nyee·oo
per …?	*tiền cho …?*	đee·ùhn jo …
hour	*một tiếng*	mạwt dee·úhng
(five) minutes	*(năm) phút*	(nuhm) fút
page	*một trang*	mạwt chaang

How do I log on?
Làm thế nào để vào mạng?　laàm té nòw để vòw maạng

Please change it to English-language setting.
Làm ơn chuyển sang　laàm ern jweẻ·uhn saang
tiếng Anh.　dee·úhng aang

It's crashed.
Nó bị treo máy.　nó beẹ chay·oo máy

I've finished.
Tôi đã xong.　doy đaã som

77

mobile/cell phone

điện thoại di động

I'd like a …	Tôi muốn …	doy moo·úhn …
charger for	mua một cục	moo·uh mạwt ğụp
my phone	sạc điện thoại	saạk dee·ụhn twại
mobile/cell	thuê một	twe mạwt
phone for hire	điện thoại di	đee·ụhn twại zee
	động	đạwm
prepaid	mua một	moo·uh mạwt
mobile/cell	điện thoại di	đee·ụhn twại zee
phone	động trả	đạwm chaả
	trước	chuhr·érk
SIM card for	mua một SIM	moo·uh mạwt sim
your network	điện thoại	đee·ụhn twại

What are the rates?
Giá bao nhiêu?   zaá bow nyee·oo

(500 dong) per (30) seconds.
(Năm trăm đồng) cho   (nuhm chuhm đàwm) jo
(ba mươi) giây.   (baa muhr·ee) zay

---

sign language

Finding a street sign at every corner is sometimes a stretch, but almost every Vietnamese street has a shop – and conveniently, most shops display their address on the sign above the entrance. It usually runs along the bottom of the sign, and the street name is, more often than not, given.

There are several words for 'street', the main one used in HCMC and the south being *đường* đuhr·èrng (*Đ*). In Hanoi and other cities in northern Vietnam, the word *phố* fáw (*P*) is used instead. The word for 'street' comes before the name, so Nguyen Du Street becomes *Đường Nguyễn Du* đuhr·èrng ngeẽ·uhn zoo (*Đ Nguyễn Du*) or *Phố Nguyễn Du* fáw ngeẽ·uhn zoo (*P Nguyễn Du*).

phone

điện thoại

What's your phone number?
Xin cho biết số máy   sin jo bee·úht sáw máy
điện thoại của bạn?   dee·ụhn twại ğoỏ·uh bạan

Where's the nearest public phone?
Điện thoại công cộng   dee·ụhn twại ğom ğọm
gần nhất ở đâu?   gùhn nyúht ẻr đoh

Can I look at a phone book?
Tôi có thể xem danh   doy ğó tẻy sam zaang
bạ điện thoại?   bạạ đee·ụhn twại

I want to …	*Tôi muốn …*	doy moo·úhn …
buy a	*mua một thẻ*	moo·uh mạwt tả
phonecard	*gọi điện thoại*	gọy đee·ụhn twại
call (Singapore)	*gọi (Sin-ga-pore)*	gọy (sin-gaa-paw)
make a	*gọi một cuộc*	gọy mạwt ğoo·ụhk
(local) call	*(nội hạt)*	(naw·eẹ hạat)
reverse the	*người nghe*	nguhr·eè ngya
charges	*trả tiền*	chả đee·ùhn
speak for (three)	*nói chuyện*	nóy jwee·ụhn
minutes	*trong (ba) phút*	chom (baa) fút

How much	*Giá … bao*	zaá … bow
does … cost?	*nhiêu?*	nyee·oo
a (three)-	*một cuộc*	mạwt ğoo·ụhk
minute call	*điện thoại*	đee·ụhn twại
	(ba) phút	(baa) fút
each extra	*mỗi một phút*	mõy mạwt fút
minute	*tiếp sau*	dee·úhp soh

The number is …
Số điện thoại là …   sáw đee·ụhn twại laà …

What's the area/country code for (New Zealand)?
Mã số vùng/nước của   maã sáw vùm/nuhr·érk ğoỏ·uh
(Niu Zi Lân) là gì?   (nee·oo zee luhn) laà zeè

It's engaged.
Nó đã được kết nối.   nó đaã đuhr·ẹrk ğét nóy

The connection's bad.
   Sự kết nối rất tồi.   sựhr ğét naw·eé zúht dòy

I've been cut off.
   Nó đã bị cắt.   nó đaã beẹ ğúht

Hello.   *Xin chào.*   sin jòw
It's …   *Đây là …*   đay laà …
Is … there?   *Có … ở đó không?* ğó … ẻr đó kawm

I'd like to speak to …
   Xin cho tôi gặp …   sin jo doy gụhp …

Please tell him/her I called.
   Làm ơn nói với   laàm ern nóy ver·eé
   anh/chị ấy tôi đã gọi.   aang/jeẹ áy doy đaã gọy

Can I leave a message?
   Tôi có thể để lại lời nhắn? doy ğó tẻ đẻ laị ler·eè nyúhn

My number is …
   Số điện thoại của   sáw đee·ụhn twaị ğoỏ·ụh
   tôi là …   doy laà …

I don't have a contact number.
   Tôi không có số liên lạc. doy kawm ğó sáw lee·uhn laạk

I'll call back later.
   Tôi sẽ gọi lại sau.   doy sẽ gọy laị soh

---

listen for …

Nhầm số.
   nyùhm sáw   **Wrong number.**

Ai gọi đấy?
   ai gọy đáy   **Who's calling?**

Bạn muốn nói chuyện với ai?
   baạn moo·úhn nóy   **Who do you want to**
   jwee·ụhn ver·eé ai   **speak to?**

Đợi một chút.
   đer·ẹe mạwt jút   **One moment.**

Anh/Chị ấy không có ở đây.
   aang/jeẹ áy kawm ğó ẻr đay **He/She is not here.**

post office

I want to send a ...	Tôi muốn gửi một ...	doy moo·úhn tẻ gủhr·ee mạwt ...
fax	bản fax	baản faak
letter	lá thư	laá tuhr
parcel	bưu phẩm	buhr·oo fủhm
postcard	bưu ảnh	buhr·oo aảng

I want to buy a/an ...	Tôi muốn mua một ...	doy moo·úhn moo·uh mạwt ...
aerogram	giấy gói	záy góy
envelope	phong bì	fom beè
stamp	cái tem	ğaí dam

customs declaration	khai báo hải quan	kai bów hai ğwaan
domestic	trong nước	chom nuhr·érk
fragile	dễ vỡ	zẽ vẽr
international	quốc tế	ğwáwk dé
mail n	thư	tuhr
mailbox	hộp thư	hạwp tuhr
postcode	mã số bưu điện	maã sáw buhr·oo đee·ụhn

snail mail

air	đường hàng không	đuhr·èrng haàng kawm
express	chuyển phát nhanh	jweẻ·uhn faát nyaang
registered	thư bảo đảm	tuhr bỏw đaảm
sea	đường biển	đuhr·èrng beẻ·uhn
surface	đường bộ	đuhr·èrng bạw

Please send it by airmail to (Australia).

Xin hãy gửi nó bằng　　　sin hãy gúhr·ee nó bùhng
đường hàng không　　　đuhr·èrng haàng kawm
đến (Úc).　　　đén (úp)

It contains (souvenirs).

Nó bao gồm　　　nó bow gàwm
(quà lưu niệm).　　　(ğwaà luhr·oo nee·ụhm)

Where's the poste restante section?

Nơi trả bưu phẩm　　　ner·ee chaả buhr·oo fủhm
ở đâu?　　　ér doh

Is there any mail for me?

Có thư nào của tôi không?　　　ğó tuhr nòw ğoỏ·uh doy kawm

place names

Cao Bằng	ğow bùhng	Cao Bang
Cần Thơ	ğùhn tèr	Can Tho
Côn Đảo	ğawn đỏw	Con Dao Island
Đà Lạt	đaà laạt	Dalat
Đà Nẵng	đaà nũhng	Danang
Hà Nội	haà noạ	Hanoi
Hải Phòng	hai fòm	Hai Phong
Hạ Long	haạ lom	Halong
Hội An	hoạ aan	Hoi An
Huế	hwé	Hue
Mỹ Tho	meẽ to	My Tho
Phú Quốc	foó ğwáwk	Phu Quoc Island
Sài Gòn	saì gòn	Saigon
Thành Phố	taàng fáw	Ho Chi Minh City
Hồ Chí Minh	hàw jeé ming	(HCMC)

In Vietnam you can use either the local currency, dong (*đồng Việt Nam* dàwm vee·ụht naam), or US dollars.

Do you change money here?

Bạn có dịch vụ đổi tiền ở đây?	baạn ğó zịk voọ đỏy dee·èn ér đay

What time does the bank open?

Mấy giờ ngân hàng mở cửa?	máy zèr nguhn haàng mẻr ğủhr·uh

Where can I …?	*Tôi có thể … ở đâu?*	doy ğó tẻ … ér đoh
I'd like to …	*Tôi muốn …*	doy moo·úhn …
cash a cheque	*đổi séc ra tiền mặt*	đỏy sák zaa dee·ùhn mụht
change a travellers cheque	*đổi séc du lịch*	đỏy sák zuu lịk
change money	*đổi tiền*	đỏy dee·ùhn
get a cash advance	*rút tiền tạm ứng*	zút dee·ùhn daạm úhrng
withdraw money	*rút tiền*	zút dee·ùhn
Where's …?	*… ở đâu?*	… ér đoh
an automated teller machine	*Máy rút tiền tự động*	máy zút dee·ùhn dụhr đạwm
a foreign exchange office	*Phòng đổi ngoại tệ*	fòm đỏy ngwaị dẹ

What's the ...?	... là bao nhiêu?	... laà bow nyee·oo
charge for that	Phí cho cái đó	feé jo ğaí đó
exchange rate	Tỉ giá hối đoái	deẻ zaá hóy đwaí

It's free.	Miễn phí.	meẻ·uhn feé
It's (10) dollars.	(Mười) đô.	(muhr·eè) đaw
It's (10,000) dong.	(Mười nghìn) đồng.	(muhr·eè ngyìn) đàwm

Has my money arrived yet?
Tiền của tôi đã đến chưa?	dee·ùhn ğoỏ·uh doy đaã đén juhr·uh

How long will it take to arrive?
Mất bao lâu nó mới đến?	múht bow loh nó mer·eé đén

Can I use my credit card to withdraw money?
Tôi có thể dùng thẻ tín dụng để rút tiền được không?	doy ğó tẻ zùm tả dín zụm đẻ zút dee·ùhn đuhr·ẹrk kawm

The automated teller machine took my card.
Máy rút tiền đã nuốt mất thẻ của tôi.	máy zút dee·ùhn đaã moo·úht múht tả ğoỏ·uh doy

I've forgotten my PIN.
Tôi đã quên mất mã số PIN.	doy đaã ğwen múht maã sáw pin

I'd like a/an ...	*Tôi muốn có một ...*	doy moo·úhn ğó mạwt ...
audio set	*băng hướng dẫn*	buhng huhr·érng zŭhn
catalogue	*quyển ca-ta-lô*	ğwee·uhn ğaa·daa·law
guide	*người hướng dẫn*	nguhr·eè huhr·érng zŭhn
guidebook (in English)	*quyển sách hướng dẫn (bằng tiếng Anh)*	ğwee·uhn saák huhr·érng zŭhn (bùhng dee·úhng aang)
(local) map	*bản đồ (địa phương)*	baản đàw (đee·ụh fuhr·erg)

Do you have information on ... sights?	*Bạn có thông tin gì về những ... không?*	bạan ğó tawm din zeè về nyũhrng ... kawm
cultural	*địa danh văn hoá*	đee·ụh zaang vuhn hwaá
historical	*di tích lịch sử*	zee dík lịk súhr
religious	*nơi tôn giáo*	ner·ee dawn zów
I'd like to see (a) ...	*Tôi muốn thăm ...*	doy moo·úhn tuhm ...
Buddhist temple	*một đền Phật Giáo*	mạwt đèn fụht zów
pagoda	*một ngôi chùa*	mạwt ngaw·ee juhr·ùh
tombs	*lăng tẩm*	luhng dủhm

What's that?
Đó là cái gì?   đó laà ğaí zeè

Who made it?
Ai đã xây nó?   ai đaã say nó

How old is it?
Nó được xây bao   nó đuhr·ẹrk say bow
nhiêu lâu rồi?   nyee·oo loh zòy

Could you take a photo of me?
Bạn có thể chụp cho   bạan ğó tẻ jụp jo
tôi một bức ảnh?   doy mạwt búhrk aảng

Can I take a photo (of you)?
Tôi có thể chụp ảnh (bạn)   doy ğó tẻ jụp aảng (bạan)
được không?   đuhr·ẹrk kawm

I'll send you the photo.
Tôi sẽ gửi ảnh này   doy sã gủhr·ee aảng này
cho bạn.   jo bạan

getting in

What time does it open/close?
Mấy giờ nó mở/đóng cửa?   máy zèr nó mẻr/đáwm gủhr·uh

What's the admission charge?
Giá vào là bao nhiêu?   zaá vòw laà bow nyee·oo

Is there a discount for ...?	... có được giảm giá không?	... ğó đuhr·ẹrk zaảm zaá kawm
children	Trẻ em	chả am
families	Gia đình	zaa đìng
groups	Nhóm	nyóm
older people	Người cao tuổi	nguhr·eè ğow doỏ·ee
pensioners	Người hứu trí	nguhr·eè huhr·eé cheé
students	Sinh viên	sing vee·uhn

tours

Can you recommend a ...?	Bạn có thể giới thiệu một chuyến ... không?	bạan ğó tẻ zẻr·eé tee·oọ mạwt jwee·úhn ... kawm
When's the next ...?	Khi nào là chuyến ... tới?	kee nòw laà jwee·úhn ... der·eé
boat trip	du thuyền	zoo twee·ùhn
day trip	du lịch nội nhật	zoo lịk nọy nyụht
tour	thăm quan	tuhm ğwaan

Is ... included?	Nó có bao gồm ... không?	nó ğó bow gàwm ... kawm
accommodation	chỗ ở	jãw ér
food	đồ ăn	đàw uhn
transport	phương tiện đi lại	fuhr·erng dee·ụhn đee lại

The guide will pay.
Người hướng dẫn
sẽ trả.

nguhr·eè huhr·erng zũhn
sã chaả

The guide has paid.
Người hướng dẫn
đã trả rồi.

nguhr·eè huhr·erng zũhn
đaã chaả zòy

How long is the tour?
Chuyến đi thăm quan
này là dài bao lâu?

jwee·úhn đee tuhm ğwaan
này laà zaì bow loh

What time should we be back?
Mấy giờ chúng tôi
được về?

máy zèr júm doy
đuhr·ẹrk vè

I'm with them.
Tôi đang đi với họ.

doy đaang đee ver·eé họ

I've lost my group.
Tôi đã lạc nhóm của
tôi rồi.

doy đaã laạk nyóm ğoỏ·uh
doy zòy

holy sights

In Vietnam, the words 'pagoda' and 'temple' are used with a different meaning than in other Asian countries (like China). A pagoda (*chùa* joo·ùh) is a place of worship and doesn't necessarily store the ashes of the dead. It's usually a single-storey structure, not a multi-tiered, eight-sided tower. A temple (*đền* dèn), on the other hand, isn't really a place of worship – rather, it's built in honour of a great historical or mythical figure (eg Confucius or even Ho Chi Minh).

I'm attending	Tôi đang tham	doy đaang taam
a ...	dự một ...	zụhr mạwt ...
conference	hội nghị	họy ngyẹẹ
course	hội thảo	họy tỏw
meeting	buổi họp	boỏ·ee họp
trade fair	hội chợ	họy jẹr
	thương mại	tuhr·erng mại

I'm with ...	Tôi đến với ...	doy đén ver·eé ...
my colleague(s)	đồng nghiệp	đàwm ngyee·ụhp
	của tôi	ğoỏ·uh doy
(two) others	(hai) người khác	(hai) nguhr·eè kaák

I'm alone.
Tôi đến một mình.   doy đén mạwt mìng

I have an appointment with ...
Tôi có hẹn với ...   doy ğó hạn ver·eé ...

I'm staying at (the Hoa Binh Hotel), room (21).
Tôi ở khách sạn (Hoà Bình)   doy ẻr kaák sạan (hwaà bìng)
phòng (hai mươi mốt).   fòm (hai muhr·ee máwt)

I'm here for (three) days/weeks.
Tôi ở đây (ba) ngày/tuần.   doy ẻr đay (baa) ngày/dwùhn

---

etiquette tips

Exchanging business cards (*danh thiếp* zaang tee·úhp) is an important part of even the smallest transaction or business contact in Vietnam. They should be presented and received with both hands.

Leaving a pair of chopsticks (*đôi đua* đoy đoo·uh) sitting vertically in a rice bowl isn't appreciated in Vietnam – it looks very much like the incense sticks that are burned for the dead.

Here's my ...	*Đây là ... của tôi.*	đay laà ... ğoỏ·uh doy
Can I have	*Xin bạn cho tôi*	sin bạan jo doy
your ...?	*... của bạn.*	... ğoỏ·uh bạan
address	*địa chỉ*	đẹe·uh jeẻ
business card	*danh thiếp*	zaang tee·úhp
email address	*địa chỉ email*	đẹe·uh jeẻ ee·mayl
fax number	*số fax*	sáw faak
mobile number	*số điện thoại di động*	sáw đee·ụhn twại zee đạwm
phone number	*số điện thoại*	sáw đee·ụhn twại
Where's the ...?	*... ở đâu?*	... ẻr đoh
conference	*Hội nghị*	họy ngyẹę
meeting	*Buổi họp*	boỏ·ee họp
I need (a/an) ...	*Tôi cần ...*	doy ğùhn ...
computer	*một máy tính*	mạwt máy díng
Internet connection	*vào mạng*	vòw mạang
interpreter	*một người phiên dịch*	mạwt nguhr·eè fee·uhn zịk
more business cards	*in danh thiếp nữa*	in zaang tee·úhp nũhr·uh
some space to set up	*một chỗ để chuẩn bị*	mạwt jãw đẻ joo·ụhn bẹ
to send a fax	*gửi một bản fax*	gủhr·ee mạwt baản faak

That went very well.
Buổi họp có kết quả tốt rồi.	boỏ·ee họp ğó ğét ğwaả dáwt zòy

Shall we go for a drink?
Mời bạn đi uống nước.	mer·eè bạan đee oo·úhng nuhr·érk

Shall we go for a meal?
Mời bạn đi ăn cơm.	mer·eè bạan đee uhn ğerm

It's on me.
Tôi mời bạn.	doy mer·eè bạan

senior & disabled travellers
người cao tuổi & người du lịch khuyết tật

Facilities for people with a disability are limited to new office buildings and foreign hotels.

I have a disability.
Tôi bị khuyết tật.
doy beẹ kwee·úht dụht

I need assistance.
Tôi cần sự trợ giúp.
doy gùhn sụhr chẹr zúp

I'm deaf.
Tôi bị điếc.
doy beẹ đee·úhk

I have a hearing problem.
Tôi có vấn đề về thính giác.
doy gó vúhn đè vè tíng zaák

I have a hearing aid.
Tôi dùng thiết bị trợ thính.
doy zùm tee·úht beẹ chẹr tíng

My (friend) is blind.
(Bạn) tôi bị mù.
(baạn) doy beẹ moò

Are guide dogs permitted?
Có chó dẫn đường cho
người khiếm thị không?
gó jó zũhn đuhr·èrng jo
nguhr·eè kee·úhm teẹ kawm

What services do you have for people with a disability?
Bạn có những dịch vụ
gì cho người bị khuyết
tật không?
baạn gó nyũhrng zịk voọ
zeè jo nguhr·eè beẹ kwee·úht
dụht kawm

How wide is the entrance?
Lối vào rộng bao nhiêu?
lóy vòw zạwm bow nyee·oo

How many steps are there?
Có bao nhiêu bậc thang?
gó bow nyee·oo bụhk taang

Is there a lift?
Có thang máy không?
gó taang máy kawm

Is there wheelchair access?
Có đường dành riêng
cho xe lăn không?
gó đuhr·èrng zaàng zee·uhng
jo sa luhn kawm

Are there disabled toilets?

Có la-bô cho người
khuyết tật ở đây không?

ğó laa·baw jo nguhr·eè
kwee·úht dụht ẻr đay kawm

Are there rails in the bathroom?

Có tay vịn nào trong
nhà vệ sinh không?

ğó day vịn nòw chom
nyaà vẹ sing kawm

Are there disabled parking spaces?

Có chỗ đỗ xe dành cho
người khuyết tật không?

ğó jãw đãw sa zaàng jo
nguhr·eè kwee·úht dụht kawm

Can you call me a disabled taxi?

Bạn có thể gọi hộ tôi
một taxi dành cho
người khuyết tật không?

baạn ğó tẻ gọy hạw doy
mạwt dúhk·see zaàng jo ·
nguhr·eè kwee·úht dụht kawm

Can you help me cross the street safely?

Bạn có thể giúp tôi qua
đường an toàn không?

baạn ğó tẻ zúp doy ğwaa
đuhr·èrng aan dwaàn kawm

Is there somewhere I can sit down?

Có chỗ nào tôi có thể
ngồi được không?

ğó jãw nòw doy ğó tẻ
ngòy đuhr·ẹrk kawm

guide dog	*chó dẫn đường*	jó zũhn đuhr·èrng
older person	*người cao tuổi*	nguhr·eè ğow doẻ·ee
person with	*người khuyết*	nguhr·eè kwee·úht
a disability	*tật*	dụht
ramp	*đường dốc*	đuhr·èrng záwp
walking frame	*khung tập đi*	kum dụhp đee
walking stick	*gậy chống*	gạy jáwm
wheelchair	*xe lăn*	sa luhn

travelling with children

du lịch với trẻ em

A crèche is almost unheard of in Vietnam, so when it comes to leaving the kids behind for an outing, a babysitter (*bảo mẫu* bỏw mõh) is the service to ask for.

Is there a …?	*Có … ở đây không?*	ğó … èr đay kawm
baby change room	*phòng thay đồ cho trẻ sơ sinh*	fòm tay đàw jo chẻ ser sing
child-minding service	*dịch vụ trông trẻ*	zịk voọ chawm chẻ
children's menu	*thực đơn trẻ em*	tụhrk đern chẻ am
child's portion	*xuất ăn dành cho trẻ*	swúht uhn zaàng jo chẻ
discount for children	*giảm giá cho trẻ em*	zaảm zaá jo chẻ am
family ticket	*vé gia đình*	vá zaa đìng

I need a/an …	*Tôi cần một …*	doy ğùhn mạwt …
baby seat	*ghế trẻ sơ sinh*	gé chẻ ser sing
(English-speaking) babysitter	*bảo mẫu (nói được tiếng Anh)*	bỏw mõh (nóy đuhr·ẹrk dee·úhng aang)
booster seat	*ghế đẩy*	gé đảy
cot	*giường cũi*	zuhr·èrng ğoõ·ee
highchair	*ghế cao dành cho trẻ*	gé ğow zaàng jo chẻ
plastic bag	*túi nhựa*	doo·eé nyuhr·ụh
plastic sheet	*miếng nhựa*	mee·úhng nyuhr·ụh
potty	*cái bô*	ğái baw
pram	*xe đẩy*	sa đảy
sick bag	*túi nôn*	doo·eé nawn
stroller	*xe nôi*	sa noy

Where's the nearest ...?	Cái ... gần nhất ở đâu?	ğaí ... ğùhn nyúht ẻr đoh
drinking fountain	vòi uống nước	vòy oo·úhng nuhr·érk
park	công viên	ğawm vee·uhn
playground	sân chơi	suhn jer·ee
swimming pool	bể bơi	bẻ ber·ee
tap	vòi nước	vòy nuhr·érk
theme park	công viên vui chơi	ğawm vee·uhn voo·ee jer·ee
toyshop	cửa hàng đồ chơi	ğủhr·uh haàng đàw jer·ee

Do you sell ...?	Bạn có bán ... không?	bạan ğó baán ... kawm
baby wipes	giấy chùi đít cho em bé	záy joo·eè đít jo am bá
disposable nappies	tã giấy	daã záy
painkillers for infants	thuốc giảm đau cho trẻ	too·úhk zaảm đoh jo chẻ
powdered milk	sữa bột	sũhr·uh bạwt
tissues	giấy lau	záy loh

Do you hire prams/strollers?
Bạn có cho thuê
xe đẩy/nôi không?
bạan ğó jo twe
sa đẩy/noy kawm

Is there space for a pram?
Có chỗ nào để xe
đẩy không?
ğó jãw nòw để sa
đẩy kawm

Are children allowed?
Trẻ em có được phép
vào không?
chẻ am ğó đuhr·ẹrk fáp
vòw kawm

Is this suitable for (three)-year old children?
Cái này có thích hợp với
trẻ em (ba) tuổi không?
ğaí này ğó tík hẹrp ver·eé
chẻ am (ba) doỏ·ee kawm

Where can I change a nappy?
Tôi có thể thay tã ở đâu?
doy ğó tẻ tay daã ẻr đoh

Do you mind if I breast-feed here?
Bạn có phiền không nếu   baạn ğó fee·ùhn kawm nay·oó
tôi cho con bú ở đây?   doy jo ğọn boó ẻr đạy

Could I have some paper and pencils?
Làm ơn cho tôi giấy   laàm ern jo doy záy
và bút chì.   vaà bút jeè

Do you know a dentist/doctor who is good with children?
Bạn có biết một nha/bác   baạn ğó bee·úht maạt nyaa/baák
sĩ cho trẻ em không?   seẽ jo chẻ am kawm

For more on medical needs, see **health**, page 175.

talking with children

What's your name?
Tên cháu là gì?   den jów laà zeè

How old are you?
Cháu bao nhiêu tuổi?   jów bow nyee·oo dỏy

When's your birthday?
Khi nào là sinh nhật   kee nòw laà sing nyụht
của cháu?   ğoỏ·uh jóh

Do you go to school?
Cháu đã đi học chưa?   jóh đaã đẹ họp juhr·uh

What grade are you in?
Cháu học lớp mấy?   jóh họp lérp máy

Do you learn English?
Cháu có học tiếng   jóh ğó họp dee·úhng
Anh không?   aang kawm

What do you do after school?
Cháu thường làm gì   jóh tuhr·èrng laàm zeè
sau khi đi học về?   soh kee đee họp vè

Do you like (sport)?
Cháu có thích (thể thao)   jóh ğó tík (tẻ tow)
không?   kawm

talking about children

When's the baby due?
Khi nào sinh con?   kee nòw sing ǧon

What are you going to call the baby?
Bạn sẽ đặt tên con là gì?   baạn sả đụht den ǧon laà zeè

Is this your first child?
Đây có phải là con đầu   đay ǧó fai laà ǧon đòh
lòng không?   lòm kawm

How many children do you have?
Bạn muốn có mấy con?   baạn moo·úhn ǧó máy ǧon

What a beautiful child!
Đứa trẻ xinh quá!   đuhr·úh chả sing ǧwaá

Is it a boy or a girl?
Đó là con trai hay con gái? đó laà ǧon chai hay ǧon gaí

What's his/her name?
Tên cậu/cô bé là gì?   dan ǧoḥ/ǧaw bá laà zeè

How old is he/she?
Cậu/Cô bé bao nhiêu   ǧoḥ/ǧaw bá bow nyee·oo
tuổi?   doỏ·ee

Does he/she go to school?
Cậu/Cô bé có đi học   ǧoḥ/ǧaw bá ǧó đee họp
không?   kawm

He/She …	Cậu/Cô bé …	ǧoḥ/ǧaw bá …
has your eyes	*có mắt giống bạn*	ǧó múht záwm baạn
looks like you	*trông có giống bạn*	chawm ǧó záwm baạn

basics

cơ bản

Yes.	Dạ.	zaạ/yaạ ⓝ/ⓢ
No.	Không.	kawm
Please.	Xin.	sin
Thank you (very much).	Cảm ơn (rất nhiều).	ğaảm ern (zúht nyee·oò)
You're welcome.	Không có gì.	kawm ğó zeè
Excuse me.	Xin lỗi.	sin lõy
Sorry.	Xin lỗi.	sin lõy

For more on expressing agreement or confirmation, see the box **just don't say no**, page 110.

no thanks

The words 'please' and 'thank you' aren't used as often as you might expect, so don't be offended if you don't hear them – the sentiment will still be there.

greetings & goodbyes

lời chào hỏi & lời chia tay

When meeting older or respected people bow your head slightly and take off your hat. The traditional form of greeting – pressing your hands together in front of your body and bowing slightly – is still used by Buddhist monks and nuns and it's polite to respond the same way.

| Hello. | Xin chào. | sin jòw |
| Hi. | Chào. | jòw |

meeting people

97

Good ...	*Chào buổi ...*	jòw boỏ·ee ...
afternoon	*chiều*	jee·oò
day	*trưa*	chuhr·uh
evening	*tối*	dóy
morning	*sáng*	saáng

How are you?
Bạn khoẻ không? bạan kwả kawm

Fine. And you?
Khoẻ. Còn bạn thì sao? kwả ğòn bạan teè sow

What's your name?
Tên bạn là gì? den bạan làa zeè

My name is ...
Tên tôi là ... den doy làa ...

I'm pleased to meet you.
Tôi rất vui được doy zúht voo·ee đuhr·ẹrk
gặp bạn. gụhp bạan

I'd like to introduce you to ...
Tôi muốn giới thiệu doy moo·úhn zer·eé tee·oọ
bạn với ... bạan ver·eé ...

This is my ...	*Đây là ... của tôi.*	đay làa ... ğoỏ·uh doy
child	*con*	ğon
colleague	*đồng nghiệp*	đàwm ngyee·ụhp
friend	*bạn*	bạan
husband	*chồng*	jòm
partner	*tình nhân*	đìng nyuhn
(intimate)		
wife	*vợ*	vẹr

For more kinship terms, see **family**, page 103.

See you later.	*Hẹn gặp lại.*	hạn gụhp lại
Goodbye.	*Tạm biệt.*	daạm bee·ụht
Bye.	*Chào nhé.*	jòw nyá
Good night.	*Chúc ngủ ngon.*	júp ngoỏ ngon
Bon voyage!	*Chúc thượng*	júp tuhr·ẹrng
	lộ bình an!	lạw bìng aan

addressing people

When addressing someone, the Vietnamese use a title before the person's first name. It varies according to age, gender and the relationship with that person – we've given the most common ones in the box below. Formal terms equivalent to 'Mr' or 'Mrs' in English are only used on first meeting someone or when addressing an elderly person. For some informal terms of address, see **romance** and the box **who do you love**, page 121. You can also find some more information on Vietnamese names in the box **what's in a name?**, page 68.

Mr	*Ông*	awn
Mrs	*Bà*	baà
Miss	*Cô*	ğaw

title case		
anh	aang	males a little older than you
bà	baà	females older than your parents
bác	baák	females and males older than your parents
cháu	jów	male or female young enough to be your children or grandchildren
chị	jeẹ	females a little older than you
em	am	females & males younger than you (children & teenagers only)
ông	awn	males older than your parents

making conversation

What a beautiful day!
   Hôm này đẹp trời thế!   hawm này đạp cher·eè té

That's (beautiful), isn't it!
   Cái đó (đẹp) lắm, phải không?   ğaí đó (đạp) lúhm faị kawm

Nice/Awful weather, isn't it?
Thời tiết đẹp/xấu,
phải không?
ter·eè dee·úht đạp/sóh
faị kawm

What's this called?
Cái này gọi là gì?
ğaí này gọị laà zeè

Where are you going?
Bạn đi đâu thế?
baạn đee đoh té

What are you doing?
Bạn đang làm gì đấy?
baạn đaang laàm zeè dáy

Can I take a photo (of you)?
Tôi có thể chụp ảnh
(bạn) được không?
doy ğó tẻ jụp ảng
(baạn) đuhr·ẹrk kawm

Do you live here?
Bạn sống ở đây không?
baạn sáwm ẻr đay kawm

Do you like it here?
Bạn có thích ở đây không?
baạn ğó tík ẻr đay kawm

I love it here.
Tôi ở đây thích lắm.
doy ẻr đay tík lúhm

How long are you here for?
Bạn định ở đây bao
nhiêu lâu?
baạn địng ẻr đay bow
nyee·oo loh

I'm here for (four) weeks/days.
Tôi định ở đây (bốn)
tuần/ngày.
doy địng ẻr đay (báwn)
dwùhn/ngày

Are you here on holiday?
Bạn đang nghỉ ở đây
phải không?
baạn đaang ngyeẻ ẻr đay
faị kawm

I'm here ...   *Tôi đang đi ...*   doy đaang đee ...
for a holiday   *nghỉ*   ngyeẻ
on business   *làm*   laàm
to study   *học*   họp

nationalities

quốc tịch

Where are you from?	*Bạn là người nước nào?*	baạn laà nguhr·eè nuhr·érk nòw
I'm from ...	*Tôi là người ...*	doy laà nguhr·eè ...
Australia	*Úc*	úp
Canada	*Ca-na-đa*	ğaa·naa·đaa
England	*Anh*	aang
New Zealand	*Tân Tây Lan*	duhn day laan
the USA	*Mỹ*	meẽ

age

tuổi

How old ...?	*... bao nhiêu tuổi?*	... bow nyee·oo dỏy
are you	*Bạn*	baạn
is your daughter	*Con gái của bạn*	ğon gaí ğoỏ·uh baạn
is your son	*Con trai của bạn*	ğon chai ğoỏ·uh baạn

I'm … years old.
Tôi … tuổi.
doy … dỏy

My son/daughter is … years old.
Con trai/ gái của tôi …
tuổi.
ğon chai/ğaí ğoỏ·uh doy …
dỏy

Too old!
Quá già!
ğwaá zaà

I'm younger than I look.
Tôi trẻ hơn so với
bề ngoài.
doy chẻ hern so ver·eé
bè ngwaì

For your age, see **numbers & amounts**, page 35.

occupations & studies

nghề nghiệp & học vấn

What's your occupation?	*Bạn làm nghề gì?*	bạan laàm ngyè zeè
I'm a …	*Tôi là …*	doy laà …
chef	*đầu bếp*	đòh bép
doctor	*bác sĩ*	baák seẽ
farmer	*nông dân*	nawm zuhn
journalist	*nhà báo*	nyaà bów
teacher	*giáo viên*	zów vee·uhn
I work in …	*Tôi làm trong …*	doy laàm chom …
administration	*bộ phận*	bạw fụhn
	hành chính	naàng jíng
health	*y tế*	ee dế
sales &	*bán hàng và*	baán haàng vaà
marketing	*tiếp thị*	dee·úhp teẹ
I'm …	*Tôi …*	doy …
retired	*đã về hưu*	đaã vè huhr·oo
self-employed	*là doanh*	laà zwaang
	nghiệp tư	ngyee·ụhp duhr
	nhân	nyuhn
unemployed	*thất nghiệp*	túht ngyee·ụhp

What are you studying?	Bạn đang học cái gì?	baán đaang họp ğaí zeè
I'm studying ...	Tôi đang học ...	doy đaang họp ...
humanities	nhân chủng học	nyuhn júm họp
science	khoa học	kwaa họp
Vietnamese	tiếng Việt	dee·úhng vee·uht

family

Do you have a ...?	Bạn có ... không?	baạn ğó ... kawm
I (don't) have a ...	Tôi (không) có ...	doy (kawm) ğó ...
brother (older)	anh trai	ang chai
brother (younger)	em trai	am chai
daughter	con gái	ğon gaí
family	gia đình	zaa đìng
husband	chồng	jàwm
partner (intimate)	tình nhân	dìng nyuhn
sister (older)	chị	jeẹ
sister (younger)	em gái	am gái
son	con trai	ğon chai
wife	vợ	vẹr

Are you married?
Bạn lập gia đình chưa?   baạn luḥp zaa đìng juhr·uh

I live with someone.
Tôi đang sống với một người.   doy đaang sóm ver·eé mạwt nguhr·eè

I'm ...	Tôi ...	doy ...
married	đã lập gia đình	đaã luḥp zaa đìng
separated	đã chia tay	đaã jee·uh day
single	độc thân	đạwp tuhn

For more family members, see the **dictionary**.

farewells

Tomorrow is my last day here.

Ngày mai là ngày cuối ngày mai laà ngày ğoo·eé
cùng của tôi ở đây. ğùm ğoỏ·uh doy ẻr đay

If you come to (Ireland) you can stay with me.

Nếu bạn đến (Ái-len) ne·oó baạn đén (aí·laan)
bạn có thể ở với tôi. baạn ğó tẻ ẻr ver·eé doy

Keep in touch!

Giữ liên lạc nhé! zũhr lee·uhn laạk nyá

It's been great meeting you.

Thật vui được gặp bạn. tụht voo·ee đuhr·ẹrk gụhp baạn

Here's my ... *Đây là ... của tôi.* đay laà ... ğoỏ·uh doy
(email) address *địa chỉ (email)* đẹẹ·uh jeẻ (ee·mayl)
phone number *số điện thoại* sáw đee·ụhn twaị

What's your ...? *... của bạn là gì?* ... ğoỏ·uh baạn laà zeè
(email) address *Địa chỉ (email)* đẹẹ·uh jeẻ (ee·mayl)
phone number *Số điện thoại* sáw đee·ụhn twaị

---

well-wishing

Bon voyage!	*Chúc thượng lộ bình an!*	júp tuhr·ẹrng lạw bìng aan
Congratulations!	*Xin chúc mừng!*	sin júp mùhrng
Good luck!	*Chúc may mắn!*	júp may múhn
Happy Birthday!	*Chúc sinh nhật vui vẻ!*	júp sing nyụht voo·ee vẻ
Happy Lunar New Year!	*Chúp mừng tết vui!*	júp mùhrng dét voo·ee
Happy New Year!	*Chúp mừng năm mới!*	júp mùhrng nuhm mer·eé
Merry Christmas!	*Chúc giáng sinh vui vẻ!*	júp zaáng sing voo·ee vẻ

common interests

sở thích chung

What do you do in your spare time?
Khi bạn có thời gian   kee bạan ğó ter·eè zaan
rỗi bạn thường làm gì? zõy bạan tuhr·èrng laàm zeè

Do you like …?	*Bạn có thích*	bạan ğó tík
	… không?	… kawm
I (don't) like …	*Tôi (không)*	doy (kawm)
	thích …	tík …
buffalo fighting	*chọi trâu*	jọy choh
cockfighting	*chọi gà*	jọy gaà
computer	*trò chơi*	chò jer·ee
games	*điện tử*	đee·uhn dủhr
cooking	*nấu ăn*	nóh uhn
dancing	*khiêu vũ*	kee·oo voõ
drawing	*vẽ*	vã
films	*xem phim*	sam feem
gardening	*làm vườn*	laàm vuhr·èrn
hiking	*đi bộ*	đee bạw
	đường dài	đuhr·èrng zaì
karaoke	*hát karaoke*	haát ğaa·raa·o·ğe
music	*nghe nhạc*	ngya nyaạk
painting	*hội hoạ*	họy hwaạ
photography	*chụp ảnh*	jụp ảng
reading	*đọc sách*	đọp saák
shopping	*đi mua sắm*	đee moo·uh súhm
socialising	*giao tiếp*	sow dee·úhp
sport	*chơi thể thao*	jer·ee tẻ tow
surfing the Internet	*tìm trang web*	dìm chaang web
travelling	*đi du lịch*	đee zoo lịk
water-puppet	*xem múa rối*	sam moo·úh zóy
theatre		

For sporting activities, see **sport**, page 131.

music

Do you …?	Bạn có … không?	baạn ğó … kawm
dance	biết khiêu vũ	bee·úht kee·oo voõ
go to concerts	hay đi nghe nhạc	hay đee ngya nyaạk
listen to music	nghe nhạc	ngya nyaạk
play an instrument	chơi nhạc	jer·eé nyaạk
sing	biết hát	bee·úht haát

What … do you like?	Bạn thích những … nào?	baạn tík nyũhrng … nòw
bands	ban nhạc	baan nyaạk
music	dòng nhạc	zòm nyaạk
singers	ca sĩ	ğaa seẽ

classical music	nhạc cổ điển	nyaạk ğảw đeẻ·uhn
electronic music	nhạc điện tử	nyaạk đee·uhn dúhr
traditional Vietnamese music	nhạc cổ truyền Việt Nam	nyaạk ğảw chwee·ùhn vee·uht naam
world music	nhạc quốc tế	nyaạk ğwók dé

Planning to go to a concert? See **tickets**, page 44, and **going out**, page 115.

---

poetic hat

The Vietnamese trademark, the conical hat (*cái nón* ğaí nón), is a very practical item – women all over the country wear it to protect their faces from the sun, but it also serves as an umbrella in the rain.

However, there's a poetic side to it as well – the hats made in the Hue region, known as *nón bài thơ* nón baì ter (lit: poem hat), have proverbs or poetry inscribed inside the brim, visible only when the hat is held up to the light and viewed from inside.

cinema & theatre

I feel like going to a …	Tôi muốn đi xem …	doy moo·úhn đee sam …
Did you like the …?	Bạn có thích … không?	bạn ğó tík … kawm
ballet	vũ ba lê	voõ baa le
film	bộ fim	bạw feem
play	vở kịch	vẻr ğik

I thought it was …	Tôi cho rằng nó …	doy jo zùhng nó …
boring	chán	jaán
excellent	tuyệt vời	dwee·ụht ver·eè
long	quá dài	ğwaá zaì
OK	cũng được thôi	ğūm đuhr·ẹrk toy

What's showing at the … tonight?	Tối này có gì ở … không?	dóy này ğó zeè ẻr … kawm
cinema	rạp chiếu bóng	zaạp chee·oó bóm
theatre	rạp hát	zaạp haát

Is it in English?
Có tiếng Anh không?   ğó dee·úhng ang kawm

Does it have (English) subtitles?
Có phụ đề (tiếng Anh) không?   ğó fọọ đè (dee·úhng ang) kawm

Have you seen …?
Bạn đã xem … chưa?   bạn đaã sam … juhr·uh

Who's in it?
Có những diễn viên nào?   ğó nyũhrng zeẽ·uhn vee·uhn nòw

It stars …
Những diễn viên chính là …   nyũhrng zeẽ·uhn vee·uhn jíng laà …

Is this seat taken?
Chỗ này có người ở không?   jãw này ğó nguhr·eè ẻr kawm

Do you like …?	Bạn có thích fim … không?	baạn ğó tík feem … kawm
I (don't) like …	Tôi (không) thích fim …	doy (kawm) tík feem …
action movies	hành động	haàng đạwm
animated films	hoạt hình	hwaạt hìng
(Vietnamese) cinema	điện ảnh (Việt Nam)	đee·ụhn ảng (vee·ụht naam)
comedies	hài	haì
documentaries	tài liệu	daì lee·oọ
drama	chính kịch	jíng ğịk
horror movies	rùng rợn	zùm zẹrn
sci-fi	khoa học viễn tưởng	kwaa họp veẽ·uhn dủhr·erng
short films	ngắn	ngúhn
thrillers	giật gân	zaạt guhn
war movies	chiến tranh	jee·úhn chaan

the animal in you

In the Vietnamese lunar calendar, years are represented by one of the 12 animals of the zodiac (listed below), and the cycle is repeated every 12 years. To find out someone's zodiac sign (based on the year of birth), just ask:

What animal are you?

Bạn tuổi con gì?   baạn doỏ·ee ğon zeè

Rat	Tý	deé
Buffalo	Sửu	súhr·oo
Tiger	Dần	zùhn
Cat	Mẹo	may·oọ
Dragon	Thìn	tìn
Snake	Tỵ	dee
Horse	Ngọ	ngo
Goat	Mùi	moo·eè
Monkey	Thân	tuhn
Rooster	Dậu	zọh
Dog	Tuất	dwúht
Pig	Hợi	her·eẹ

feelings

cảm giác

Are you …?	Bạn có thấy … không?	baạn ğó táy … kawm
I'm (not) …	Tôi (không) thấy …	doy (kawm) táy …
cold	lạnh	laạng
disappointed	thất vọng	túht vọm
embarrassed	xấu hổ	sóh hảw
happy	vui	voo·ee
hot	nóng	nóm
hungry	đói	đóy
in a hurry	vội	voỵ
OK	khoẻ	kwả
sad	buồn	boo·ùhn
surprised	ngạc nhiên	ngak nyee·uhn
thirsty	khát nước	kaát nuhr·érk
tired	mệt mỏi	mẹt mỏy
worried	lo lắng	lo lúhng

If you're feeling unwell, see **health**, page 175.

mixed feelings

a little	hơi	her·ee
I'm a little confused.	Tôi thấy hơi lộn xộn.	doy táy her·ee lạwn sạwn
extremely	vô cùng	vaw ğùm
I'm extremely sorry.	Tôi vô cùng xin lỗi.	doy vaw ğùm sin lõy
very	rất	zúht
I feel very lucky.	Tôi thấy mình rất may mắn.	doy táy mìng zúht may múhn

opinions

Did you like it?
Bạn có thích nó không?   bạan ğó tík nó kawm

What do you think of it?
Bạn thấy nó như thế nào?   bạan táy nó nyuhr té nòw

I thought it was ...	*Tôi nghĩ nó ...*	doy ngyeé nó ...
It's ...	*Nó ...*	nó ...
awful	*tồi tệ*	dòy dẹ
beautiful	*đẹp*	đạp
boring	*chán*	chaán
(too) expensive	*(quá) tốn kém*	(ğwaá) dáwn ğám
great	*tuyệt vời*	dwee·ụht ver·eè
interesting	*hay*	hay
OK	*cũng được*	ğũm đuhr·ẹrk
strange	*lạ*	lạạ

---

just don't say no

There are several ways of saying 'yes' in Vietnamese. The formal 'yes', particularly in the north, is *dạ, vâng* zạạ vuhng. It shows approval and is a polite way to answer a question – when dealing with officials, for example. Wherever you are, if the answer you'll give is 'no' but you want to be very polite, you can begin your response with *dạ* zạạ/yạạ ⓝ/ⓢ, before going on to disagree!

Both *phải* fai (lit: right/correct) and *đúng* đúm (lit: exact/true) can be used to express agreement or confirmation with little difference in meaning.

Có ğó (lit: have) is used as 'yes' with 'have' questions and *được* đuhr·ẹrk (lit: can) with 'can' questions. Most other verbs used in questions are commonly repeated in answers instead of saying 'yes'. For more on questions and answers, see the **phrasebuilder**, page 25.

politics & social issues

Who do you vote for?
Bạn thường bầu cho ai?   baạn tuhr·èrng bòh jo ai

I support the	*Tôi ủng*	doy ủm
… party.	*hộ đảng …*	haạw đảng …
I'm a member	*Tôi là đảng*	doy laà đaảng
of the … party.	*viên của*	vee·uhn ğoỏ·uh
	đảng …	đaảng …
communist	*cộng sản*	ğawm saản
conservative	*bảo thủ*	bỏw toỏ
democratic	*dân chủ*	zuhn choỏ
green	*xanh*	saang
liberal	*tự do*	duhr zo
social	*dân chủ*	zuhn choỏ
democratic	*xã hội*	saã hoỵ
socialist	*xã hội*	saã hoỵ

Did you hear about …?
Bạn đã nghe về … chưa?   baạn đaã ngya vè … juhr·uh

Do you agree with it?
Bạn có đồng ý với   baạn ğó đàwm eé ver·eé
cái đó không?   ğaí đó kawm

I (don't) agree with …
Tôi (không) đồng ý với …   doy (kawm) đàwm eé ver·eé …

How do people feel about …?
Người ta cảm thấy   nguhr·eè daa ğaảm táy
thế nào về …?   té nòw vè …

How can we support …?
Chúng tôi có thể ủng   júm doy ğó tẻ ủm
hộ … như thế nào?   haạw … nyuhr té nòw

abortion	nạn phá thai	naạn faá tai
animal rights	quyền lợi	ğwee·ùhn ler·eẹ
	của động vật	ğoỏ·uh đạwm vụht
black market	nạn chợ đen	naạn jẹr đan
bureaucracy	nạn quan liêu	naạn ğwaan lee·oo
corruption	nạn tham nhũng	naạn taam nyũm
crime	nạn tội phạm	naạn dọy faạm
discrimination	nạn phân biệt	naạn fuhn bee·ụht
	đối xử	đóy gủhr
drugs	nạn ma tuý	naạn maa dweé
the economy	nền kinh tế	nèn ğing dé
education	nền giáo dục	nèn zów zụp
equal	sự bình đẳng	sụhr bìng đủhng
opportunity	về cơ hội	vè ğer họy
euthanasia	sự gây chết	sụhr gay jét
	không đau đớn	kawm đoh đérn
globalisation	sự toàn cầu hoá	sụhr dwaàn ğòh hwaá
human rights	vấn đề nhân	vúhn đè nyuhn
	quyền	ğwee·ùhn
immigration	vấn đề nhập cư	vúhn đè nyụhp ğuhr
indigenous issues	dân tộc thiểu số	zuhn dọp teẻ·oo sáw
inequality	sự không bình	sụhr kawm bìng
	đẳng	đủhng
land mines	mìn nổ	mìn nảw
paedophilia	nạn lạm dụng	naạn laạm zụm
	tình dục trẻ em	dìng zụp chả am
party politics	vấn đề tinh thần	vúhn đè ding tùhn
	đảng phái	daảng faí
poverty	nạn nghèo đói	naạn ngyay·oò đóy
privatisation	sự tư nhân hoá	sụhr duhr nyuhn hwaá
prostitution	nạn mại dâm	naạn maị zuhm
racism	nạn phân biệt	naạn fuhn bee·ụht
	chủng tộc	jủm dạwp
sexism	nạn thành kiến	naạn taàng ğee·úhn
	giới tính	zer·eé díng
social welfare	phúc lợi xã hội	fúp ler·eẹ saã họy
terrorism	nạn khủng bố	naạn kủm báw
unemployment	nạn thất nghiệp	naạn túht ngyee·ụhp
the war in …	chiến tranh …	jee·úhn chaang …
war veterans	cựu chiến binh	ğụhr·oọ jee·úhn bing

Many Vietnamese proverbs are about food – figuratively, of course. Here are some examples:

Not to see the wood for the trees.
Tham bát bỏ mâm.   taam baát bỏ muhm
(lit: to crave the rice but forget
the whole table of food)

Better an open enemy than a false friend.
Ăn mặn nói ngay,   uhn muhn nóy ngay
còn hơn ăn chay nói dối.   ğòn hỏn uhn jay nóy zóy
(lit: better to eat meat and tell the truth
than to eat vegetables and tell lies)

the environment

vấn đề về môi trường

Is this a protected …?	*… này có được bảo vệ không?*	… này ğó đuhr·ẹrk bỏw vẹ kawm
forest	*Rừng*	zùhrng
park	*Vườn quốc gia*	vuhr·èrn ğwawk zaa
species	*Loài động vật*	lwaì đạwm vụht

Is there a … problem here?
Có gặp vấn đề về …   ğó gụhp vúhn đè vè …
ở đây không?   ẻr đay kawm

What should be done about …?
Người ta nên giải quyết   nguhr·eè da nen zaỉ ğwee·úht
vấn đề … như thế nào?   vúhn đè … nyuhr táy nòw

conservation	*bảo vệ bảo tồn môi trường*	bỏw vẹ bỏw dàwm moy chuhr·èrng
deforestation	*phá rừng*	faá zùhrng
drought	*hạn hán*	haạn haán
ecosystem	*hệ sinh thái*	hẹ sing taí
ecotourism	*du lịch sinh thái*	zoo lịk sing taí
endangered species	*những loài động vật quý hiếm*	nyũhrng lwaì dạwm vụht ğweé hee·úhm
the environment	*vấn đề môi trường*	vúhn dè moy chuhr·èrng
erosion	*xói mòn của đất*	sóy mòn ğoỏ·uh dúht
flooding	*nạn lũ lụt*	naạn loõ lụt
genetically modified food	*thực phẩm thay đổi gen*	tụhrk fúhm tay đỏy jen
global warming	*sự hâm nóng toàn cầu*	sụhr huhm nóm dwaàn ğòw
herbicide	*thuốc diệt cỏ*	too·úhk zee·ụht ğỏ
hunting	*nạn săn bắt*	naạn suhn búht
hydroelectricity	*thuỷ điện*	tweẻ đee·ụhn
irrigation	*thuỷ lợi*	tweẻ ler·ẹe
land mines	*mìn sát thương*	mìn saát tuhr·erng
napalm	*bom napan*	bom naa·paan
nuclear energy	*năng lượng hạt nhân*	nuhng luhr·ẹrng haạt nyuhn
nuclear testing	*thử vũ khí hạt nhân*	túhr voõ keé haạt nyuhn
overfishing	*đánh cá quá mức*	đaáng ğaá ğwaá múhrk
ozone layer	*tầng ozôn*	dùhng o·zawn
pesticides	*thuốc trừ sâu*	too·úhk chùhr soh
pollution	*ô nhiễm môi trường*	aw nyee·ũhm moy chuhr·èrng
recycling programme	*chương trình tái chế*	juhr·erng chìng daí jé
reforestation	*tái lập rừng*	daí lụp zùhrng
toxic waste	*chất độc hại*	júht đọp haị
water supply	*nguồn nước uống*	ngoo·ùhn nuhr·érk oo·úhng

where to go

di đâu

What's there to do in the evenings?
Có chỗ nào để đi chơi ğó jõ nòw đẻ đee jer·ee
vào buổi tối ở đây không? vòw boỏ·ee dóy ẻr đay kawm

Do you know a good restaurant?
Bạn có biết nhà hàng bạan ğó bee·úht nyaà haàng
nào ngon không? nòw ngon kawm

What's on …?	*Có cái gì hay*	ğó ğaí zeè hay
	… không?	… kawm
locally	*gần đây*	gùhn đay
this weekend	*cuối tuần này*	ğoo·eé dwùhn này
today	*hôm nay*	hawm nay
tonight	*tối nay*	dóy nay

Where can I find …?	*Tôi có thể tìm các … ở đâu?*	doy ğó tẻ dìm kaák … ẻr đoh
clubs	*vũ trường*	voõ chuhr·èrng
gay venues	*quán mà giới đồng tính hay đến*	ğwaán maà zer·eé đàwm díng hay đén
places to eat	*quán ăn ngon*	ğwaán uhn ngon
pubs	*quán rượu*	ğwaán zee·oọ

Is there a local … guide?	*Có quyển sách nào hướng dẫn các … của nơi này không?*	ğó ğweẻ·en sák nòw huhr·érng zũhn kaák … ğoỏ·uh ner·ee này kawm
entertainment	*chỗ giải trí*	jõ zaỉ cheé
film	*phim*	feem
gay	*nơi của giới đồng tính*	ner·ee ğoỏ·uh zer·eé đàwm díng
music	*nơi nghe nhạc*	ner·ee ngye nyaạk

I feel like going to a ...	Tôi muốn đi ...	doy moo·úhn đee ...
ballet	xem balê	sam ba·le
bar	đến quán bar	đén ğwaán baa
café	đến quán càfê	đén ğwaán ğaà·fe
concert	nghe hoà nhạc	ngye hwaà nyaạk
film	xem phim	sam feem
karaoke bar	hát karaoke	haát ğaa·raa·o·ğe
nightclub	đến câu lạc bộ đêm	đén ğoh laạk bạw đem
party	dự tiệc	zụhr dee·ụhk
performance	xem trình diễn	sam chìng zeẽ·uhn
play	xem kịch	sam ğịk
pub	đến quán rượu	đén ğwaán zee·oọ
restaurant	đến nhà hàng	đén nyaà haàng
water-puppet theatre	xem múa rối	sam moo·úh zóy

For more on bars and drinks, see **romance**, page 119, and **eating out**, page 149.

invitations

lời mời

What are you doing ...?	Bạn làm gì ...?	bạạn laàm zèè ...
now	bây giờ	bay zèr
this weekend	vào cuối tuần	vòw ğoo·eé dwùhn
tonight	vào tối nay	vòw dóy nay

Would you like to go (for a) ...?	Bạn có muốn đi ... không?	bạạn ğó moo·úhn đee ... kawm
coffee	uống cà phê	oo·úhng ğaà fe
dancing	khiêu vũ	kee·oo voõ
drink	uống rượu	oo·úhng zee·oọ
meal	ăn	uhn
out somewhere	chơi	jer·ee
walk	dạo	zọw

Do you want to come to the concert with me?
Bạn có muốn nghe hoà   bạạn ğó moo·úhn ngye hwaà
nhạc với tôi không?   nyaạk ver·eé doy kawm

We're having a party.
Chúng tôi sẽ làm tiệc.   júm doy sã laàm dee·ụhk

You should come.
Mời bạn đến dự.   mer·eè bạạn đến zụhr

responding to invitations

đáp lại lời mời

Yes, I'd love to.
Vâng, tôi rất muốn.   vuhng doy zúht moo·úhn

That's very kind of you.
Bạn thật tốt bụng.   bạạn tụht dáwt bụm

No, I'm afraid I can't.
Không, tôi e rằng   kawm doy a zùhng
tôi không thể.   doy kawm tảy

What about tomorrow?
Còn ngày mai thì sao?   gòn ngày mai teè sow

Sorry, I can't sing/dance.
Xin lỗi, tôi không   sin lõy doy kawm
biết hát/nhảy.   bee·úht haát/nyảy

arranging to meet

thu xếp để gặp gỡ

What time will we meet?
Mấy giờ chúng ta sẽ   máy zèr chúm daa sã
gặp nhau?   gụhp nyoh

Where will we meet?
Chúng ta sẽ gặp nhau   chúm daa sã gụhp nyoh
ở đâu?   ẻr đoh

Let's meet at …	Hãy gặp nhau …	hãy guhp nyoh …
(eight) o'clock	vào lúc (tám) giờ	vòw lúp (daám) zèr
the entrance	tại cửa	dại ğủhr·uh

I'll pick you up.
Tôi sẽ đón bạn.   doy sã đón bạạn

I'll see you then.
Hẹn bạn sau.   hạn bạạn soh

I'm looking forward to it.
Tôi mong gặp lại bạn.   doy mom guhp lại bạạn

Are you ready?
Bạn chuẩn bị xong chưa?   bạạn jủ·uhn bẹ som juhr·uh

I'm ready.
Tôi chuẩn bị xong rồi.   doy jủ·uhn bẹ som zòy

Sorry I'm late.
Xin lỗi, tôi đến muộn.   sin lõy doy đến moo·ụhn

Never mind.
Không sao.   kawm sow

drugs

ma tuý

Do you want to have a smoke?
Bạn có muốn hút không?   bạạn ğó moo·úhn hút kawm

Do you have a light?
Bạn có bật lửa không?   bạạn ğó bụht lửhr·uh kawm

I don't take drugs.
Tôi không dụng ma túy.   doy kawm zụm maa dweé

I take … occasionally.
Thi thoảng tôi dùng …   tee twaảng doy zùm …

I'm high.
Tao phê lắm rồi.   dow fe lúhm zòy

If the police are talking to you about drugs, see **police**, page 172.

In this chapter, we've used the correct pronoun appropriate for the context (whereas most of the book uses neutral forms). Where gender-specific forms have been used, they're marked as **m** (male) and **f** (female). For more on pronouns, see the **phrasebuilder**, page 23.

asking someone out

rủ ai đó đi chơi

Where would you like to go (tonight)?
Bạn muốn đi đâu   baạn moo·úhn đee đoh
(tối này)?   (dóy này)

Would you like to do something (tomorrow)?
Bạn có muốn đi chơi   baạn ğó moo·úhn đee jer·ee
(ngày mai) không?   (ngày mai) kawm

Yes, I'd love to.
Có, tôi rất muốn.   ğó doy zúht moo·úhn

Sorry, I can't.
Xin lỗi, tôi không thể.   sin lõy doy kawm tảy

local talk
He/She is a babe.
Anh/Cô ấy đẹp dã man.   aang/ğaw áy đạp zaã maan
He/She is hot.
Anh/Cô ấy gợi cảm thế.   aang/ğaw áy ger·eẹ ğaảm táy
He's a bastard.
Thằng ấy khốn nạn.   từhng áy káwn naạn
She's a bitch.
Con ấy chó chết.   ğon áy jó jét
He/She gets around.
Anh/Cô ấy sở khanh.   aang/ğaw áy sẻr kaang

pick-up lines

Would you like a drink?
Bạn có muốn uống   baạn ğó moo·úhn oo·úhng
gì không?   zeè kawm

You look like someone I know.
Bạn trông quen thế.   baạn chawm ğwan táy

You're a fantastic dancer.
Bạn nhẩy rất đẹp.   baạn nyảy zúht đaạp

Can I …?	*Tôi có thể …*	doy ğó tẻ …
	không?	kawm
dance with you	*nhẩy với bạn*	nyảy ver·eé baạn
sit here	*ngồi đây*	ngòy đay
take you home	*đưa bạn về*	đuhr·uh baạn vè
	nhà	nyaà

rejections

No, thank you.
Không, cám ơn.   kawm ğaám ern

I'd rather not.
Tôi không muốn thế.   doy kawm moo·úhn táy

I'm here with my girlfriend/boyfriend.
Tôi đến đây với   doy đén đay ver·eé
bạn gái/trai của tôi.   baạn gaí/chai ğoỏ·uh doy

Excuse me, I have to go now.
Xin lỗi, tôi phải đi bây giờ.   sin lõy doy fai đee bay zèr

local talk

| **Leave me alone!** | *Buông tha tôi ra!* | boo·uhng taa doy raa |
| **Piss off!** | *Cút đi!* | ğút đee |

getting closer

gần gũi hơn

You're great.
Anh/Em thật tuyệt   aang/am tụht dwee·ụht
vời. m/f   ver·eè

I like you very much. (man saying)
Anh thích em lắm.   aang tík am lúhm

I like you very much. (woman saying)
Em thích anh lắm.   am tík aang lúhm

Can I kiss you? (man asking)
Anh có thể hôn   aang ğó tẻ hawn
em được không?   am đụhr·ẹrk kawm

Can I kiss you? (woman asking)
Em có thể hôn   am ğó tẻ hawn
anh được không?   aang đụhr·ẹrk kawm

Do you want to come inside for a while?
Anh/Em có muốn vào   aang/am ğó moo·úhn vòw
trong nhà một lát   chom nyaà mạwt laát
được không? m/f   đụhr·ẹrk kawm

Do you want a massage?
Anh/Em có muốn   aang/am ğó moo·úhn
mát-xa không? m/f   maát·saa kawm

---

who do you love

In this book, we've generally used the neutral pronoun for 'you', but in everyday speech, the age and gender appropriate pronoun would be used. Talking about love is one context that definitely requires perfect delivery, so to express your love to another, you'll need to use the correct pronoun:

I love you.	*Anh yêu em.*	aang ee·oo am
(man saying)		
I love you.	*Em yêu anh.*	am ee·oo aang
(woman saying)		

romance

tình dục

Kiss me.
Hôn anh/em đi. m/f · hawn aang/am đee

I want you. (man saying)
Anh muốn em. · aang moo·úhn am

I want you. (woman saying)
Em muốn anh. · am moo·úhn aang

Let's go to bed.
Chúng ta lên giường đi. · júm daa len zuhr·èrng đee

Touch me here.
Anh/Em sờ vào đây. m/f · aang/am sèr vòw đay

Do you like this?
Anh/Em có thích không? m/f · aang/am ğó tík kawm

I (don't) like that.
Anh/Em (không) · aang/am (kawm)
thích lắm. m/f · tík lúhm

I think we should stop now.
Anh/Em nghĩ chúng ta · aang/am ngyeẽ júm daa
nên dừng lại bây giờ. m/f · nen zùhrng lại bay zèr

Do you have a (condom)?
Anh/Em có (bao cao su) · aang/am ğó (bow ğow soo)
không? m/f · kawm

Let's use a (condom).
Chúng ta nên dùng · júm daa nen zùm
(bao cao su). · (bow ğow soo)

I won't do it without protection.
Anh/Em sẽ không làm · aang/am sã kawm laàm
chuyện này nếu không · chwee·ụhn này nay·oó kawm
có biện pháp bảo vệ. m/f · ğó bee·ụhn faáp bỏw vẹ

It's my first time.
Đây là lần đầu tiên   đay laà lùhn đòh dee·uhn
của anh/em. m/f   ğoó·uh aang/am

Don't worry, I'll do it myself.
Không sao, anh/em sẽ   kawm sow aang/am sã
tự làm. m/f   dụhr laàm

It helps to have a sense of humour. (said to man/woman)
Nếu anh/em mình cười   nay·oó aang/am mìng ğuhr·eè
nó sẽ bớt căng thẳng.   nó sã bért ğuhng tủhng

Oh my god!   *Ôi trời ơi!*   oy cher·eè er·ee
That's great.   *Sướng quá!*   suhr·érng ğwaá
Easy tiger!   *Cứ từ từ!*   ğúhr dùhr dùhr

faster   *nhanh hơn*   nyaang hern
harder   *mạnh hơn*   maạng hern
slower   *chậm hơn*   chụhm hern
softer   *nhẹ hơn*   nyạ hern

That was …   *Thật là …*   tụht laà …
  amazing   *tuyệt*   dwee·ụht
  romantic   *lãng mạn*   laãng maạn
  wild   *hoang dã*   hwaang zaã

love

tình yêu

I think we're good together.
Anh/Em nghĩ rằng chúng   aang/am ngyeẽ zùhng júm
ta hợp nhau. m/f   daa hẹrp nyoh

I love you. (man saying)
Anh yêu em.   aang ee·oo am

I love you. (woman saying)
Em yêu anh.   am ee·oo aang

Do you really love me? (man asking)
Em có yêu anh   am ğó ee·oo aang
thực lòng không?   tụhrk lòm kawm

Do you really love me? (woman asking)
Anh có yêu em   aang ğó ee·oo am
thực lòng không?   tụhrk lòm kawm

I will love you forever. (man saying)
Anh sẽ yêu em mãi mãi.   aang sã ee·oo am maĩ maĩ

I will love you forever. (woman saying)
Em sẽ yêu anh mãi mãi.   am sã ee·oo aang maĩ maĩ

Will you …?	*Em có …*	am ğó …
(man asking)	*không?*	kawm
go out with me	*yêu anh*	ee·oo aang
marry me	*cưới anh*	ğuhr·eé aang
meet my	*muốn gặp bố*	moo·úhn gụhp báw
parents	*mẹ của anh*	mạ ğoỏ·uh aang

Will you …?	*Anh có …*	aang ğó …
(woman asking)	*không?*	kawm
go out with me	*yêu em*	ee·oo am
marry me	*cưới em*	ğuhr·eé am
meet my	*muốn gặp bố*	moo·úhn gụhp báw
parents	*mẹ của em*	mạ ğoỏ·uh am

---

sweet as honey

(Honey,) You make me so happy. (man saying)
(Cưng ơi,) Em làm cho   (ğuhrng er·ee) am laàm jo
anh thật hạnh phúc.   aang tụht haạng fúp

(Honey,) You make me so happy. (woman saying)
(Cưng ơi,) Anh làm cho   (ğuhrng er·ee) aang laàm jo
em thật hạnh phúc.   am tụht haạng fúp

(Sweetie,) You are my everything. (man saying)
(Bé yêu ơi,) Em là tất   (bá ee·oo er·ee) am laà dúht
cả đối với anh.   ğaả đóy ver·eé aang

(Sweetie,) You are my everything. (woman saying)
(Bé yêu ơi,) Anh là tất   (bá ee·oo er·ee) aang laà dúht
cả đối với em.   ğaả đóy ver·eé am

problems

những vấn đề

Are you seeing someone else? (man asking)
Em có bạn trai khác không?   am ğó bạan chai kaák kawm

Are you seeing someone else? (woman asking)
Anh có bạn gái khác không?   aang ğó bạan gaíkaák kawm

He/She is just a friend.
Anh/Cô ấy chỉ là bạn thôi.   aang/ğaw áy jeé laà bạan toy

You're just using me for sex. (man saying)
Em chỉ muốn làm   am jeé moo·úhn laàm
tình với anh thôi.   dìng ver·eé aang toy

You're just using me for sex. (woman saying)
Anh chỉ muốn làm   aang jeé moo·úhn laàm
tình với em thôi.   dìng ver·eé am toy

I never want to see you again. (man saying)
Anh không bao giờ   aang kawm bow zèr
muốn gặp lại em   moo·úhn gụhp lại am
một lần nào nữa.   mạwt lùhn nòw nũhr·uh

I never want to see you again. (woman saying)
Em không bao giờ   am kawm bow zèr
muốn gặp lại anh   moo·úhn gụhp lại aang
một lần nào nữa.   mạwt lùhn nòw nũhr·uh

I don't think it's working out.
Anh/Em nghĩ chúng mình   aang/am ngyeē júm mìng
không hợp nhau lắm. **m/f**   kawm hẹrp nyoh lúhm

We'll work it out.
Chúng mình sẽ vượt   júm mìng sã vuhr·ẹrt
qua mọi khó khăn.   ğwaa mọy kó kuhn

leaving

ra đi

I have to leave (tomorrow).
(Ngày mai) Anh/Em (ngày mai) aang/am
phải đi. m/f fai dee

I'll ...	Anh sẽ ...	aang sã ...
(man speaking)		
keep in touch	*liên lạc*	lee·uhn laạk
miss you	*nhớ em*	nyér am
visit you	*đến thăm em*	dén tuhm am

I'll ...	Em sẽ ...	am sã ...
(woman speaking)		
keep in touch	*liên lạc*	lee·uhn laạk
miss you	*nhớ anh*	nyér aang
visit you	*đến thăm anh*	dén tuhm aang

body language

To summon a person, use your hand with the fingers facing down. It's considered very rude to beckon someone with your finger, or to make the sign of crossing two fingers in front of a female person.

As the head is the symbolic highest point in Asia and considered sacred, never pat or touch someone on the head. On the other hand, feet are considered the least holy part of the body – never point the soles of your feet towards other people or a Buddha statue, as it's considered extremely rude.

beliefs & cultural differences

tín ngưỡng & những sự khác nhau về văn hoá

religion

tôn giáo

What's your religion?
Bạn theo đạo nào? — bạan tay·oo đọ nòw

I'm not religious.
Tôi không theo đạo nào. — doy kawm tay·oo đọ nòw

I'm ...	*Tôi theo đạo ...*	doy tay·oo đọ ...
agnostic	*bất khả tri*	búht kaá chee
Buddhist	*Phật*	fuht
Catholic	*Thiên Chúa*	tee·uhn joo·úh
Christian	*Cơ Đốc*	ğer đáwp
Confucian	*Khổng Tử*	káwm dủhr
Hindu	*Ấn-Độ Giáo*	úhn·đạw zów
Jewish	*Do Thái*	zo taí
Muslim	*Hồi*	hòy
Protestant	*Tin Lành*	din laàng
Taoist	*Lão*	lõw

I (don't) believe in ...	*Tôi (không) tin vào ...*	doy (kawm) din vòw ...
astrology	*thiên văn*	tee·uhn vuhn
fate	*số phận*	sáw fuhn
God	*Chúa Trời*	joo·úh cher·eè

Can I ... here?	*Tôi có thể ... ở đây không?*	doy ğó tẻ ... ér đay kawm
Where can I ...?	*Tôi có thể ... ở đâu?*	doy ğó tẻ ... ér đoh
attend mass	*tham gia buổi lễ nhà thờ*	taam zaa boỏ·ee lễ nyaà tèr
attend a service	*tham gia buổi lễ nhà thờ*	taam zaa boỏ·ee lễ nyaà tèr
pray	*cầu nguyện*	ğòh ngwee·ụhn
worship	*thờ cúng*	tèr ğúm

cultural differences

Is this a local or national custom?
Đây là phong tục của đay laà fom dụp ğoỏ·uh
địa phương này hay đee·ụh fuhr·erng này hay
là của cả nước? laà ğoỏ·uh ğaả nuhr·érk

I don't want to offend you.
Tôi không muốn làm doy kawm moo·úhn laàm
cho bạn bị xúc phạm. jo bạan beẹ súp faạm

I didn't mean to do/say anything wrong.
Tôi không cố ý làm/nói doy kawm ğáw eé laàm/nóy
cái gì sai. ğaí zeè sai

I'm not used to this.
Tôi chưa quen với cái này. doy juhr·uh ğwan ver·eé ğaí này

I'd rather not join in.
Xin lỗi, tôi không muốn sin lõy doy kawm moo·úhn
tham gia. taam zaa

I'll try it.
Tôi sẽ thử nó. doy sã tủhr nó

I'm sorry, it's *Xin lỗi, cái đó là* sin lõy ğaí đó laà
against my ... *trái ngược* chaí nguhr·ẹrk
với ... của tôi. ver·eé ... ğoỏ·uh doy
  beliefs *đức tin* đúhrk din
  religion *tôn giáo* dawn zów

This is ... *Cái này là ...* ğaí này laà ...
  different *mới lạ* mer·eé lạ
  fun *vui* voo·ee
  interesting *thú vị* toó veẹ

When's the gallery open?
Mấy giờ phòng tranh mở cửa?
máy zèr fòm chaang mér ğửhr·uh

When's the museum open?
Mấy giờ bảo tàng mở cửa?
máy zèr bỏw daàng mér ğửhr·uh

What kind of art are you interested in?
Bạn quan tâm đến loại nghệ thuật nào?
baạn ğwaan duhm đén lwaị ngyẹ twụht nòw

What's in the collection?
Có những gì trong bộ sưu tập đó?
ğó nyũhrng zeè chom baạ suhr·oo dụhp đó

What do you think of …?
Bạn nghĩ gì về …?
baạn ngyeē zeè vè …

It's an exhibition of …
Nó là triển lãm về …
nó laà cheé·uhn laãm vè …

I'm interested in …
Tôi quan tâm đến …
doy ğwaan duhm đén …

… art	nghệ thuật …	ngyẹ twụht …
graphic	đồ hoạ	đàw hwaạ
impressionist	trường phái ấn tượng	chuhr·èrng faí úhn duhr·ẹrng
modern	hiện đại	hee·ụhn đaị
performance	cuộc biểu diễn	ğoo·ụhk beé·oo zee·uhn
Renaissance	Phục hưng	fụp huhrng
traditional	truyền thống	chwee·ùhn táwm

architecture	*kiến trúc*	ğee·úhn chúp
art	*nghệ thuật*	ngyẹ twụht
artwork	*tác phẩm nghệ thuật*	daák fủhm ngyẹ twụht
ceramics	*đồ gốm*	đàw gáwm
curator	*người phụ trách*	nguhr·eè foọ chaák
design n	*thiết kế*	tee·úht ğé
embroidery	*đồ thêu*	đàw te·oo
etching	*đồ khắc axit*	đàw kaák aa·sit
exhibit n	*cuộc triển lãm*	ğoo·ụhk cheẻ·uhn laãm
exhibition hall	*nhà triển lãm*	nyaà cheẻ·uhn laãm
installation	*nghệ thuật sắp đặt*	ngyẹ twụht súhp đụht
lacquerware	*đồ sơn mài*	đàw sern maì
opening	*lễ khai mạc*	lẽ kai maạk
painter	*hoạ sĩ*	hwaạ seẽ
painting (artwork)	*bức tranh*	búhrk chaang
painting (technique)	*vẽ tranh*	vã chaang
period	*thời kỳ*	ter·eè ğeè
permanent collection	*bộ sưu tập cố định*	baạ suhr·oo dụhp ğáw định
print n	*bức ảnh in*	búhrk aảng in
sculptor	*nhà điêu khắc*	nyaà đee·oo kúhk
sculpture	*tác phẩm điêu khắc*	daák fủhm đee·oo kúhk
silk painting	*bức tranh lụa*	búhrk chaang loo·ụh
statue	*bức tượng*	búhrk duhr·ẹrng
studio	*xưởng vẽ*	sủhr·erng vã
style n	*phong cách nghệ thuật*	fom ğaák ngyẹ twụht
technique	*kỹ thuật*	ğeẽ twụht
textiles	*vải dệt*	vaỉ đẹt
woodcarving	*đồ khắc gỗ*	đàw kúhk gãw

sporting interests

những môn thể thao yêu thích

What sport do you ...?	Bạn ... loại thể thao nào?	baạn ... lwại tảy tow nòw
follow	thích	tík
play	hay chơi	hay jo
I play/do ...	Tôi chơi ...	doy jer·ee ...
I follow ...	Tôi thích ...	doy tík ...
athletics	điền kinh	đee·ùhn ğing
badminton	cầu lông	ğòh lawm
basketball	bóng rổ	bóm zảw
boxing	môn quyền anh	mawn ğwee·ùhn aang
football (soccer)	bóng đá	bóm đaá
golf	gôn	gawn
gymnastics	thể dục dụng cụ	tẻ zụp zụm ğoọ
karate	võ caratê	võ ğaa·raa·te
martial arts	võ thuật	võ twụht
scuba diving	lặn biển	lụhn beẻ·uhn
table tennis	bóng bàn	bóm baán
tennis	ten-nít	de·nít
volleyball	bóng truyền	bóm chwee·ùhn
I ...	Tôi hay tập ...	doy hay dụhp ...
cycle	xe đạp	sa đaạp
run	chạy	jạy
walk	đi bộ	đee bạw
Who's your favourite ...?	... mà bạn thích nhất là ai?	... maà baạn tík nyúht laà ai
sportsperson	Vận động viên thể thao	vụhn đạwm vee·uhn tẻ tow
team	Câu lạc bộ thể thao	ğoh laạk bạw tẻ tow

Do you like (soccer)?
 Bạn có thích (bóng đá)   bạn ǧó tík (bóm đaá)
 không?   kawm

Yes, very much.
 Có, tôi rất thích.   ǧó doy zúht tík

Not really.
 Tôi không thích lắm.   doy kawm tík lúhm

I like watching it.
 Tôi thích xem thôi.   doy tík sam toy

For more sports, see the **dictionary**.

going to a game

đi xem trận đấu

Would you like to go to a game?
 Bạn có muốn đi xem   bạn ǧó moo·úhn đee sam
 một trận đấu không?   mạwt chụhn đóh kawm

Who are you supporting?
 Bạn ủng hộ đội nào?   bạn ủm hạw đọy nòw

scoring		
What's the score?		
Tỷ số là bao nhiêu?		deẻ sáw laà bow nyee·oo
draw/even	trận hoà	chụhn hwaà
love (zero)	không	kawm
match point	điểm thắng	đeẻ·uhm túhng
nil (zero)	không	kawm

Who's ...?	*Đội nào đang ...?*	đọy nòw đaang ...
playing	*thi đấu*	tee đóh
winning	*thắng*	túhng
That was a ... game!	*Đó là một trận đấu thật là ...!*	đó laà mạwt chụhn đóh tụht laà ...
bad	*tồi tệ*	dòy dẹ
boring	*chán*	jaán
great	*hay*	hay

playing sport

chơi thể thao

Do you want to play?
Bạn có muốn chơi không?   bạạn ǧó moo·úhn jer·ee kawm

Can I join in?
Tôi có thể chơi được không?   doy ǧó tẻ jer·ee đuhr·ẹrk kawm

That would be great.
Hay quá.   hay ǧwaá

I can't.
Tôi không thể.   doy kawm tảy

I have an injury.
Tôi bị chấn thương.   doy bẹ júhn tuhr·erng

Your/My point.
Điểm của bạn/tôi.   đeẻ·uhm ǧoỏ·uh bạạn/doy

Kick/Pass it to me!
Hãy đá/chuyển bóng cho tôi!   hãy đaá/jweẻ·uhn bóm jo doy

You're a good player.
Bạn chơi rất hay.   bạạn jer·ee zúht hay

Thanks for the game.
Cám ơn bạn nhiều.   ǧaám ern bạạn nyee·oò

sports talk

What a …!	Một … rất xuất sắc!	mạwt … zúht swúht súhk
goal	bàn thắng	baàn túhng
hit	cú đòn	ğoó đòn
kick	cú đá	ğoó đaá
pass	chuyền bóng	jweè·uhn bóm
performance	cuộc cuốc trận đấu	ğoo·ụhk chụhn đów

Where's a good place to …?	Bạn có biết chỗ nào hay để … không?	bạạn ğó bee·úht jãw nòw hay đẻ … kawm
fish	câu cá	ğoh ğaá
go horse riding	cưỡi ngựa	ğũhr·ee nguhr·ụh
run	đi chạy	đee jạy
ski	trượt tuyết	chuhr·ẹrt dwee·úht
snorkel	lặn bằng ống thở	lụhn bùhng áwm tẻr
surf	lướt sóng	luhr·ért sóm

Where's the nearest …?	Cái … gần nhất ở đâu?	ğaí … gùhn nyút ẻr đoh
golf course	sân gôn	suhn gawn
gym	câu lạc bộ tập thể hình	ğoh laạk bạw dụhp tẻ hìng
swimming pool	bể bơi	bẻ ber·ee
tennis court	sân ten-nít	suhn de·nít

Do I have to be a member to attend?

Tôi có cần phải là thành viên mới được vào không?	doy ğó ğùhn fai laà taàng vee·uhn mer·eé đuhr·ẹrk vòw kawm

Is there a women-only session?

Có buổi nào dành riêng cho phụ nữ không?	ğó boỏ·ee nòw zaàng zee·uhng jo foọ nũhr kawm

Where are the changing rooms?

Phòng thay quần áo ở đâu?	fòm tay ğwùhn ów ẻr đoh

What's the charge per ...?	*Tôi phải đóng bao nhiêu tiền cho một ...?*	doy fai đóm bow nyee·oo dee·ùhn jo mạwt ...
day	*ngày*	ngày
game	*trận đấu*	chụhn đóh
hour	*giờ*	zèr
visit	*lần vào*	lùhn vòw
Can I hire a ...?	*Tôi có thể thuê một ... được không?*	doy ğó tẻ twe mạwt ... đuhr·ẹrk kawm
ball	*quả bóng*	ğwaả bóm
bicycle	*xe đạp*	sa đaạp
court	*sân đánh*	suhn đaáng
racquet	*vợt*	vẹrt

extreme sports

thể thao mạo hiểm

I'd like to go ...	*Tôi muốn đi ...*	doy moo·úhn đee ...
bungee jumping	*nhảy độ cao*	nyảy đạw ğow
caving	*leo hang*	lay·oo haang
game fishing	*đánh cá ngoài khơi*	đaáng ğaá ngwaì ker·ee
mountain biking	*đua xe đạp địa hình*	đoo·uh sa đaạp đee·ụh hìng
parasailing	*lướt gió*	luhr·ért zó
rock climbing	*leo núi*	lay·oo noo·eé
skydiving	*nhảy dù*	nyảy zoò
white-water rafting	*đua thuyền địa hình*	đoo·uh twee·ùhn đee·ụh hìng

Is the equipment secure?
Thiết bị này có an toàn không?
tee·úht bẹ này ğó aan dwaàn kawm

Is this safe?
Cái này có an toàn không?
ğaí này ğó aan dwaàn kawm

fishing

câc cá

Where are the good spots?
*Những nơi câu cá
tốt ở đâu?*

nyũhrng ner·ee ğoh ğaá
dáwt ẻr đoh

Do I need a fishing permit?
*Tôi có cần thẻ đăng ký
mới được phép đánh
cá không?*

doy ğó ğùhn tảy đaang ğeé
mer·eé đuhr·ẹrk fáp đaáng
ğaá kawm

Do you do fishing tours?
*Bạn có tổ chức những
chuyển đánh cá không?*

baạn ğó dảw júhrk nyũhrng
jwee·ủhn đáng ğaá kawm

What's the best bait?
Loại mồi nào là tốt nhất?

lwaị mòy nòw laà dáwt nyúht

Are they biting?
*Chúng nó có rỉa nhiều
không?*

júm nó ğó zeẻ·uh nyee·oò
kawm

What kind of fish are you landing?
*Bạn đang câu được
những loài cá nào?*

baạn đaang ğoh đuhr·ẹrk
nyũhrng lwaì ğaá nòw

How much does it weigh?
Nó nặng bao nhiêu?

nó nụhng bow nyee·oo

bait	mồi	mòy
fishing line	dây câu cá	zay ğoh ğaá
flare	đèn báo hiệu	đàn bów hee·oọ
	cấp cứu	ğúhp ğuhr·oó
float n	phao câu cá	fow ğoh ğaá
hooks	lưới câu	lũhr·ee ğoh
lures	nhử mồi	nyúhr mòy
rod	cần câu	ğùhn ğoh
sinkers	chì cần câu	jeè ğùhn ğoh

horse racing

Where's the racetrack?
Đường đua ngựa   đuhr·èrng đoo·uh nguhr·ụh
ở đâu?   èr đoh

How do I make a bet?
Tôi cá cược như   doy ğaá ğuhr·ẹrk nyuhr
thế nào?   té nòw

How much do you want to bet?
Bạn muốn cá cược   bạn moo·úhn ğaá ğuhr·ẹrk
bao nhiêu?   bow nyee·oo

What are the odds?
Tỷ lệ cá cược là gì?   deẻ lẹ ğaá ğuhr·ẹrk laà zeè

What weight is the horse carrying?
Trọng lượng con ngựa   chọm luhr·ẹrng ğon nguhr·ụh
đang mang là bao nhiêu?   đaang maang laà bow nyee·oo

This horse is (five to one).
Con ngựa này là   ğon nguhr·ụh này laà
(năm ăn một).   (nuhm uhn mạwt)

Which horse …?	*Con ngựa nào …?*	ğon nguhr·ụh nòw …
is the favourite	*là hay nhất*	laà hay nyúht
should I back	*tôi nên cá*	doy nen ğaá
	cược	ğuhr·ẹrk

I'd like to bet on	*Tôi muốn cá*	doy moo·úhn ğaá
(number two) …	*cược cho (số hai) …*	ğuhr·ẹrk jo (sáw hai) …
for a place	*thứ tự xếp*	túhr dụhr sép
	hạng	haạng
for a win	*chiến thắng*	jee·úhn túhng

bet v	*cá cược*	ğaá ğuhr·ẹrk
bookmaker	*người thu cá*	nguhr·eè too ğaá
	cược	ğuhr·ẹrk
jockey	*tay đua ngựa*	day đoo·uh nguhr·ụh
photo finish	*chụp ảnh phân*	jup aảng fuhn
	thắng thua	túhng too·uh
race n&v	*đua*	đoo·uh

horse riding

How much is a (one)-hour ride?

Cưỡi ngựa là bao
nhiêu tiền (một) giờ?

ğŭhr·ee nguhr·ựh laà bow
nyee·oo dee·èn (mạwt) zèr

How long is the ride?

Cưỡi ngựa bao
nhiêu lâu?

ğŭhr·ee nguhr·ựh bow
nyee·oo loh

I'm (not) an experienced rider.

Tôi (không) phải một
người cưỡi ngựa giỏi
kinh nghiệm.

doy (kawm) fai mạwt
nguhr·eè ğŭhr·ee nguhr·ựh zòh
ğing ngyee·ụhm

Can I rent a hat and boots?

Tôi có thuê một cái mũ
và một đôi ủng?

doy ğó twe mạwt ğái moõ
vaà mạwt đoy úm

bit	*hàm thiếc ngựa*	haàm tee·úhk nguhr·ựh
bridle	*dây cương*	zay ğuhr·erng
canter v	*chạy nước kiệu*	jạy nuhr·érk kee·oọ
crop	*tay cầm*	day ğùhm
gallop v	*phi ngựa đại*	fee nguhr·ựh đại
groom v	*chải lông*	jai lawm
horse	*con ngựa*	ğon nguhr·ựh
pony	*con ngựa nhỏ*	ğon nguhr·ựh nyỏ
reins	*thắt lưng*	túht luhrng
saddle	*yên ngựa*	yen nguhr·ựh
stable	*chuồng ngựa*	joo·ùhng nguhr·ựh
stirrup	*bàn đạp ngựa*	baàn đaạp nguhr·ựh
trot v	*đi nước kiệu*	đee nuhr·érk ğee·oọ
walk v	*đi chậm*	đee jụhm

soccer

Who plays for (Hanoi)?
*Những ai chơi cho đội
(Hà Nội)?*
nyũhrng ai jer·ee jo đọy
(haà nọy)

He's a great (player).
*Anh ấy là (câu thủ)
xuất sắc.*
aang áy laà (ğoh toỏ)
swúht súhk

He played brilliantly in the match against (Hue).
*Anh ấy đá hay lắm trong
trận gặp (Huế).*
aang áy đaá hay lúhm chom
chụhn gụhp (hwáy)

Which team is at the top of the league?
*Đội nào đang dẫn
đầu trong giải?*
đọy nòw đaang zũhn
đòh chom zai

What a great/terrible team!
*Đội này đá thật là
tuyệt/chán!*
đọy này đaá tụht laà
dwee·ụht/jaán

ball	*quả bóng*	ğwaả bóm
coach n	*huấn luyện*	hwúhn lwee·ụhn
	viên	vee·uhn
corner (kick)	*đá phạt góc*	đaá faạt góp
expulsion	*bị đuổi*	beẹ đoỏ·ee
fan	*cổ động viên*	ğaw đạwm vee·uhn
foul	*phạm lỗi*	faạm lõy
free kick	*đá phạt*	đaá faạt
goalkeeper	*thủ môn*	toỏ mawn
manager	*ông bầu*	awm bòh
offside	*việt vị*	vee·ụht veẹ
penalty	*phạt đền*	faạt đèn
player	*câu thủ*	ğoh toỏ
red card	*thẻ đỏ*	tẻ đỏ
referee	*trọng tài*	chọm dày
throw in n	*ném biên*	nám bee·uhn
yellow card	*thẻ vàng*	tẻ vaàng

tennis & table tennis

ten·nít & bóng bàn

I'd like to …	*Tôi muốn …*	doy moo·úhn …
book a time to play	*đăng ký giờ chơi*	đuhng ğeé zèr jer·ee
play table tennis	*chơi bóng bàn*	jer·ee bóm baàn
play tennis	*đánh ten-nít*	đaáng de·nít
ace	*cú giao bóng*	ğoó zow bóm
	thắng điểm	túhng đeẻ·uhm
(table tennis) bat	*vợt bóng bàn*	vẹrt bóm baàn
clay	*sân đất sét*	suhn đúht sát
fault	*ngoài*	ngwaì
game, set, match	*trận đấu kết thúc rồi*	chụhn đóh ğét túp zòy
grass	*sân cỏ*	suhn ğỏ
(hard) court	*sân đất (cứng)*	suhn đúht (ğúhrng)
net	*lưới*	luhr·eé
play doubles	*đánh đôi*	đaáng đoy
racquet	*vợt*	vẹrt
serve v	*phát bóng*	faát bóm
set n	*ván*	vaán
table-tennis ball	*quả bóng bóng bàn*	ğwaả bóm bóm baàn
tennis ball	*quả bóng ten-nít*	ğwaả bóm de·nít

Can we play at night?
Chúng tôi có thể chơi vào buổi tối không?
júm doy ğó tẻ jer·ee vòw boỏ·ee dóy kawm

I need my racquet restrung.
Tôi cần phải thay dây vợt.
doy ğùhn faỉ tay zay vẹrt

---

with or without you

The pronoun 'we' has two forms in Vietnamese, depending on whether the speaker is using the word to include the listener or not – *chúng tôi* júm doy ('we' – excluding 'you') and *chúng ta* júm daa ('we' – including 'you'). For more on pronouns, see the **phrasebuilder**, page 23.

water sports

English	Vietnamese	Pronunciation
Can I book a lesson?	*Tôi có thể đặt buổi học không?*	doy ğó tẻ đụht boỏ·ee họp kawm
Can I hire (a) ...?	*Tôi có thể thuê ... không?*	doy ğó tẻ twe ... kawm
boat	*thuyền*	twee·ùhn
canoe	*ca-nô*	ğa·naw
diving equipment	*trang thiết bị lặn*	chaang tee·úht beẹ lụhn
kayak	*xuồng cai-ac*	soo·ùhng ğai·aak
life jacket	*áo phao*	ów fow
snorkelling gear	*thiết bị lặn bằng ống thở*	tee·úht beẹ lụhn bùhng áwm tẻr
water-skis	*ván lướt nước*	vaán luhr·ért nuhr·érk
wetsuit	*bộ quần áo lặn*	bạw ğwaàn ów lụhn
Are there any ...?	*Có ... ở đây không?*	ğó ... ẻr đay kawm
reefs	*san hô*	saan haw
rips	*dòng nước xiết chảy*	zòm nuhr·érk see·úht jảy
water hazards	*những hiểm hoạ do nước*	nyũhrng heẻ·uhm hwaạ zo nuhr·érk
Are there ...?	*Có ... ở đó không?*	ğó ... ẻr đó kawm
currents	*dòng chảy mạnh*	zòm jảy maạng
sharks	*cá mập*	ğaá mụhp
whales	*cá voi*	ğaá voy
guide n	*người hướng dẫn*	nguhr·eè huhr·érng zũhn
motorboat	*xuồng máy*	soo·ùhng máy
sailboarding	*đi lướt ván buồm*	đee luhr·ért vaán boo·ùhm
sailing boat	*thuyền buồm*	twee·ùhn boo·ùhm
surfboard	*ván lướt sóng*	vaán luhr·ért sóm
surfing	*đi lướt sóng*	đee luhr·ért sóm

Where's a good diving site?
Những chỗ tốt để   nhũhrng jäw dáwt đẻ
lặn biển ở đâu?   lụhn beẻ·uhn ẻr đoh

Is the visibility good?
Nước ở đó có trong   nuhr·érk ẻr đó ğó chom
không?   kawm

How deep is the dive?
Lặn biển ở đó bao sâu? lụhn beẻ·uhn ẻr đó bow soh

Is it a boat/shore dive?
Đây là một cuộc lặn   đay làà mạwt ğoo·ụhk lụhn
biển từ tầu/bờ?   beẻ·uhn dùhr dòh/bèr

I need an air fill.
Tôi cần phải bơm đầy   doy ğùhn fai berm đày
bình ôxy.   bìng aw·see

I'd like to …	*Tôi muốn …*	doy moo·úhn …
explore caves/	*xem các*	sam ğaák
wrecks	*hang/tàu đắm*	haang/dòh đúhm
go night	*lặn vào buổi*	lụhn vòw boỏ·ee
diving	*tối*	dóy
go scuba diving	*lặn*	lụhn
go snorkelling	*lặn bằng*	lụhn bùhng
	ống thở	áwm tẻr
join a diving	*tham gia tour*	tuhm zaa tu
tour	*lặn*	lụhn
learn to dive	*học lặn*	họp lụhn

buddy	*bạn lặn*	bạan lụhn
cave n	*hang động*	haang đạwm
dive n	*chuyến lặn*	jwee·úhn lụhn
	biển	beẻ·uhn
dive v	*lặn*	lụhn
diving boat	*tàu lặn*	dòh lụhn
diving course	*lớp dạy lặn*	lérp zạy lụhn
night dive	*lặn vào buổi*	lụhn vòw boỏ·ee
	tối	dóy
wreck n	*tàu đắm*	dòh đúhm

hiking

đi bộ đường dài

Where can I ...?	*Tôi có thể ... ở đâu?*	doy ğó tẻ ... ẻr đoh
buy supplies	*mua đồ dùng*	moo·uh đàw zùm
	mang theo	maang tay·oo
find someone	*tìm người có*	dìm nguhr·eè ğó
who knows	*hiểu biết*	heé·oo bee·úht
this area	*về nơi này*	vè ner·ee này
get a map	*mua bản đồ*	moo·uh baản đàw
hire hiking	*thuê đồ đi*	twe đàw đee
gear	*đường xa*	đuhr·èrng saa

How ...?	*... bao nhiêu?*	... bow nyee·oo
high is the	*Leo núi này*	lay·oo noo·eé này
climb	*là cao*	laả ğow
long is the	*Đường mòn*	đuhr·èrng mòn
trail	*này dài*	này zaì
Which is the	*Lối đi nào*	lóy đee nòw
... route?	*là ...?*	laả ...
easiest	*dễ nhất*	zẽ nyúht
most	*thú vị nhất*	toó veẹ nyúht
interesting		
shortest	*ngắn nhất*	ngúhn nyúht
Is the track ...?	*Lối đi có ... không?*	lóy đee ğó ... kawm
(well) marked	*(nhiều) biển*	(nyee·oò) beẻ·uhn
	hướng dẫn	huhr·érng zũhn
open	*dễ đi*	zẽ đee
scenic	*thắng cảnh đẹp*	túhng ğaảng đạp

Do we need a guide?

*Chúng tôi có cần
người hướng dẫn không?*

júm doy ğó ğùhn
nguhr·eè huhr·éng zũhn kawm

Are there guided treks?

*Có người hướng dẫn
cho những chuyến
đường dài không?*

ğó nguhr·eè huhr·éng zũhn
jo nyũhrng jwee·úhn
đuhr·èrng zaì kawm

Are there any land mines in the area?

*Có mìn ở khu vực
này không?*

ğó mìn ẻr koo vụhrk
nàmy kawm

Is it safe?

Nó có an toàn không?

nó ğó aan dwaàn kawm

When does it get dark?

Khi nào thì trời tối?

kee nòw teè cher·eè dóy

Do we need to take …?	Chúng tôi có cần phải mang … không?	júm doy ğó ğùhn fai maang … kawm
bedding	tư trang	duhr chaang
food	thức ăn	túhrk uhn
water	nước uống	nuhr·érk oo·úhng

Where can I find the …?	Tôi có thể tìm … ở đâu?	doy ğó tẻ dìm … ẻr đoh
camping ground	nơi cắm trại	ner·ee ğúhm chại
nearest village	làng gần nhất	laàng gùhn nyúht
showers	chỗ tắm	jãw dúhm
toilets	nhà vệ sinh	nyaà vẹ sing

Where have you come from?
Bạn từ đâu về đây? bạan dùhr đoh vè đay

How long did it take?
Từ đó về đây là bao lâu? dùhr đó vè đay laà bow loh

Does this path go to …?
Đường mòn này có dẫn đến … không? đuhr·èrng mòn này ğó zũhn đén … kawm

Can I go through here?
Tôi có thể đi qua đây được không? doy ğó tẻ đee ğwaa đay đuhr·ẹrk kawm

Is there a hut?
Có nhà nhỏ ở đó không? ğó nyaà nyỏ ẻr đó kawm

Is the water OK to drink?
Nước có thể uống được không? nuhr·érk ğó tẻ oo·úhng đuhr·ẹrk kawm

---

not easy being green … or blue

The word *xanh* saang is used for both 'blue' and 'green', but to be clear, a few extra words make all the difference:

xanh da trời	saang zaa cher·eè	**blue (as the sky)**
xanh lá cây	saang laá ğay	**green (as leaves)**

beach

bãi biển

Where's the ... beach?	Bãi biển ... ở đâu?	baī beẻ·uhn ... ẻr đoh
best	đẹp nhất	đạp nyúht
nearest	gần nhất	ğùhn nyúht
nudist	khoả thân	kwaả tuhn
public	công cộng	ğawm ğạwm

How much for a/an ...?	Một cái ... bao nhiêu tiền?	mạwt ğaí ... bow nyee·oo dee·ùhn
chair	ghế	gé
hut	lều tranh	le·oò chaang
umbrella	ô/dù ⑩/⑤	aw/yoò ⑩/⑤

Is it safe to dive/swim here?
Có an toàn để lặn/bơi
ở đây không?
ğó aan dwaàn đẻ lụhn/ber·ee
ẹr đay kawm

What time is high/low tide?
Mấy giờ thuỷ triều
lên/xuống?
máy zèr twee̓ chee·oò
len/soo·úhng

Do we have to pay?
Có cần phải trả tiền
không?
ğó ğùhn faỉ chaả dee·ùhn
kawm

signs

Cấm Bơi	ğúhm ber·ee	**No Swimming**
Cấm Lao Xuống	ğúhm low soo·úhng	**No Diving**

weather

thời tiết

What's the weather like?
Thời tiết thế nào? ter·eè dee·úht té nòw

What will the weather be like tomorrow?
Thời tiết ngày mai ter·eè dee·úht ngày mai
như thế nào? nyuhr té nów

It's …	Trời …	cher·eè …
cloudy	*có mây*	ğó may
cold	*lạnh*	laạng
dry	*khô*	kaw
hot	*nóng*	nóm
raining	*mưa*	muhr·uh
sunny	*nắng*	núhng
warm	*ấm*	úhm
wet	*ẩm ướt*	ủhm uhr·ért
windy	*gió to*	zó do

Where can I	Tôi có thể	doy ğó tẻ
buy a/an …?	mua … ở đâu?	moo·uh … ẻr đoh
rain jacket	*áo mưa*	ów muhr·uh
umbrella	*cái ô*	ğái aw

dry season	*mùa khô*	moo·ùh kaw
monsoon season	*mùa mưa bão*	moo·ùh muhr·uh bõw
tsunami	*nạn nhân*	naạn nyuhn
	sóng thần	sóm tùhn
typhoon	*cơn bão*	ğern bõw
wet season	*mùa mưa*	moo·ùh muhr·uh

outdoors

147

flora & fauna

hoa & thực vật

What ... is that?	*Đó là loài … gì?*	đó laà lwài … zeè
animal	*động vật*	dạwm vụht
flower	*hoa*	hwaa
plant	*thực vật*	tụhrk vụht
tree	*cây*	ğay

Is it …?	*Nó có phải …* *không?*	nó ğó fai … kawm
common	*bình thường*	bìng tuhr·èrng
dangerous	*nguy hiểm*	ngwee heẻ·uhm
endangered	*quý hiếm*	ğweé hee·úhm
poisonous	*độc*	đawp
protected	*được bảo vệ*	đuhr·ẹrk bỏw vẹ

What's it used for?
Nó có những tác dụng gì?   nó ğó nyũhrng daák zụm zeè

Can you eat the fruit?
Quả này có ăn được   ğwaả này ğó uhn đuhr·ẹrk
không?   kawm

local plants & animals

bamboo	*cây tre*	ğay cha
mangrove forest	*rừng đước*	zùhrng đuhr·érk
orchid	*cây hoa lan*	ğay hwaa laan
pine	*cây thông*	ğay tawm
rhododendron	*cây đỗ quyên*	ğay đãw ğwee·uhn
rice field	*cánh đồng lúa*	ğaáng đàwm loo·úh
cobra	*rắn hổ mang*	zúhn hảw maang
	bành	baàng
crocodile	*cá sấu*	ğaá sóh
elephant	*con voi*	ğon voy
monkey	*con khỉ*	ğon keẻ
python	*con trăn*	ğon chuhn
tiger	*con hổ*	ğon hảw

basics

cơ bản

breakfast	*ăn sáng*	uhn saáng
lunch	*ăn trưa*	uhn chuhr·uh
dinner	*ăn tối*	uhn dóy
snack	*ăn nhẹ*	uhn nyạ
eat v	*ăn*	uhn
drink v	*uống*	oo·úhng
I'd like ...	*Tôi muốn ...*	doy moo·úhn ...
Please.	*Làm ơn.*	laàm ern
Thank you.	*Cám ơn.*	ğaám ern
I'm starving!	*Tôi đói dã man!*	doy dóy zaã maan

food around the clock

The traffic and street vendor calls make it obvious – the Vietnamese day starts early. Breakfast is usually taken before 8am. Crouch low and sit at tiny tables set up on a street corner for the morning rush, and order beef or chicken noodle soup (*phở bò/gà* fér bò/ğaà), the meal of choice. It's served with lemon (*chanh* jaang), bean sprouts (*giá* zaá), chilli (*ớt* ért) and various herbs (*rau* zoh). The soups and rice congees (*cháo* jów) of breakfast are served throughout the day and prove popular as late evening snacks.

Lunch is based around rice and a number of meat, fish and vegetable dishes. People often go home to eat, though cheap canteen-style lunches packed full of diners are everywhere to be found – look for *Quán Ăn Cơm* ğwaán uhn ğerm or *Cơm Bình Dân* ğerm bìng zuhn. At these restaurants, dishes offered are set out on display – simply choose what you'd like added to a steaming plate of rice.

The evening meal is similar to lunch, perhaps with an extra dish or two. Dessert is not so common, though you might be offered *rau câu* zoh ğoh (a jelly-like pudding made from agar-agar) or fresh fruit (*trái cây* chaí ğay).

finding a place to eat

Can you recommend a ...?	Bạn có thể giới thiệu một ... không?	bạan ğó tẻ zer·eé tee·oọ mạwt ... kawm
bar	quán bar	ğwaán baa
café	quán càfê	ğwaán ğaà·fe
restaurant	nhà hàng	nyaà haàng
rice-and-noodle shop	quán ăn bình dân	ğwaán uhn bìng zuhn

Where would you go for (a) ...?	Những chỗ hay để ... ở đâu?	nyũhrng jãw hay đẻ ... ẻr đoh
celebration	xem lễ hội	sam lẽ họy
cheap meal	ăn một bữa ré	uhn mạwt bũhr·uh zã
local specialities	đặc sản địa phương	đụhk saản đee·ụh fuhr·erng

I'd like to reserve a table for ...	Tôi muốn đặt bàn cho ...	doy moo·úhn đụht baàn jo ...
(two) people	(hai) người	(hai) nguhr·eè
(eight) o'clock	vào lúc (tám) giờ	vòw lúp (dúhm) zèr

I'd like a/the ...	Xin cho tôi ...	sin jo doy ...
children's menu	thực đơn cho trẻ em	tụhrk đern jo chả am
drink list	thực đơn đồ uống	tụhrk đern đàw oo·úhng
half portion	một nửa xuất	mạwt nủhr·uh swúht
menu (in English)	thực đơn (bằng tiếng Anh)	tụhrk đern (bùhng dee·úhng aang)
nonsmoking section	bàn trong khu không hút thuốc	baàn chom koo kawm hút too·úhk
smoking section	bàn có hút thuốc	baàn ğó hút too·úhk
table for (five)	một bàn cho (năm) người	mạwt baàn jo (nuhm) nguhr·eè

Are you still serving food?
Bạn còn bán hàng không?   bạạn gòn baán haàng kawm

How long is the wait?
Phải đợi bao nhiêu lâu?   fai đer·ẹẹ bow nyee·oo loh

listen for ...

Đóng cửa rồi.	đóm gủhr·uh zòy	**We're closed.**
Hết bàn rồi.	hét baàn zòy	**We're full.**
Đợi một lát.	der·ẹẹ mạwt laát	**One moment.**
Bạn muốn	bạạn moo·úhn	**Where would**
ngồi ở đâu?	ngòy èr đoh	**you like to sit?**
Bạn muốn	bạạn moo·úhn	**What can I**
ăn gì?	uhn zeè	**get for you?**
Thưa đây!	tuhr·uh đay	**Here you go!**
Chúc ngon miệng.	júp ngon mee·ụhng	**Enjoy your meal.**

restaurant

nhà hàng

What would you recommend?
Bạn có giới thiệu   bạạn gó zer·eé tee·ọọ
những món gì?   nyũhrng món zeè

What's in that dish?
Có những gì ở trong   gó nyũhrng zeè èr chom
cái đĩa kia?   gái đeẽ·uh gee·uh

What's that called?
Món đó tên gì?   món đó den zeè

I'll have that.
Tôi chọn món đó.   doy jọn món đó

Does it take long to prepare?
Món đó có mất thời   món đó gó múht ter·eè
gian để làm không?   zaan đé laàm kawm

Is it self-serve?
Có thể tự phục vụ không?   gó tẻ dụhr fụp vọọ kawm

Is there a cover charge?
   Có phải mất tiền   ğó fai múht dee·ùhn
   vào cửa?   vòw ğúhr·uh

Is service included in the bill?
   Tiền boa có cộng   dee·ùhn bo·uh ğó ğạwm
   vào hoá đơn?   vòw hwaá đern

Are these complimentary?
   Cái này có khuyến   ğái này ğó kwee·úhn
   mại không?   mại kawm

I'd like it	*Tôi muốn ăn*	doy moo·úhn uhn
with …	*nó với …*	nó ver·eé …
I'd like it	*Tôi muốn ăn*	doy moo·úhn uhn
without …	*nó không có …*	nó kawm ğó …
butter	*bơ*	ber
chilli (sauce)	*(tương) ớt*	(duhr·erng) ért
garlic	*tỏi*	dỏy
ketchup	*sốt cà chua*	sáwt ğaà joo·uh
MSG	*mì chính*	meè jíng
nuts	*hạt lạc*	haạt laạk
oil	*dầu ăn*	zòh uhn
pepper	*hạt tiêu*	haạt dee·oo
salt	*muối*	moo·eé
tomato sauce	*tương cà chua*	duhr·erng ğaà juhr·uh
vinegar	*dấm*	zúhm

For other specific meal requests, see **vegetarian & special meals**, page 163.

---

listen for …

Bạn có thích …?
   baạn ğó tík …   **Do you like …?**

Tôi đề nghị …
   doy đè ngyeẹ …   **I suggest the …**

Bạn muốn nó nấu như thế nào?
   baạn moo·úhn nó   **How would you like**
   nóh nyuhr té nòw   **that cooked?**

I'd like (a/the) ...	Tôi muốn ...	doy moo·úhn ...
chicken	ăn thịt gà	uhn tịt gaà
local speciality	món đặc sản địa phương	món đụhk saản đee·ụh fuhr·erng
meal fit for a king	một bữa đàng hoàng	mạwt būhr·uh đaang hwaàng
menu	thực đơn	tụhrk dern
sandwich	bánh sandwich	baáng saan·wit
that dish	món kia	món ğee·uh

---

look for ...

Phở	fẻr	Flat rice noodles
Bún	bún	Thin rice noodles
Mì	meè	Yellow egg noodles
Canh	ğaang	Soups
Cơm	ğerm	Rice dishes
Món thịt gà	món tịt gaà	Chicken dishes
Món thịt bò	món tịt bò	Beef dishes
Món thịt lợn/heo ⑧/⑤	món tịt lẹrn/hay·oo ⑧/⑤	Pork dishes
Món hải sản	món hai saản	Seafood dishes
Sa lát	saa laát	Salads
Món tráng miệng	món chaáng mee·ụhng	Desserts
Đồ uống	đàw oo·úhng	Drinks
Nước ngọt	nuhr·érk ngọk	Soft Drinks
Rượu	zee·oọ	Spirits
Bia	bee·uh	Beers
Rượu vang có ga	zee·oọ vaang ğó gaa	Sparkling Wines
Rượu vang trắng	zee·oọ vaang chaáng	White Wines
Rượu vang đỏ	zee·oọ vaang đỏ	Red Wines

For more words you might find on a menu, see the **culinary reader**, page 165.

at the table

Please bring (a/the) …	*Xin mang …*	sin maang …
bill	*hoá đơn*	hwaá đern
cloth	*khăn trải bàn*	kuhn chai baàn
(wine)glass	*một ly (rượu)*	mạwt lee (zee·oọ)
serviette	*một khăn ăn*	mạwt kuhn uhn

This is …	*Món này …*	món này …
(too) cold	*(quá) lạnh*	(ğwaá) laạng
spicy	*cay quá*	ğay ğwaá
superb	*tuyệt ngon*	dwee·ụht ngon

I didn't order this.
Tôi không gọi món này.   doy kawm gọy món này

There's a mistake in the bill.
Có sự nhầm lẫn trên hoá đơn.   ğó sụhr nyùhm lũhn chen hwaá đern

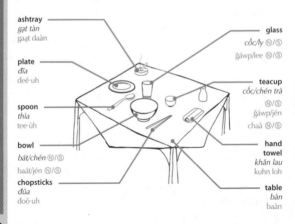

ashtray
gạt tàn
ğạt daàn

plate
đĩa
đeẽ·uh

spoon
thìa
tee·ùh

bowl
bát/chén Ⓝ/Ⓢ
baát/jén Ⓝ/Ⓢ

chopsticks
đũa
đoõ·uh

glass
cốc/ly Ⓝ/Ⓢ
ğáwp/lee Ⓝ/Ⓢ

teacup
cốc/chén trà
Ⓝ/Ⓢ
ğáwp/jén Ⓝ/Ⓢ
chaà Ⓝ/Ⓢ

hand towel
khăn lau
kuhn loh

table
bàn
baàn

talking food

trò chuyện về thức ăn

I love this dish.
Món này ngon thế.   món này ngon té

I love the local cuisine.
Tôi rất thích những   doy zúht tík nhũhrng
món ăn ở đây.   món uhn ẻr đay

That was delicious!
Ngon tuyệt!   ngon dwee·ụht

My compliments to the chef.
Đầu bếp thật tài ba.   đòh bép tụht dài baa

I'm full.
Tôi no rồi.   doy no zòy

methods of preparation

phương pháp nấu ăn

I'd like it ...	*Tôi thích nó ...*	doy tík nó ...
I don't want it ...	*Tôi không thích nó ...*	doy kawm tík nó ...
boiled	*luộc*	loo·ụhk
broiled	*nướng*	nuhr·érng
deep-fried	*rán kỹ*	zaán ğeẽ
fried	*rán*	zaán
grilled	*nướng vỉ*	nuhr·érng veẻ
mashed	*nghiền*	nghyee·ùhn
medium	*vừa*	vuhr·ùh
rare	*tái*	daí
reheated	*làm nóng lại*	laàm nóm lại
steamed	*hấp*	húhp
well-done	*nhừ*	nyùhr
without ...	*không có ...*	kawm ğó ...

bò bia　　　　bò bee·uh　　　mini rice-paper rolls

These are filled with white radish, Chinese pork sausage, dried prawns and herbs. They're eaten with a rich dark sauce, laced with chilli and dried onions. Find a cart (perhaps by a park) and order them by the plateful!

bánh ngọt　　　baáng ngọt　　　cake

As you'd expect, there's an obvious French influence on Vietnamese cakes and pastries, from brioche-like croissants to light sponge cakes. Vendors push their cake carts around at all times of the day.

trái cây　　　　chaí ğay　　　fruit

Don't miss a refreshing fruit fix from one of the refrigerated-with-a-block-of-ice carts that get around every town and city. Popular favourites include mango (*xoài* swaì), watermelon (*dưa hấu* zuhr·uh hóh), pineapple (*dứa* zuhr·ùh), water apple (*mận* mụhn), pomelo (*bưởi* búhr·ee) and papaya (*đu đủ* doo đoỏ). Look out for the little dipping bag of chilli and salt (*ớt và muối* ért vaà moo·eé) which traditionally accompanies fresh fruit – a little strange, but possibly addictive. You're guaranteed to find a cart outside schools around 11am on school days.

nonalcoholic drinks

đồ uống

boiled water	*nước sôi*	nuhr·érk soy
hot water	*nước nóng*	nuhr·érk nóm
orange juice	*nước cam*	nuhr·érk ğaam
soft drink	*nước ngọt*	nuhr·érk ngọk
sparkling mineral water	*nước sô-đa*	nuhr·érk saw·đaa
still mineral water	*nước suối*	nuhr·érk soo·eé

(cup of) coffee …	(một cốc) cà phê …	(mạwt ğắwp) ğaà fe …
(cup of) tea …	(một cốc) trà …	(mạwt ğắwp) chaà …
with milk	có sữa	ğó sũhr·uh
without milk	không sữa	kawm sũhr·uh
without sugar	không có đường	kawm ğó đuhr·èrng
with sugar	có đường	ğó đuhr·èrng

coffee time

Vietnamese coffee is a notoriously strong brew and, mixed with the high-sugar hit from a whack of condensed milk, a caffeine buzz is inevitable. Don't bother asking for it strong (*mạnh* maạng). You can try asking for it weak (*nhẹ* nyạ), but it's likely to get you bouncing all the same.

… coffee	cà phê …	ğaà fe …
black	đen	đan
iced black	đá	đaá
iced white	sữa đá	sũhr·uh đaá
strong	loại mạnh	lwại maạng
white	sữa	sũhr·uh

alcoholic drinks

các loại rượu

brandy	rượu branđi	zee·oọ braan·đee
champagne	rượu sâm banh	zee·oọ suhm baang
cocktail	côctai	ğawk·tai
a shot of …	một ngụm rượu …	mạwt ngụm zee·oọ …
gin	gin	jin
rum	rom	zom
tequila	têquila	te·kee·laa
vodka	vốtka	váwt·ğaa
whisky	uytky	wit·ğee

a bottle/glass	một chai/cốc	mạwt jai/ğáwp
of ... wine	rượu vang ...	zee·oọ vaang ...
dessert	tráng miệng	chaáng mee·ụhng
red	đỏ	đỏ
sparkling	có ga	ğó gaa
white	trắng	chaáng
a ... of beer	một ... bia	mạwt ... bi·uh
glass	cốc/ly ⑩/⑤	ğáwp/lee ⑩/⑤
jug	bình	bìng
large bottle	chai to	jai do
small bottle	chai nhỏ	jai nyỏ

local drinks

bia tươi/	bee·uh duhr·ee/	draught beer
hơi ⑩/⑤	her·ee ⑩/⑤	
nước dừa	nuhr·érk zuhr·ùh	coconut milk
nước mía	nuhr·érk mee·úh	sugar-cane juice
rượu nếp	zee·oọ nép	rice wine
rượu rắn	zee·oọ zúhn	snake wine

in the bar

tại quán bar

Excuse me!
Xin lỗi!   sin lõy

I'm next.
Đã đến lượt của tôi.   đaã đén luhr·ẹrt ğoó·uh doy

I'll have ...
Cho tôi ...   jo doy ...

Same again, please.
Cho một cái nữa.   jo mạwt ğaí nũhr·uh

No ice, thanks.
Đừng cho đá vào.   đùhrng jo đaá vòw

I'll buy you a drink.
*Cho tôi mua một
ly rượu cho bạn.*
jo doy moo·uh mạwt
lee zee·oọ jo bạạn

What would you like?
Bạn thích uống gì?
bạạn tík oo·úhng zeè

I don't drink alcohol.
*Tôi không biết uống
rượu.*
doy kawm bee·úht oo·úhng
zee·oọ

It's my round.
*Đến lượt của tôi,
tôi phải trả.*
đén luhr·ẹrt ğoỏ·uh doy
doy fai chaả

How much is that?
Cái đó bao nhiêu?
ğaí đó bow nyee·oo

Do you serve meals here?
*Có phục vụ đồ ăn
ở đây không?*
ğó fụp voọ đàw uhn
ẻr đay kawm

Bạn uống gì?	bạạn oo·úhng zeè	**What are you having?**
Bạn đã uống quá nhiều rồi.	bạạn đaã oo·úhng ğwaá nyee·oò zòy	**I think you've had enough.**
Bạn say lấm rồi!	bạạn say lúhm zòy	**You're drunk!**

drinking up

uống mừng

A common toast you'll hear around drinking establishments is *Trăm phần trăm!* chuhm fùhn chuhm (lit: hundred percent), which is a call to empty your glass in one go.

Cheers!
Chúc sức khoẻ! — júp súhrk kwả

This is hitting the spot.
Uống cái này ngon lắm! — oo·úhng ğaí này ngon lúhm

I feel fantastic!
Tôi thấy mình vui vui! — doy táy mìng voo·ee voo·ee

I think I've had one too many.
Tôi đã uống quá nhiều rượu rồi. — doy đaã oo·úhng ğwaá nyee·oò zee·oọ zòy

I'm drunk.
Tôi say rồi. — doy say zòy

Where's the toilet?
Nhà vệ sinh ở đâu? — nyaà vẹ sing ẻr đoh

I'm tired, I'd better go home.
Tôi mệt rồi, tốt nhất là đi về thôi. — doy mẹt zòy dawt nyúht laà đee vè toy

I don't think you should drive.
Bạn không nên lái xe. — bạạn kawm nen laí sa

Can you call a taxi for me?
Bạn có thể gọi taxi cho tôi được không? — bạạn ğó tẻ gọy dúhk·see jo doy đuhr·ẹrk kawm

buying food

mua đồ ăn

What's the local speciality?
Có những đặc sản gì ở đây?
ğó nhũhrng đụhk saản zeè ẻr đay

What's that?
Cái đó là cái gì?
ğaí đó laà ğaí zeè

Can I taste it?
Tôi có thể ăn thử được không?
doy ğó tẻ uhn túhr duhr·ẹrk kawm

How much is a kilo of (rice)?
Một cân (gạo) là bao nhiêu?
mạwt ğuhn (gọw) laà bow nyee·oo

Can I have a bag, please?
Cho tôi xin một cái túi?
jo doy sin mạwt ğaí doo·eé

I don't need a bag, thanks.
Tôi không cần bao.
doy kawm ğùhn bow

I'd like …	*Cho tôi …*	jo doy …
(200) grams	*(hai trăm) gam*	(hai chuhm) gaam
(two) kilos	*(hai) cân*	(hai) ğuhn
(three) pieces	*(ba) cái*	(baa) ğaí
a bottle	*một chai*	mạwt jai
a dozen	*một tá*	mạwt daá
a packet	*một gói*	mạwt góy
a tin	*một hộp*	mạwt hạwp
this/that one	*cái này/đó*	ğaí này/đó

listen for …

Bạn muốn mua gì? bạan moo·úhn moo·uh zeè	**What would you like?**
Hết rồi. hét zòy	**There isn't any.**

Less.	Ít hơn.	ít hern
A bit more.	Một chút nữa.	mạwt júp nhủr·uh
Enough.	Đủ rồi.	đoỏ zòy

Do you have …?	Bạn có … không?	baạn ğó … kawm
anything cheaper	cái gì rẻ hơn	ğaí zeè zả hern
other kinds	những loại khác	nhũhrng lwại kaák

Where can I find the … section?	Cho tôi biết chỗ bán … ở đâu?	jo doy bee·úht jãw baán … ér đoh
dairy	đồ sữa	đàw sũhr·uh
frozen goods	đồ ướp lạnh	đàw uhr·érp laạng
fruit and vegetable	rau và hoa quả	zoh vaà hwaa ğwaả
meat	thịt	tịt
seafood	đồ biển	đàw beé·uhn

cooking utensils

đồ dùng nấu ăn

I need a …	Tôi cần một …	doy ğùhn mạwt …
chopping board	cái thớt	ğaí tért
frying pan	cái chảo rán	ğaí jỏw zaán
knife	con dao	ğon zow

For more cooking implements, see the **dictionary**.

how would you like that?		
cooked	nấu sẵn	nóh sũhn
cured	ướp muối	uhr·érp moo·eé
dried	khô	kaw
fresh	tươi	duhr·ee
fried	rán	zaán
frozen	ướp lạnh	uhr·érp laạng
raw	sống	sáwm
smoked	hun khói	hun kóy

ordering food

gọi thức ăn

Asking if something contains gluten or caffeine will more than likely get a blank look, particularly outside of restaurants catering to foreigners. It's best to work out beforehand which foods might have such elements and avoid them.

Is there a vegetarian restaurant near here?
Có nhà hàng đồ chay
nào gần đây không?
ģó nyaà haàng đàw jay
nòw gùhn đay kawm

Is it cooked in/with …?
Có … ở trong đó không?
ģó … ẻr chom đó kawm

Do you have … food?	*Bạn có làm món gì theo luật … không?*	bạan ģó laàm món zeè tay·oo loo·uht … kawm
halal	*Hồi giáo*	hòy zów
kosher	*Do Thái*	zo taí
Could you prepare a meal without …?	*Bạn có thể chuẩn bị những món không có … được không?*	bạan ģó tẻ joỏ·uhn beẹ nhũhrng món kawm ģó … đuhr·ẹrk kawm
butter	*bơ*	ber
eggs	*trứng*	chúhrng
fish stock	*nước hầm xương cá*	nuhr·érk hùhm suhr·erng gaá
meat	*thịt đỏ*	tịt đỏ
meat stock	*nước hầm xương thịt*	nuhr·érk hùhm suhr·erng tịt
MSG	*mì chính*	meè jíng
oil	*dầu ăn*	zòh uhn
pork	*thịt lợn/heo* ⊗/⑤	tịt lẹrn/hay·oo ⊗/⑤
poultry	*thịt gà hay vịt*	tịt gaà hay vịt

Is this …?	Cái này có … không?	ğaí này ğó … kawm
free-range (chicken)	phải là (gà) ta	faí laà (gaà) da
genetically modified	dùng thực phẩm biến đổi gen	zùm tụhrk fůhm bee·úhn đỏy jen
low-fat	ít chất béo	ít júht bay·oó
low in sugar	ít đường	ít đuhr·èrng
organic	phải là rau trồng hữu cơ	faí laà zoh chòm hũhr·oo ğer

special diets & allergies

ăn kiêng & dị ứng

I'm on a special diet.
Tôi đang theo chế
độ ăn kiêng.
doy đaang tay·oo jé
đạw uhn ğee·uhng

I'm a vegan/vegetarian.
Tôi là người ăn chay.
doy laà nguhr·eè uhn jay

I'm allergic to …	Ăn … làm cho tôi bị dị ứng nặng.	uhn … laàm jo doy beẹ zeẹ úhrng nụhng
dairy produce	đồ làm từ sữa	đàw laàm dùhr sũhr·uh
eggs	trứng	chúhrng
gelatine	chất giêlatin	júht ze·laa·teen
gluten	chất glutên	júht gloo·ten
honey	mật ong	mụht om
MSG	mì chính	meè jíng
nuts	các loại hạt	ğaák lwaị haạt
peanuts	hạt lạc	haạt laạk
seafood	đồ biển	đàw beẻ·uhn
shellfish	tôm cua sò hến	dawm ğoo·uh sò hén

culinary reader
thức ăn việt nam

This miniguide to Vietnamese cuisine lists both dishes and ingredients. It's designed to help you get the most out of your gastronomic experience by providing you with food terms that you may see on menus and in markets. The words are listed according to the Vietnamese alphabetical order (see the alphabet box below). The order of tone marks on the same vowel is: a, á, à, ả, ã, ạ. When we've given both the northern and the southern translation of a word, the two options are marked as Ⓝ and Ⓢ (for more details on regional variations, see **pronunciation**, page 15).

vietnamese alphabet

A a aa	Ă ă uh	Â â uh	B b be	C c se	D d ze	Đ đ de	E e a	Ê ê e
G g zhe	H h haat	I i ee	K k ğaa	L l e·luh	M m e·muh	N n e·nuh	O o o	Ô ô aw
Ơ ơ er	P p be	Q q koo	R r e·ruh	S s e·suh	T t de	U u u	Ư ư uhr	V v ve
X x ek·suh	Y y ee·gret							

A

anh đào aang đòw *cherry*
anh túc aang dúp *poppy seed*

B

bánh baáng *bread · bun · cake · pie pastry*
bánh chay baáng jay *boiled dumpling*
bánh chưng baáng juhrng
   rice cake – boiled dumpling of glutinous rice wrapped in bamboo leaves
bánh cốm baáng ğáwm
   green sticky rice cake
bánh cuốn baáng ğoo·úhn
   steamed roll made of rice flour
bánh dày baáng zày *rice cake*
bánh đa baáng đaa
   rice pancake · rice wafer

bánh giò baáng zò *meat pie*
bánh hấp baáng húhp *dumpling*
bánh hỏi baáng hoi *rice vermicelli*
bánh Hue baáng hwé *rice-flour pudding stuffed with minced shrimp*
bánh kẹp baáng ğẹp *pancake*
bánh khoai baáng kwai
   sweet-potato cake · sweet-potato crepe
bánh mì baáng meè *bread*
bánh mì kẹp baáng meè ğẹp *sandwich*
bánh mì nướng baáng meè nuhr·érng *toast*
bánh mì thịt baáng meè tịt
   meat (usually pork) roll with vegetables
bánh nậm baáng nụhm *sweet cake*
bánh ngô non baáng ngaw non
   steamed bread made of corn flour
bánh ngọt baáng ngọt *cake*
bánh nướng baáng nuhr·érng *pastry*
bánh phở baáng fér *flat rice noodles*

bánh phồng tôm baáng fòm dawm
 prawn crackers • shrimp chips
bánh tráng baáng chaáng rice paper
bánh tráng nem baáng chaáng nam
 rice wrapper
bánh tro baáng cho
 sweet cake made with the pits of
 Japanese lily fruit, water, lime & rice
bánh ướt baáng uhr·ért
 rice-noodle sheets usually cut up into
 thin strands for soups & stir-fries
bánh xèo baáng say·oò
 cross between an omelette & a crepe,
 filled with pork & prawns & wrapped
 in lettuce
bánh xừng bò baáng sùhrng bò croissant
bào ngư bòw nguhr abalone
bạch hà baạk haà mint • peppermint
bạch tuột baạk doo·ụht octopus
bắp búhp corn
bắp cải tàu búhp gaỉ dòh Chinese cabbage
bắp chuối búhp joo·eé banana blossom
bắp non búhp non baby corn
bắp rang búhp zaang popcorn
bia bee·uh beer
bia tươi/hơi ⑧/⑤ bi·uh duhr·ee/her·ee
 draught beer
bí beé squash
bí xanh beé saang courgette • zucchini
bò lá lốt bò laá láwt minced beef
 wrapped in betel leaves & char-grilled
bông cải xanh bawm gaỉ saang broccoli
bộ lòng baạw lòm offal
bột cà ri baạwt gaà ree curry powder
bột lúa mì baạwt loo·úh meè
 wholewheat flour
bột mì baạwt meè flour
bơ ber butter • margarine
bún bún rice vermicelli
bún bò bún bò
 rice noodles with braised beef & chilli
bún bò Huế bún bò hwé
 rice vermicelli soup with beef & chilli
bún ốc bún áwp
 rice noodles with cooked snail meat
bưởi búhr·ee pomelo

C

cam thảo ğaam tỏw liquorice
canh ğaang soup
canh chua cá ğaang joo·uh ğaá
 hot & sour fish soup
cá ğaá fish
cá hồi ğaá hòy salmon
cá mòi ğaá mòy sardine
cánh gà chiên ğaáng gaà jee·uhn
 fried chicken wings
cá quả hấp với bia xga gía vị ğaá ğwaả
 húhp ver·eé beẹ·uh zoh zaá veẹ
 rock fish steamed in beer & seasoned
cà chua ğaà joo·uh tomato
càfê ğaà·fe coffee
càfê đá ğaà·fe đaá iced black coffee
càfê đen ğaà·fe đan black coffee
càfê sữa ğaà·fe sũhr·uh white coffee
càfê sữa đá ğaà·fe sũhr·uh đaá
 iced white coffee
cà ri ğaà ree curry
cà tím ğaà dím aubergine • eggplant
cải bắp gaỉ báhp cabbage
cải bẹ trắng gaỉ bẹ chúhng bok choy
cải bru xen gaỉ broo san Brussels sprout
cải hoa gaỉ hwaa cauliflower
cải tàu gaỉ dòw mustard greens
cải xanh gaỉ saang cabbage
chanh vàng jaang vaàng lemon
chanh xanh jaang saang lime
chay jay vegetarian a
cháo jów congee (rice porridge)
chả cá jaả ğaá fish paste • fried fish
chả cá lã vọng jaả ğaá laã vọm
 fried fish cooked with noodles & spring
 onions in a charcoal brazier
chả giò jaả zò fried spring rolls wrapped
 in a lettuce leaf with various herbs &
 dipped in nước chấm
chả lụa jaả loo·ụh ground pork sausage
chạo tôm jọw dawm minced shrimp
 wrapped around a piece of sugar cane
chân juhn leg
chân gà juhn gaà chicken feet/legs

chè jà *tea · dessert usually made from legumes*

chè bánh trôi jà baáng choy *pudding made of large & small round balls eaten with sweet sauce – the large balls are stuffed with cooked green beans*

chè thái jà taí *'Thai pudding' – tapioca pudding with banana & coconut cream*

chè trôi nước jà choy nuhr-érk *sweet pudding*

chim bồ câu jim bàw ğoh *pigeon*

chim cút jim ğút *quail*

chôm chôm jawm jawm *rambutan*

chuối joo-eé *banana*

con cá trích ğon ğaá chík *herring*

con mực ğon muhrk *squid*

con sò lò ğon sò lò *scallop*

cơm ğerm *meal · rice*

cơm chiên ğerm jee-uhn *fried rice*

cơm hương giang ğerm huhr-erng zaang *Hue rice with vegetables*

cua ğoo-uh *crab*

củ cà rốt ğoó ğaà ráwt *carrot*

củ cải ğoó ğai *turnip*

củ cải đỏ ğoó ğai đỏ *radish*

củ cải trắng ğoó ğai chúhng *daikon · turnip*

củ dền ğoó zèng *beetroot*

củ đậu ğoó đọh *jicama (brown-skinned root vegetable)*

củ hành ğoó hàang *onion*

củ kiệu ğoó ğee-oo *leek*

củ kiệu chua ğoó ğee-oo joo-uh *pickled shallots*

củ sen ğoó san *lotus root*

cừu ğuhr-oò *lamb*

D

dạ dày zaạ zày *tripe*

dâu zoh *berries*

dâu tầm zoh dùhm *mulberry*

dâu tây zoh day *strawberry*

dâu tím zoh dím *raspberry*

dấm zúhm *vinegar*

dầu zòh *oil*

dầu hào zòh hòw *oyster sauce*

dầu mè zòh mà *sesame oil*

dồi tiết zòy dee-úht *'blood pudding' – coagulated blood cubes (often in Hue-style noodle soup – bún Bò Huế)*

dưa zuhr-uh *melon*

dưa chuột zuhr-uh joo-ụht *cucumber*

dưa chuột xanh zuhr-uh joo-ụht saang *gherkin*

dưa đỏ zuhr-uh đỏ *cantaloupe*

dưa hấu zuhr-uh hóh *watermelon*

dưa leo zuhr-uh lay-oo *cucumber*

dưa vàng zuhr-uh vaàng *rockmelon*

dưa xanh zuhr-uh saang *chayote · choko*

dứa zuhr-úh *pineapple*

dừa zuhr-ùh *coconut*

Đ

đào đòw *peach*

đậu bắp đọh búhp *okra*

đậu đen đọh đan *black bean*

đậu đỏ đọh đỏ *red kidney bean*

đậu đũa đọh đõo-uh *long bean*

đậu đũa ngắn đọh đõo-uh ngúhn *snap pea*

đậu hòa lan xanh đọh hwaà laan saang *snow pea*

đậu hũ đọh hoõ *bean curd · tofu*

đậu lăng đọh luhng *lentil*

đậu nành đọh naàng *soya bean*

đậu phọng đọh fọm *groundnut · peanut*

đậu phụ đọh foọ *see đậu hũ*

đậu que đọh ğwa *string bean*

đậu tầm đọh dùhm *broad bean*

đậu tây đọh day *haricot bean*

đậu thân leo đọh tuhn lay-oo *runner bean*

đậu trắng đọh chaáng *butter bean*

đậu vườn tươi đọh vuhr-èrn duhr-ee *fresh garden pea*

đậu xanh đọh saang *mung bean*

đinh hương ding huhr-erng *clove*

đu đủ đoo đoỏ *papaya · pawpaw*

đùi lợn muối đoo-eè lẹm móy *ham*

đường đuhr-èrng *sugar*

Ê

ếch ék frog

G

gan gaan liver
gà gaà chicken
gà lôi gaà loy pheasant
gà tây gaà day turkey
gạo gow uncooked rice
gia cầm zaa ğùhm poultry
giá zaá bean sprouts
gỏi cuốn goỉ ğoo·úhn fresh rice-paper rolls
gỏi ngó sen goỉ ngó san lotus stem salad
gừng gùhrng ginger

H

hải sản haí saán seafood
hạt điều hạt đee·oò cashew
hạt sen hạt san lotus seed
heo rừng hay·oo zùhrng wild boar
hẹ tây hạ day shallot onion
hến hén mussel
hồng hàwm persimmon
hột dẻ hạwt zẻ chestnut
hột vịt lộn hạwt vịt lạwn boiled duck egg

K

kem ğam cream • ice cream
kẹo ğay·oọ candy • lollies • sweets
khế ké star fruit
khoai lang kwai laang sweet potato
khoai mì kwai meè cassava • manioc
khoai môn kwai mawn taro root
khoai tây kwai day potato
khoai tây chiên kwai day jee·uhn
    chips • fries
khô bò kaw bò beef jerky
khổ qua kảw ğwaa bitter melon (also
    called mướp đắng)

L

lá lốt laá láwt betel leaf
lạp xưởng laap suhr·ẻrng
    sweet Chinese pork sausage
lẩu lỏh hotpot
lẩu dê lỏh ze lamb or goat hotpot
lẩu lươn lỏh luhr·ern eel hotpot
lê le pears
lòng lòm giblets • offal
lươn luhr·ern eel

M

măng cầu maăng ğòh custard apple
mắm nêm múhm nem anchovy sauce
mắm ruốc múhm roo·úhk shrimp sauce
măng muhng bamboo shoots
măng cụt muhng ğụt mangosteen
măng tây muhng day asparagus
mận mụhn plum
mật ong mụht om honey
me ma tamarind
men man yeast
mè mà sesame seeds
miến mee·úhn vermicelli
mía mee·úh sugar cane
mì meè noodles
mì ống meè áwm pasta
mít mít jackfruit
món ăn nhẹ món uhn nyạ snack
mơ mer apricot
mỡ lợn mér lẹrn (pork) lard
muối moo·eé salt
mù tạc moò dạak mustard
mướp đắng muhr·érp đúhng bitter melon
    (also called khổ qua)
mực mụhrk squid
mực khô mụhrk kaw dried squid
mứt múhrt
    jam • sugared dried fruits & vegetables
mứt mận khô múhrt mụhn kaw prune

N

nấm núhm *mushrooms*

nấm hương núhm huhr·erng
Chinese black mushrooms

nấm núhm may·oo *tree ear mushrooms*
– *also called 'cloud ears' or 'wood ears'*

nấm rơm núhm zerm *straw mushrooms*

nem nam *ground pork sausage (cold
meat often used in sandwiches)*

nem nướng nam nuhr·érng *grilled meat-
balls eaten with rice noodles & fish sauce*

nem rán nam zaán
spring rolls (north Vietnam)

ngô ngaw *corn*

ngỗng ngãwm *goose*

nhãn nyuhn *longan*

nho nyo *grapes*

nước nuhr·èrk *water*

nước cam nuhr·érk ğaam *orange juice*

nước chấm nuhr·èrk júhm
*dipping sauce made from fish sauce,
sugar, lime juice & chilli*

nước dừa nuhr·èrk zuhr·ùh *coconut milk*

nước mắm nuhr·èrk múhm *fish sauce*

nước mía zee·oo mee·úh *sugar-cane juice*

nước ngọt nuhr·èrk ngok *soft drink*

nước tương nuhr·èrk duhr·erng *soy sauce*

nước sô-đa nuhr·èrk saw·đaa
sparkling mineral water

nước suối nuhr·èrk soo·eé
still mineral water

Ô

ô mai aw mai *apricots (or other small
fruits) preserved in salt, licorice & ginger*

ốc áwp *snails*

ốc cuốn chả áwp ğoo·úhn jaá *rolled snails*

ốc hấp bia áwp húhp bee·uh
snails cooked with beer

ốc xào cả võ áwp sòw ğaả võ
stir-fried snails (still in their shells)

ổi ảw·ee *guava*

Ơ

ớt ért *chilli*

ớt hiểm ért heẻ·uhm
'bird's eye chilli' – small, fiery chilli

ớt ngọt ért ngok *capsicum*

ớt xanh ért saang
green capsicum • pepper (sweet)

P

phó mát fó maát *cheese*

phòng phong fòm fom *parsnip*

phở fér *noodle soup usually served with
beef or chicken*

phở bò fér bò *noodles served with beef*

phở gà fér ğaà *noodles served with
chicken*

Q

quả/trái bơ Ⓝ/Ⓢ ğwaá/chaí ber *avocado*

quít ğwít *mandarin • tangerine*

R

rau cải ngọt tây zoh ğaí ngok day *spinach*

rau má zoh maá *pennywort*

rau muống zoh moo·úhng *water spinach*

rau mùi Ⓝ zoh moo·eè *cilantro • coriander*

rau ngò Ⓢ zoh ngò *spinach*

rau sống zoh sáwm *vegetables*

rau xanh zoh saang *greens*

rau xà lách zoh zaà laák *lettuce • salad*

râu giấm zoh zúhm *pickles*

rượu zee·oo *wine*

rượu cần zee·oo ğùhn *mild rice wine
drunk with a straw from the jar it's
brewed in*

rượu cồn zee·oo ğàwn *spirits*

rượu nếp zee·oo ğàwn *rice wine*

rượu rắn zee·oo zúhn *'snake wine' – rice
wine with a pickled snake floating in it*

rượu sâm banh zee·oọ suhm baang champagne

rượu vang có ga zee·oọ vaang ğố gaa sparkling wine

rượu vang đỏ zee·oọ vaang đỏ red wine

rượu vang trắng zee·oọ vaang chaáng white wine

S

sa lát saa laát salad

sà lách son saà laák son watercress

sầu riêng sòh zee·uhng durian

sò sò mussel • oyster

sô cô la saw ğaw laa chocolate

sữa sũhr·uh milk

sữa chua sũhr·uh joo·uh yogurt

sữa đậu nành sũhr·uh đọh naàng soy milk

sữa tươi không béo sũhr·uh duhr·ee kawm bay·oó skim milk

sườn suhr·èrn ribs

T

táo dów apple

thận tụhn kidney

thì là teè·laà fennel

thịt bê tịt be veal

thịt bò tịt bò beef

thịt chó tịt jó dog meat

thịt cừu tịt ğuhr·oò lamb

thịt heo hun khói tịt hay·oo hun kóy bacon

thịt kho nước dừa tịt ko nuhr·érk zuhr·ùh pork braised in coconut milk

thịt lợn/heo ⑧/ⓢ tịt lẹrn/hay·oo pork

thịt nướng tịt nuhr·érng grilled meat

thịt rắn tịt zứhn snake meat

thỏ tỏ rabbit

tiêu dee·oo pepper (spice)

tỏi dỏi garlic

tôm dawm shrimp

tôm đất dawm đúht crayfish

tôm hùm dawm hùm lobster

tôm khô dawm kaw dried shrimp

tôm to dawm do prawn

tôm xào hành nấm dawm sòw haàng núhm shrimp with mushrooms

trái bí đỏ chaí beé đỏ pumpkin

trái bưởi tây chaí bủhr·ee day grapefruit

trái cam chaí ğaam orange

trái cây chaí ğay fruit

trái chanh dây chaí jaang zay passionfruit

trái đậu chaí đọh legume

trái nho khô chaí nyo kaw raisin

trà chaà tea

trầu không chòh kawm betel

trứng chúhrng egg

trứng bóc vỏ luộc chúhrng bóp vỏ loo·ụhk poached egg

trứng luộc chín chúhrng loo·ụhk jín hard-boiled egg

trứng tráng chúhrng chaáng omelette

trứng vừa chín chúhrng vuhr·ùh jín soft-boiled egg

tương duhr·erng soy sauce

tương ớt duhr·erng ért chilli sauce

V

vải vai lychee

vịt vịt duck

X

xá xíu saá see·oó barbecue pork

xả saả lemon grass

xì dầu seè zòh soy sauce

xoài swaì mango

xò nhỏ sò nyỏ cockle

xôi soy glutinous rice

xúc xích lợn súp sík lẹrn pork sausage

xúc xích Ý súp sík eé salami

xúp súp soup

xương sườn suhr·erng suhr·èrn sparerib

emergencies

trường hợp khẩn cấp

Help!	*Cứu tôi với!*	ğuhr·oó doy vér·ee
Stop!	*Dừng lại đi!*	zùhrng lại đee
Go away!	*Đi đi!*	đee đee
Thief!	*Cướp!*	ğuhr·érp
Fire!	*Cháy!*	jáy
Watch out!	*Cẩn thận!*	ğủhn tụhn

Call the police!
Gọi cảnh sát! — gọy ğaảng saát

Call a doctor!
Gọi bác sĩ! — gọy baák seẽ

Call an ambulance!
Gọi một xe cứu thương! — gọy mạwt sa ğuhr·oó tuhr·erng

It's an emergency.
Đó là một ca — đó laà mạwt ğaa
cấp cứu. — ğúhp ğhuhr·oó

There's been an accident.
Có một tai nạn. — ğó mạwt dai naạn

Can I use your phone?
Tôi có thể dùng điện thoại — doy ğó tẻ zùm đee·ụhn twại
của bạn được không? — ğoỏ·uh bạan đuhr·ẹrk kawm

signs

Bệnh Viện	bẹng vee·ụhn	**Hospital**
Cảnh Sát	gaản saát	**Police**
Đồn Cảnh Sát	đàwn gaản saát	**Police Station**
Phòng Cấp Cứu	fòm ğúhp ğuhr·oó	**Emergency Department**

essentials

Could you please help?
Làm ơn giúp đỡ? laàm ern zúp đẽr

I'm lost.
Tôi bị lạc. doy beẹ laạk

Where are the toilets?
Nhà vệ sinh ở đâu? nyaà veẹ sing ẻr đoh

Is it safe …?	*Nó có an toàn*	nó ğó aan dwaàn
	… không?	… kawm
at night	*vào ban đêm*	vòw baan đem
for gay	*cho những người*	jo nyũhrng nguhr·eè
people	*lưỡng tính*	lũhr·erng díng
for travellers	*cho khách du lịch*	jo kaák zoo lịk
for women	*cho phụ nữ*	jo foọ nũhr
on your own	*cho bản thân*	jo baản tuhn

police

cảnh sát

Where's the police station?
Đồn cảnh sát ở đâu? đàwn ğaảng saát ẻr đoh

Please telephone the Tourist Police.
Làm ơn gọi đến phòng laàm ern gọy đén fòm
Cảnh Sát Du Lịch. ğaảnh sát zoo lịk

I want to report an offence.
Tôi muốn tường trình doy moo·úhn duhr·èrng chìng
một hành vi phạm tội. mạwt haàng vee faạm dọy

It was him/her.
Đó là anh/cô ấy. đó laà aang/ğaw áy

I have insurance.
Tôi có bảo hiểm. doy ğó bỏw heẻ·uhm

I've been …	*Tôi đã từng bị …*	doy đaã dùhrng beẹ …
assaulted	*hành hung*	haàng hum
raped	*hiếp dâm*	hee·úhp zuhm
robbed	*ăn cướp*	uhn ğuhr·érp

My ... was/were stolen.	... của tôi đã bị lấy cắp.	... ğoỏ·uh doy đaã beẹ láy ğúhp
credit card	Thẻ tín dụng	tả dín zụm
handbag	Túi sách tay	doo·eé saák day
papers	Giấy tờ	záy dèr
passport	Hộ chiếu	haẹ chee·oó
wallet	Ví	veé

I've lost my ...	Tôi đã bị mất ...	doy đaã beẹ múht ...
backpack	ba lô	ba law
bags	túi sách	doo·eé saák
jewellery	trang sức	chaang súhrk
money	tiền	dee·ùhn
travellers cheques	séc du lịch	sák zoo lịk

What am I accused of?
Tôi bị kết tội gì?   doy beẹ ğét dọy zeè

I didn't realise I was doing anything wrong.
Tôi không hề biết là tôi   doy kawm hè bee·úht laà doy
đã làm điều gì sai trái.   đaã laàm đee·oò zeè sai chaí

I didn't do it.
Tôi đã không làm điều đó.   doy đaã kawm laàm đee·oò đó

Can I pay an on-the-spot fine?
Tôi có thể trả tiền phạt   doy ğó tẻ chaả dee·ùhn faạt
ngay ở đây được không?   ngay ẻr đay đuhr·ẹrk kawm

Can I make a phone call?
Tôi có thể gọi điện   doy ğó tẻ gọy đee·ụhn
thoại được không?   twaị đuhr·ẹrk kawm

Can I have a lawyer (who speaks English)?
Tôi có thể có một luật   doy ğó tẻ ğó mọt lwụht
sư (nói tiếng Anh)   suhr (nóy dee·úhng aang)
được không?   đuhr·ẹrk kawm

This drug is for personal use.

Số ma tuý này là để	sáw maa dweé này laà đẻ
sử dụng cá nhân.	sủhr zụm ğáá nyuhn

I have a prescription for this drug.

Tôi có đơn thuốc cho	doy ğó đern too·úhk jo
loại thuốc này.	lwại too·úhk này

I want to contact *Tôi muốn liên*   doy moo·úhn lee·uhn
my ... *lạc với ...*   laạk ver·eé ...
  consulate *phòng lãnh sự*   fòm laãng sụhr
  embassy *đại sứ quán*   đại súhr gwaán

---

the police may say ...

Anh/Cô bị	ang/ğaw beẹ	**You're charged**
buộc tội về ... m/f	boo·ụhk dọy vè ...	**with ...**
ăn cắp	uhn ğúhp	**shoplifting**
ăn trộm	uhn chạwm	**theft**
hành vi	haàng vee	**possession**
chiếm hữu	jee·úhm hũhr·oo	**of illegal**
tài sản trái phép	dài saản chaí fáp	**substances**
hành vi chống	haàng vee jóm	**anti-**
đối chính	đóy jíng	**government**
quyền	ğwee·ùhn	**activity**
không có thị	kawm ğó teẹ	**not having**
thực nhập cảnh	tụhrk nyụhp ğaảng	**a visa**
tội hành hung	dọy haàng hum	**assault**
tội quấy	dọy ğwáy	**disturbing**
rối trật tự	zaw·eé chụht dụhr	**the peace**
visa hết hạn	vee·saa hét haạn	**overstaying**
		your visa
Sẽ bị phạt	sã beẹ faạt	**It's a ... fine.**
tiền do ...	dee·ùhn zo ...	
đi xe quá tốc	đee sa ğwaá dáwp	**speeding**
độ cho phép	đạw jo fáp	
đỗ xe không	đãw sa kom	**parking**
đúng chỗ	đúm jãw	
quy định	ğwee địng	

doctor

bác sĩ

Where's the nearest …?	*… gần nhất ở đâu?*	… ğùhn nyút ẻr đoh
dentist	*Phòng khám nha khoa*	fòm kaám nyaa kwaa
doctor	*Bác sĩ*	baák seē
emergency department	*Phòng cấp cứu*	fòm ğúhp ğuhr·oó
hospital	*Bệnh viện*	beng vee·ụhn
medical centre	*Trung tâm khám bệnh*	chum duhm kaám beng
optometrist	*Phòng khám thị lực*	fòm kaám teẹ lụhrk
(night) pharmacist	*(Đêm) Cửa hàng dược phẩm*	(đem) ğủhr·uh haàng zuhr·ẹrk fủhm

I need a doctor (who speaks English).
Tôi cần một bác sĩ (nói tiếng Anh).
doy ğùhn mạwt baák seē (nóy dee·úhng aang)

Could I see a female doctor?
Tôi có thể gặp một bác sĩ nữ được không?
doy ğó tẻ ğụhp mạwt baák seē nũhr đuhr·ẹrk kawm

Could the doctor come here?
Bác sĩ có thể đến đây được không?
baák seē ğó tẻ đén đay đuhr·ẹrk kawm

Is there an after-hours emergency number?
Trong trường hợp khẩn cấp có số nào để gọi ngoài giờ làm việc không?
chom chuhr·èrng hẹrp kủhn ğúhp ğó sáw nòw đẻ gọy ngwại zèr laàm vee·ụhk kawm

I've run out of my medication.
Tôi đã hết thuốc điều trị.
doy đaã hét too·úhk đee·oò chẹ

This is my usual medicine.
Đây là thuốc uống bình   đay laà too·úhk oo·úhng bìng
thường của tôi.   tuhr·èrng ğoỏ·uh doy

My child weighs (20) kilos.
Con tôi nặng   ğon doy nụhng
(hai mươi) cân.   (hai muhr·ee) ğuhn

My prescription is …
Đơn thuốc của tôi là …   đern too·úhk ğoỏ·uh doy laà …

How much will it cost?
Cái đó là bao nhiêu?   ğaí đó laà bow nyee·oo

Can I have a receipt for my insurance?
Cho xin hoá đơn để gửi   jo sin hwaá đern đẻ gủhr·ee
cho công ty bảo hiểm   jo ğom dee bỏw heẻ·uhm
được không?   đuhr·ẹrk kawm

I don't want a blood transfusion.
Tôi không muốn   doy kawm moo·úhn
truyền máu.   chwee·ùhn móh

Please use a new syringe.
Xin hãy dùng ống   sin hãy zùm áwm
tiêm mới.   dee·uhm mer·eé

I have my own syringe.
Tôi có ống tiêm của   doy ğó áwm dee·uhm ğoỏ·uh
mình rồi.   mìng zaw·eè

I've been vaccinated against …	*Tôi đã tiêm vắc-xin phòng bệnh …*	doy đaã dee·uhm vúhk·seen fòm bẹng …
He/She has been vaccinated against …	*Anh/Cô ấy đã tiêm vắc-xin phòng bệnh …*	aang/ğaw áy đaã dee·uhm vúhk·seen fòm bẹng …
hepatitis A/B/C	*viêm gan A/B/C*	vee·uhm gaan aa/be/se
tetanus	*uốn ván*	oo·úhn vaán
typhoid	*sốt thương hàn*	sáwt tuhr·erng haàn

I need new …	*Tôi cần … mới.*	doy ğùhn … mer·eé
contact lenses	*kính áp tròng*	ğíng úhp chòm
glasses	*kính*	ğíng

Bạn có vấn đề gì?
baạn ğó vúhn đà zeè — **What's the problem?**

Bạn thấy đau ở chỗ nào?
baạn táy đoh ẻr jãw nòw — **Where does it hurt?**

Bạn có bị sốt không?
baạn ğó beẹ sáwt kawm — **Do you have a temperature?**

Bạn bị đau như thế này bao lâu rồi?
baạn beẹ đoh nyuhr té này bow loh zòy — **How long have you been like this?**

Bạn đã bị như thế này bao giờ chưa?
baạn đaã beẹ nyuhr té này bow zèr juhr·uh — **Have you had this before?**

Gần đây bạn đã có quan hệ tình dục với ai không?
gùhn đay baạn đaã ğó ğwaan hẹ dìng zụp ver·eé ai kawm — **Are you sexually active?**

Bạn đã bao giờ có quan hệ tình dục mà không dùng đến biện pháp an toàn chưa?
baạn đaã bow zèr ğó ğwaan hẹ dìng zụp maà kawm zùm đén bee·ụhn faáp aan dwaàn juhr·uh — **Have you had unprotected sex?**

Bạn có dùng ma tuý không?
baạn ğó zùm maa dweé kawm — **Do you take drugs?**

Bạn có hút thuốc lá không?
baạn ğó hút too·úhk laá kawm — **Do you smoke?**

Bạn có uống rượu không?
baạn ğó oo·úhng zee·oọ kawm — **Do you drink?**

Bạn bị dị ứng cái gì không?
baạn beẹ zeẹ úhrng ğaí zeè kawm — **Are you allergic to anything?**

Bạn đang dùng thuốc không?
baạn đaang zùm too·úhk kawm — **Are you on medication?**

the doctor may say …

Bạn định đi du lịch bao nhiêu lâu?
baạn địng đee zoo lịk
bow nyee·oo loh
How long are you travelling for?

Bạn cần phải nhập viện.
baạn ğùhn faí nyụhp
vee·ụhn
You need to be admitted to hospital.

Bạn nên đi khám lại khi bạn về nước.
baạn nen đee kaám lại
kee baạn vè nhưr·érk
You should have it checked when you go home.

Bạn nên đi về nước để điều trị bệnh luôn.
baạn nen đee vè
nhưr·érk đé đee·oò
chẹ bẹng loo·uhn
You should return home for treatment.

Bạn là người mắc chứng nghi bệnh.
baạn laà ngưhr·eè múhk
júhrng ngyee bẹng
You're a hypochondriac.

symptoms & conditions

triệu chứng & bệnh tật

I'm sick.	*Tôi bị ốm.*	doy bẹẹ áwm
My (child) is sick.	*(Con) của tôi đang bị ốm.*	(ğon) ğoỏ·uh doy đaang bẹẹ áwm
He/She is having a/an …	*Anh/Cô ấy đang …*	aang/ğaw áy đaang …
allergic reaction	*bị dị ứng*	bẹẹ zẹẹ úhrng
asthma attack	*bị cơn hen suyễn*	bẹẹ ğern han sweẽ·uhn
baby (right now)	*đau đẻ*	đoh đả
epileptic fit	*bị cơn động kinh*	bẹẹ ğern đạwm ğịng
heart attack	*bị cơn đau tim*	bẹẹ ğern đoh dim

I've been …	Tôi bị …	doy beẹ …
He/She has been …	Anh/Cô ấy bị …	aang/ğaw áy beẹ …
injured	chấn thương	júhn tuhr·erng
vomiting	nôn	nawn

I feel …	Tôi cảm thấy …	doy ğủhm táy …
anxious	hồi hộp	hòy hạwp
better	tốt hơn	dáwt hern
depressed	trầm cảm	chùhm ğảm
dizzy	choáng mặt	jwaáng mụht
hot and cold	vừa nóng	vuhr·ùh nóm
	vừa lạnh	vuhr·ùh laạng
nauseous	buồn nôn	boo·ùhn nawn
shivery	lạnh run	laạng zun
strange	lạ	laạ
weak	yếu	ee·oó
worse	đau hơn	đoh hern

It hurts here.
Nó đau ở chỗ này.   nó đoh ẻr jãw này

I'm dehydrated.
Tôi đang bị thiếu nước.   doy đaang beẹ tee·oó nuhr·érk

I can't sleep.
Tôi không ngủ được.   doy kawm ngoỏ đuhr·ẹrk

I think it's the medication I'm on.
Tôi nghĩ nó do thuốc   doy ngeẽ nó zo too·úhk
mà tôi đang dùng.   maà doy đaang zùm

I'm on medication for …
Tôi đang dùng thuốc   doy đaang zùm too·úhk
để điều trị bệnh …   đẻ đee·oò chẹ bẹng …

He/She is on medication for …
Anh/Cô ấy đang dùng   aang/ğaw áy đaang zùm
thuốc để điều   too·úhk đẻ đee·oò
trị bệnh …   chẹ bẹng …

I have (a/an) …
Tôi bị …   doy beẹ …

He/She has (a/an) …
Anh/Cô ấy bị …   aang/ğaw áy beẹ …

asthma	*bệnh hen suyễn*	beng han sweẽ·uhn
cold n	*cảm*	ğaảm
constipation	*táo bón*	dów bón
cough n	*ho*	ho
dengue fever	*bệnh sốt xuất huyết*	beng sáwt swúht hwee·úht
diabetes	*bệnh tiểu đường*	beng deẻ·oo đuhr·èrng
diarrhoea	*tiêu chảy*	dee·oo jảy
fever	*sốt*	sáwt
headache	*đau đầu*	đoh đòh
heat stroke	*lả đi vì nóng*	laả đee veè nóm
malaria	*bệnh sốt rét*	beng sáwt zát
nausea	*buồn nôn*	boo·ùhn nawn
pain	*đau*	đoh
rabies	*bệnh dại*	beng zại
sore throat	*viêm họng*	vee·uhm họm
sunburn	*sự rám nắng*	sụhr zúhm núhng

women's health

sức khoẻ của phụ nữ

(I think) I'm pregnant.
(Tôi nghĩ) Tôi có bầu.   (doy ngyeẽ) doy ğó bòh

I'm on the pill.
Tôi đang dùng thuốc tránh thai.   doy đaang zùm too·úhk chaáng tai

I haven't had my period for (six) weeks.
Hơn (sáu) tuần rồi tôi không bị hành kinh.   hern (sóh) dwaàn zòy doy kawm beẹ haàng ğing

I've noticed a lump here.
Tôi mới thấy tôi có u ở đây.   doy mer·eé táy doy ğó oo ẻr đay

Do you have something for (period pain)?
Bạn có thuốc gì để giảm (đau bụng hành kinh) không?   baạn ğó too·úhk zeè đẻ zaảm (đoh bụm haàng ğing) kawm

I have a …	Tôi đang bị …	doy đaang beẹ …
urinary tract infection	nhiễm trùng đường tiết niệu	nyeẽ·uhm chum đuhr·èrng dee·úht nee·oọ
yeast infection	bệnh phụ khoa	bẹng foọ kwaa

I need …	Tôi cần … thai.	doy gùhn … tai
contraception	thuốc ngừa	too·úhk nguhr·ùh
the morning-after pill	thuốc tránh	too·úhk chaáng
a pregnancy test	khám	kaám

the doctor may say …

Bạn có dùng phương pháp nào để tránh thai không?
baạn ğó zùm fuhr·erng faáp nòw để chaáng tai kawm
Are you using contraception?

Bạn có đang bị hành kinh không?
baạn ğó đaang beẹ haàng ğing kawm
Are you menstruating?

Bạn có bầu không?
baạn ğó bòh kawm
Are you pregnant?

Kỳ hành kinh cuối cùng của bạn là bao giờ?
ğeè haàng ğing ğoo·eé ğùm ğoỏ·uh baạn laà bow zèr
When did you last have your period?

Bạn có bầu. ⓝ
Bạn đang mang thai. ⓢ
baạn ğó bòh ⓝ
baạn đaang maang tai ⓢ
You're pregnant.

allergies

I have a skin allergy.	*Tôi bị dị ứng ngoài da.*	doy beẹ zeẹ úhrng ngwaì zaa
I'm allergic to ...	*... làm tôi bị dị ứng.*	... laàm doy beẹ zeẹ úhrng
He/She is allergic to ...	*... làm anh/cô ấy bị dị ứng.*	... laàm aang/ğaw áy beẹ zeẹ úhrng
antibiotics	*Thuốc kháng sinh*	too·úhk kaáng sing
anti-inflammatories	*Thuốc chống viêm*	too·úhk jóm vee·uhm
aspirin	*Thuốc giảm đau*	too·úhk zaảm đoh
bees	*Con ong*	ğon om
codeine	*Thuốc côđêin*	too·úhk ğo·đeen
penicillin	*Thuốc pênicilin*	too·úhk pe·nee·see·lin
pollen	*Phấn hoa*	fúhn hwaa
sulphur-based drugs	*Thuốc có chất lưu huỳnh*	too·úhk ğó júht luhr·oo hwìng
antihistamines	*thuốc chống dị ứng phấn hoa*	too·úhk jóm zeẹ úhrng fúhn hwaa
inhaler	*ống xịt thuốc*	áwm sịt too·úhk
injection	*phát tiêm*	faát dee·uhm

For food-related allergies, see **vegetarian & special meals**, page164.

---

the good oil

Everywhere you go in Vietnam, the traditional pain treatment of choice is a green oil found in a tiny bottle – *dầu xanh* zòh saang. It's a blend of camphor, menthol and eucalyptus that's applied to temples, joints and other sore spots. If nothing else, it certainly clears the head. A dab is also used beneath the nostrils to mask unpleasant odours.

parts of the body

những bộ phận cơ thể

My ... hurts.
 ... của tôi đang bị đau.
 ... ğoỏ·uh doy đaang beẹ đoh

I can't move my ...
 ... của tôi không vận
 động được.
 ... ğoỏ·uh doy kawm vụhn
 đạwm đuhr·ẹrk

I have a cramp in my ...
 ... bị chuột rút.
 ... beẹ joo·ụht zút

My ... is swollen.
 ... của tôi đang
 bị sưng.
 ... ğoỏ·uh doy đaang
 beẹ suhrng

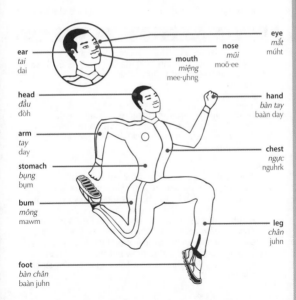

eye
mắt
múht

ear
tai
dai

nose
mũi
moõ·ee

mouth
miệng
mee·ụhng

head
đầu
đòh

hand
bàn tay
baàn day

arm
tay
day

chest
ngực
nguhrk

stomach
bụng
bụm

bum
mông
mawm

leg
chân
juhn

foot
bàn chân
baàn juhn

alternative treatments

I don't use (Western medicine).
Tôi không dùng (thuốc tây).   doy kawm zùm (too·úhk day)

I prefer ...	*Tôi thích ... hơn.*	doy tík ... hern
Can I see	*Tôi có thể gặp*	doy ğó tẻ guhp
someone who	*bác sĩ chuyên*	baák seē jwee·uhn
practices ...?	*gia về ...?*	zaa vè ...
acupuncture	*châm cứu*	júhm ğuhr·oó
herbal	*thuốc cổ*	too·úhk ğảw
medicine	*truyền*	jwee·ùhn
naturopathy	*thiên nhiên*	tee·uhn nyee·uhn
	liệu pháp (không	lee·oọ faáp (kawm
	dùng thuốc)	zùm too·úhk)
reflexology	*vật lý trị liệu*	zụht leé cheé lee·oọ

---

written on the skin

If you're not feeling a hundred per cent you might be inclined to try one of the following local medical treatments (these kinds of practices tend to have Chinese origins – *đông y* dawm ee).

cạo gió   ğọw zó
    An oil-dipped coin is used to score lines into the skin. The procedure is said to draw out illness and encourage balance in the body. The vivid, tell-tale welts take a few days to disappear.

giác   zaák
    This treatment is a form of acupressure. Small, heated, glass cups are placed on your skin where treatment is required, the heat causes suction and creates a vacuum, gripping the skin tight. On an area like the back, a number of cups are used while on the forehead, you'll enjoy one, smack-bang in the middle. Once removed, a perfect circular welt remains, often for a few days. Like coining, cupping is said to draw out the impurities that cause colds, flus, chronic pain and a grab bag of other ailments.

pharmacist

dược sĩ

I need something for (a headache).
> Tôi cần thuốc (đau đầu). doy gùhn too·úhk (đoh đòh)

Do I need a prescription for (antihistamines)?
> Tôi có cần đơn thuốc doy gó gùhn đern too·úhk
> cho (thuốc chống dị jo (too·úhk jóm zee
> ứng phấn hoa)? úhrng fúhn hwaa)

I have a prescription.
> Tôi có đơn thuốc đây. doy gó đern too·úhk đay

What's the correct dosage?
> Liều lượng chính lee·oò luhr·erng jín
> xác là gì? saák laà zeè

How many times a day?
> Mấy lần một ngày? máy lùhn mạwt ngày

Will it make me drowsy?
> Thuốc này có gây too·úhk này gó gay
> buồn ngủ không? boo·ùhn ngoõ kawm

antiseptic n	thuốc diệt trùng	too·úhk zee·ụht chùm
condoms	bao cao su	bow gow soo
contraceptives	thuốc tránh thai	too·úhk chaáng tai
painkillers	thuốc giảm đau	too·úhk zaám đoh
rehydration	thuốc muối	too·úhk moo·eé
salts	hydrat	hee·đraa

---

the pharmacist may say ...

Hai lần một ngày (với bữa ăn). hai lùhn mạwt ngày (ver·eé bũhr·uh uhn)	**Twice a day (with food).**
Bạn đã dùng thuốc này bao giờ chưa? bạan đaã zùm too·úhk này bow zèr juhr·uh	**Have you taken this before?**
Bạn phải dùng hết liều thuốc. bạan fai zùm hét lee·oò too·úhk	**You must complete the course.**

dentist

bác sĩ nha khoa

I have a …	Tôi bị …	doy beẹ …
broken tooth	gẫy một cái răng	gãy mạwt ğaí zuhng
cavity	sâu răng	soh zuhng
toothache	đau răng	đoh zuhng

My dentures are broken.
Bộ răng giả của tôi
bị hỏng.
bạw zuhng zaả ğoỏ·uh doy
beẹ hỏm

My gums hurt.
Lợi của tôi đang bị đau.   ler·eẹ ğoỏ·uh doy đaang beẹ đoh

I don't want it extracted.
Tôi không muốn
nhổ răng.
doy kawm moo·úhn
nyảw zuhng

I need a/an …	Tôi cần …	doy ğùhn …
anaesthetic	thuốc gây tê	too·úhk gay de
filling	vật liệu	vụht lee·oọ
	trám răng	chaám zuhng

the dentist may say …

Cái này chắc không đau.
ğaí này júhk kawm đoh | **This won't hurt a bit.**

Cứ cắn vào cái này.
ğuhr·óó ğúhn vòw ğaí này | **Bite down on this.**

Cứ mở miệng rộng.
ğuhr·óó mẻr mee·ụhng zạwm | **Open wide.**

Đừng cứ động.
đùhrng ğủhr đạwm | **Don't move.**

Súc miệng đi!
súp mee·ụhng đee | **Rinse!**

Lại đây, tôi chưa xong.
lại đay doy juhr·uh som | **Come back, I haven't finished.**

In this dictionary, you'll find words marked with n, a, adv, prep and v (indicating noun, adjective, adverb, preposition and verb) where necessary. When we've given both the northern and the southern translation of a word, the two options are marked as Ⓝ and Ⓢ and separated with a slash (for more details on regional variations, see **pronunciation**, page 15). For food terms, see the **culinary reader**, page 165.

A

able *có thể* ğó tẻ
aboard (boat) *trên tàu* chen dòh
aboard (train) *xe* sa
abortion *sự phá thai* sựhr faá tai
about *gần* gùhn
above *ở trên* ẻr chen
abroad *nước ngoài* sắp
  nuhr·érk ngwài súhp
accept *nhận* nyụhn
accident *tai nạn* dai naạn
accommodation *chỗ ở* jãw ẻr
account *tài khoản* dài kwaản
across *từ bên này sang bên kia*
  dùhr ben này saang ben ğee·uh
activist *nhà hoạt động*
  nyaà hwaạt dạwm
actor *tài tử* daì dửhr
acupuncture *châm cứu* juhm ğuhr·oó
adaptor *ổ cắm điện* ảw ğủhm dee·ụhn
addiction *thói nghiện* tóy ngyee·ụhn
address n *địa chỉ* đee·uh jẻ
administration *hành chánh* haàng jaáng
admission (price) *giá vé* zaá vá
admit *thú nhận* toó nyụhn
adult n *người lớn* nguhr·eè lérn
advertisement *bài quảng cáo*
  baì ğwaảng ğớw
advice *lời khuyên* ler·eè kwee·uhn
aerobics *thể dục thẩm mỹ*
  tẻ zụp túhm meẽ
aeroplane *máy bay* máy bay
afraid *sợ hãi* sẹr haĩ

Africa *Châu Phi* joh fee
after *sau* soh
afternoon *buổi chiều* boỏ·ee jee·oò
aftershave *nước hoa cho đàn ông*
  nuhr·érk hwaa jo daàn awm
again *lại* laị
against *đối lập với* đóy lụhp ver·eé
age n *tuổi* doỏ·ee
ago *cách đây* ğaák đay
agree *đồng ý* dàwm eé
agriculture *nông nghiệp* nawm ngyee·ụhp
ahead *về phía trước* vè fee·úh chuhr·érk
AIDS *SIDA* see·đaa
air *không khí* lawm keé
air-conditioned *được không điều hòa*
  nhiệt độ đuhr·ẹrk kawm dee·oò hwaà
  nyee·ụht đạw
air conditioning *điều hòa* đee·oò hwaà
airline *hãng máy bay* haãng máy bay
airmail *đường hàng không* đuhr·èrng
  haàng kawm
airplane *máy bay* máy bay
airport *sân bay* suhn bay
airport tax *thuế hải quan* twé haỉ ğwaan
aisle (on plane) *lối đi* lóy đee
alarm clock *đồng hồ báo thức*
  đàwm hàw bớw túhrk
alcohol *rượu* zee·ọọ
all *tất cả* dúht ğaả
allergy *dị ứng* zeẹ úhrng
allow *cho phép* jo fáp
allowed *được phép* đuhr·ẹrk fáp
almost (time) *sắp* súhp
alone *một mình* mạwt mìng
already *rồi* zòy

also *cũng* ğũm
altar *bàn thờ* baàn tèr
altitude *độ cao* dạw ğow
always *luôn luôn* loo·uhn loo·uhn
ambassador *đại sứ* daị súhr
ambulance *xe cấp cứu* sa ğúhp ğuhr·óó
American football *đá bóng Mỹ*
  daá bóm meẽ
anaemia *bệnh thiếu máu* bẹng tee·óó móh
anarchist n
  người tin vào thuyết vô chính phủ
  nguhr·eè din vòw twee·úht vaw jíng foó
ancient *cổ* ğảw
and *và* vaà
angry *tức giận* dúhrk zụhn
animal *động vật* dạwm vụht
ankle *cổ chân* ğảw juhn
annual *hàng năm* haàng nuhm
another (different) *khác* kaák
another (more) *thêm* tem
answer n *câu trả lời* ğoh chaá ler·eè
ant *con kiến* ğon ğee·úhn
antibiotics *kháng sinh* kaáng sing
antigovernment (activity) *phản động*
  faản dáwm
antinuclear *chống hạt nhân*
  jáwm haạt nyuhn
antique n *đồ cổ* daw ğảw
antiseptic n *khử trùng* koỏ chùm
any *mọi* mọy
apartment *căn phố* ğuhn fáw
appendix (body) *ruột dư* zoo·ụht zuhr
appointment *cái hẹn* ğaí hẹn
April *tháng tư* taáng duhr
archaeological *liên quan đến khảo cổ học*
  lee·uhn ğwaan đén kỏw ğảw họk
architect *kiến trúc sư* ğee·úhn chúp suhr
architecture *khoa kiến trúc*
  kwaa ğee·úhn chúp
argue *cãi nhau* ğaĩ nyoh
arm *cánh tay* ğaáng day
arrest v *bắt* búht
arrivals (airport) *sự tới nơi*
  sụhr der·eé ner·ee
arrive *đến* dén
art *nghệ thuật* ngyẹ twụht

art gallery *phòng triển lãm*
  fòm cheé·uhn laãm
artist *họa sĩ* hwaạ seẽ
ashtray *cái gạt tàn thuốc*
  ğaí gaạt daàn too·úhk
Asia *Châu Á* joh aá
ask (a question) *hỏi* hỏy
ask (for something) *nhờ* nyèr
aspirin *thuốc nhức đầu*
  too·úhk nyúhrk đòh
asthma *bệnh suyễn* bẹng swee·ủhn
at *tại* daị
athletics *thể thao điên kinh*
  tẻ tow dee·uhn ğing
atmosphere *khí quyển* keé ğweé·uhn
August *tháng tám* taáng daám
aunt *dì* zeè
Australia *nước Úc* nuhr·érk úp
Australian Rules Football *đá banh Úc*
  daá baang úp
automated teller machine (ATM)
  máy rút tiền tự động
  máy zút dee·ùhn dụhr dạwm
autumn *mùa thu* moo·ùh too
avenue *đại lộ* daị lạw
awful *khủng khiếp* kủm kee·úhp

B&W (film) *phim đen trắng*
  feem dan chúhng
baby *em bé* am bá
baby food *đồ ăn trẻ con* đàw uhn chá ğọn
baby powder *phấn trẻ em* fúhn chả am
babysitter *người giữ trẻ* nguhr·eè zũhr chá
back (body) *lưng* luhrng
back (position) *ở đằng sau* ẻr đùhng soh
backpack *ba lô* baa law
bad *xấu* sóh
badminton *cầu long* ğòh lom
bag *túi sách* doo·eé saák
baggage *hành lý* haàng leé
baggage allowance *hạn chế hành lý*
  haạn jé haàng leé
baggage claim *thu hành lý* too haàng leé
bakery *tiệm bánh mì* dee·ụhm baáng meè
balance (account) *quyết toán*
  ğwee·úht dwaán

balcony *bao lơn* bow lern
ball (sport) *quả bóng* ğwaả bóm
ballet *múa ba lê* moo·úh baa le
bamboo *cây tre* ğay cha
band (music) *ban nhạc* baan nyaạk
bandage *băng* buhng
Band-Aid *băng dán* buhng zaán
bank *ngân hàng* nguhn haàng
bank account *tài khoản nhà băng* dài kwaản nyaà buhng
banknote *tờ bạc giấy* dèr baạk záy
baptism *lễ rửa tội* le zủhr·uh dọy
bar *quầy rượu* ğwày zee·oọ
barber *thợ hớt tóc* tẹr hért dóp
baseball *bóng chày* bóm jày
basket *cái rổ* ğaí zảw
basketball *bóng rổ* bóm zảw
bath n *bồn tắm* bôn dúhm
bathing suit *bộ quần áo tắm* bạw ğwừhn ów dúhm
bathroom *phòng tắm* fòm dúhm
battery *pin* pin
bay *vịnh* vịng
be *là* laà
beach *bãi biển* baĩ beé·uhn
beach volleyball *bóng chuyền biển* bóm jwee·ùhn beé·uhn
beautiful *đẹp* dạp
beauty salon *thẩm mỹ viện* túhm meẽ vee·uhn
because *bởi vì* bér·ee veè
bed *cái giường* ğaí zuhr·èrng
bedding *chăn giường* juhn zuhr·èrng
bedroom *phòng ngủ* fòm ngoỏ
bee *con ong* ğon om
beer *bia* bee·uh
before *trước đây* chuhr·érk đay
beggar *người ăn xin* nguhr·eè uhn xin
begin *bắt đầu* búht đòh
behind *đằng sau* đùhng soh
Belgium *nước Bỉ* nuhr·érk beẻ
below *phía dưới* fee·úh zuhr·eé
beside *bên cạnh* ben ğaạng
best *tốt nhất* dáwt nyúht
bet n *đánh cá* đaáng ğaá
better *tốt hơn* dáwt hern
between *ở giữa* ér zừhr·uh
Bible *kinh Thánh* ğing taáng

bicycle *xe đạp* sa đaạp
big *lớn* lérn
bigger *lớn nhất* lérn nyúht
biggest *lớn hơn* lérn hern
bike *xe đạp* sa đaạp
bike chain *xích xe đạp* sík sa đaạp
bike lock *ổ khóa xe đạp* ảw kwaá sa đaạp
bike path *đường xe đạp* đuhr·èrng sa đaạp
bike shop *quán xe đạp* ğwaán sa đaạp
bill (restaurant) *hóa đơn* hwaá đern
binoculars *ống nhòm* áwm nyòm
bird *chim* jim
birth certificate *giấy khai sinh* záy kai sing
birthday *ngày sinh nhật* ngày sing nyụht
biscuit *bánh qui* baáng ğwee
bite (dog) n *cắn* ğúhn
bite (insect) n *chích* jík
bitter *đắng* đúhng
black *màu đen* mòh đan
black market *chợ đen* jẹr đan
bladder *bóng đái* bóm đaí
blanket *cái mền* ğaí mèn
blind *mù* moò
blister *vết bóng giập* vét bóm zụhp
blocked *kẹt* ğẹt
blood *máu* móh
blood group *nhóm máu* nyóm móh
blood pressure *huyết áp* hwee·úht aáp
blood test *xét nghiệm mẫu máu* sát ngyee·ụhm mõh móh
blue *xanh da trời* saang zaa cher·eè
board (plane/ship) *lên* len
boarding house *nhà nghỉ* nyaà ngyeẻ
boarding pass *giấy lên máy bay* záy len máy bay
boat *thuyền* tee·ùhn
body *thân thể* tuhn tẻ
boiled *sôi* soy
bombing *vụ nổ bom* voọ nảw bom
bone *xương* suhr·erng
book n *quyển sách* ğwẻe·uhn saák
book (make a booking) v *giữ trước* zuhr chuhr·érk
booked out *hết chỗ* hét jãw
book shop *tiệm sách* dee·ụhm saák
boots *giày ống* zày áwm
border n *biên giới* bee·uhn zer·eé

bored *chán* jaán
boring *buồn tẻ* boo·ùhn dả
borrow *mượn* muhr·ern
botanic garden *vườn bách thảo* vuhr·èrn baák tỏw
both *cả hai* ğaả hai
bottle *chai* jai
bottle opener *cái mở chai* ğaí mér jai
bottle shop *quán rượu* ğwaán zee·oọ
bottom (body) *mông* mawm
bottom (position) *đáy* đáy
bowl *chén* jén
box n *cái hộp* ğaí hạwp
boxer shorts *quần đùi* ğwùhn đoo·eè
boxing *quyền Anh* ğwee·ùhn aang
boy *con trai* ğon chai
boyfriend *bạn trai* baạn chai
bra *áo ngực* ów nguhrk
brakes (car) *cái thắng xe* ğaí túhng sa
brandy *rượu brandi* zee·oọ braan·dee
brave *dũng cảm* zũm ğaảm
bread *bánh mì* baáng meè
break v *gẫy* gẫy
break down (car) *hư* huhr
breakfast *ăn sáng* uhn saáng
breast (body) *vú* voó
breathe *hít* hít
bribe n *tiền hối lộ* dee·ùhn hóy laạw
bridge *cầu* ğoŵ
briefcase *cái cặp* ğaí ğụhp
bring *mang theo* maang tay·oo
brochure *cuốn giới thiệu đồ* ğoo·úhn zer·eé tee·oọ đàw
broken *bị gẫy* beẹ gẫy
broken down (car) *bị hư* bee huhr
bronchitis *bệnh viêm cuống phổi* beẹng vee·uhm ğoo·úhng fỏy
brother (older) *anh trai* aang chai
brother (younger) *em trai* am chai
brown *màu nâu* mòh noh
bruise n *vết bầm* vét bùhm
brush n *bàn chải* baàn jaỉ
bucket *thùng* tùm
Buddha's Birthday *ngày Lễ Phật Đản* ngày lễ fụht đaản
Buddhist n *Phật tử* fụht dủhr
budget *ngân sách* nguhn saák
buffalo *con trâu* ğon choh

bug *con rệp* ğon zẹp
build *xây dựng* say zụhrng
builder *thợ xây nhà* tẹr say nyaà
building *tòa nhà* đwaà nyaà
bumbag *bóp đeo bụng* bóp đay·oo bụm
bureaucracy *hệ thống hành chánh* hẹ tắwm haàng jaáng
Burma *nước Miến Điện* nuhr·érk mee·úhn đee·ụhn
burn n *vết bỏng* vét bỏm
burnt *bị cháy* beẹ jáy
bus *xe buýt* sa bweét
business *buôn bán* boo·uhn baán
business card *danh thiếp* zaang tee·úhp
business class *thượng hạn* tuhr·ẹrng haạn
businessperson *nhà kinh doanh* nyaà ğing zwaang
business trip *hợp tác kinh doanh* hẹrp đaák ğing zwaang
bus station *bến xe buýt* bén sa bweét
bus stop *trạm xe buýt* chụhm sa bweét
busy *bận rộn* bụhn zạwn
but *nhưng mà* nyuhrng maà
butcher *người bán thịt* nguhr·eè baán tịt
butcher's shop *hàng bán thịt* haàng baán tịt
butter *bơ* ber
butterfly *con bướm* ğon buhr·érm
button *cái nút bấm* ğaí nút búhm
buy *mua* moo·uh

C

cable car *cáp treo* ğaáp chay·oo
café *quán càfê* ğwaán ğaà·fe
cake *cái bánh ngọt* ğaí baáng ngọk
cake shop *tiệm bánh ngọt* dee·ụhm baáng ngọk
calculator *máy tính* máy díng
calendar *quyển lịch* ğwee·ủhn lịk
call v *kêu* ğay·oo
Cambodia *nước Kampuchia* nuhr·érk ğaam·poo·jee·uh
camera *máy chụp hình* máy júp hìng
camera shop *tiệm bán máy chụp hình* dee·ụhm baán máy júp hìng
camp v *cắm trại* ğúhm chaị

camping ground *bãi cắm trại*
baĩ ğúhm chaị

can (be able) *có thể* ğó tẻ

can (have permission) *được* đuhr·ẹrk

can (tin) n *lon* lon

Canada *nước Ca-na-đa*
nuhr·érk ğaa·naa·đaa

cancel *hủy bỏ* hweẻ bỏ

cancer *bệnh ung thư* bẹng um túhr

candle *đèn cầy* đàn ğày

candy *kẹo* ğay·oọ

caneware *đồ cây tre* đàw ğay cha

can opener *cái mở đồ hộp*
ğaí mér đàw hạwp

capitalism *chủ nghĩa tư bản*
joỏ ngyeẽ·uh duhr baản

car *xe hơi* sa her·ee

caravan *xe thùng* sa tùm

cardiac arrest *bệnh tim tạm ngừng*
bẹng dim đaạm ngừhrng

cards (playing) *con bài* ğon bài

care (for someone) *quan tâm*
ğwaan duhm

car hire *dịch vụ thuê* zịk voọ twe sam

car owner's title *giấy đăng bộ xe*
záy đuhng bạw sa

car park *bãi đậu xe* baĩ đọh sa

carpenter *thợ mộc* tẹr móp

car registration *đăng bộ xe* đuhng bạw sa

carry *mang* maang

cash n *tiền* dee·ùhn

cash (a cheque) v *đổi tiền séc*
đỏy dee·ùhn sák

cashier *thu ngân viên* too nguhn vee·uhn

cash register *máy tính tiền*
máy díng dee·ùhn

casino *sòng bạc của khách sạn*
sòm baạk ğoỏ·uh kaák saạn

cassette *băng ghi âm* buhng gee uhm

castle *lâu đài* loh đaì

casual work *công việc tính giờ*
ğawm vee·ụhk díng zèr

cat *con mèo* ğon may·oò

cathedral *nhà thờ lớn* nyaà tèr lérn

Catholic n *theo đạo Thiên Chúa* tay·oo
đọ tee·uhn joo·úh

cave *hang động* haang đạwm

CD *CD* se·de

celebration *lễ kỷ niệm* lẽ ğeẻ nee·ụhm

cell phone *điện thoại di động*
đee·ụhn twaị zee đạwm

cemetery *nghĩa địa* ngyeẽ·uh đee·uh

cent *xu* soo

centimetre *phân* fuhn

centre n *trung tâm* chum duhm

ceramics *đồ gốm* đàw ğáwm

cereal *ngũ cốc* ngoo ğáwp

certificate *chứng chỉ* júhrng jeẻ

chain n *xích* sík

chair n *ghế* gé

champagne *rượu sâm banh*
zee·oọ suhm baang

championships *vô địch* vaw zịk

chance *sự ngẫu nhiên* sụhr ngõh nyee·uhn

change v *thay đổi* tau đỏy

change (coins) n *tiền lẻ* dee·ùhn lả

change (money) v *đổi* đỏy

changing room *phòng thay quần áo*
fòm tay ğwùhn ów

charming *hấp dẫn* húhp zũhn

chat up *tán tỉnh* daán díng

cheap *rẻ* zả

check v *kiểm tra* ğeẻ·uhm chaa

check (banking) n *tiền séc* dee·ùhn sák

check (bill) n *hóa đơn* hwaá đern

check-in (desk) n *quầy ghi danh*
ğwày gee zaang

checkpoint *trạm kiểm soát*
chụhm ğeẻ·uhm swaát

cheese *pho mát* fo maát

chef *thợ nấu ăn* tẹr nóh uhn

chemist (person) *dược sĩ* zuhr·ẹrk seẽ

chemist (shop) *tiệm thuốc tây*
dee·ụhm too·úhk day

cheque (banking) *tiền séc* dee·ùhn sák

chess *cờ tướng* ğèr dér·érng

chessboard *bàn cờ* baàn ğèr

chest (body) *ngực* ngựhrk

chewing gum *kẹo cao su*
ğay·oọ ğow soo

chicken *gà* gaà

chicken pox *bệnh thủy đậu*
bẹng tweẻ đọh

child *đứa trẻ* đuhr·úh chả

child-minding service *giữ trẻ* zũhr chả

children *trẻ em* chả am

child seat *ghế ngồi trẻ con*
gế ngồy chả ğon

chilli *trái ớt* chaí ért

China *nước Trung Quốc*
nuhr·érk chum ğwáwk

chiropractor
y sĩ chữa bệnh đau cột sống
ee seẽ jühr·uh bệng đoh ğạwt sáwm

chocolate *sô cô la* saw ğaw laa

choose *chọn* jọn

chopping board *cái thớt* ğaí tért

chopsticks *đôi đũa* đoy đoo·uh

Christian n *người đạo Cơ đốc*
nguhr·eè đọ̆ ğer dáwp

Christmas *Lễ Chúa Giáng Sinh*
lẽ joo·úh zaáng sing

Christmas Day *Ngày Chúa Giáng Sinh*
ngày joo·úh zaáng sing

Christmas Eve *Đêm Giáng Sinh*
đem zaáng sing

church *nhà thờ* nyaà tèr

cider *rượu táo* zee·oọ dów

cigar *điếu xì ga* zee·oó seè gaa

cigarette *thuốc lá* too·úhk laá

cigarette lighter *cái bật lửa*
ğaí bụht lúhr·uh

cigarette papers *giấy vấn thuốc*
záy vúhn too·úhk

cinema *rạp* zạap

circus *đoàn xiếc* đwaàn see·úhk

citizenship *quyền công dân*
ğwee·ùhn ğawm zuhn

city *thành phố* taàng fáw

city centre *trung tâm thành phố*
chum duhm taàng fáw

city walls *vách tường thành*
vaák duhr·èrng taàng

civil rights *quyền tự do cá nhân*
ğwee·ùhn dụhr zo ğaá nyuhn

class (school) *lớp học* lérp họp

classical theatre *cái lương* ğaí luhr·erng

class system *tầng lớp xã hội*
dùhng lérp saã họy

clean a *sạch* saạk sã

clean v *làm sạch* laàm saạk

cleaning *lau dọn* loh zọn

client *khách hàng* kaák haàng

cliff *vách đá* vaák đaá

climb v *leo* lay·oo

cloakroom *phòng giữ mũ áo*
fòm zũhr moõ ów

clock *đồng hồ* đàwm hàw

close a *gần* gùhn

close v *đóng* đáwm

closed *đóng* đáwm

clothesline *giây phơi quần áo*
zay fer·ee ğwùhn ów

clothing *quần áo* ğwùhn ów

clothing store *tiệm quần áo*
dee·ụhm ğwùhn ów

cloud *mây* may

cloudy *mây mù* may moò

clutch (car) *cái côn* ğaí ğawn

coast *bờ biển* bèr beé·uhn

coat *áo choàng* ów jwaàng

cobra *con rắn mang bành*
ğon zúhn maang baàng

cocaine *cô kê* ğo ğe

cockfighting *cuộc thi đá gà*
ğoo·ụhk tee đaá gaà

cockroach *con gián* ğon zaán

cocktail *rượu cốc tay* zee·oọ ğáwp day

cocoa *ca cao* ğaa ğow

coffee *càfê* ğaà·fe

coins *tiền cắc* dee·ùhn ğúhk

cold (illness) n *cảm* ğaảm

cold a *lạnh* laạng

colleague *bạn đồng nghiệp*
baạn đàwm ngyee·ụhp

collect call *cú điện thoại người nhận trả
tiền* ğoó dee·ụhn twaị nguhr·eè nyụhn
chaả dee·ùhn

college *trường cao đẳng*
chuhr·èrng ğow đúhng

colour n *màu sắc* mòh súhk

comb n *cái lược* ğaí luhr·ẹrk

come *đến* đén

comedy *hài kịch* haì ğịk

comfortable *thoải mái* twaỉ maí

commission *tiền hoa hồng*
dee·ùhn hwaa hòm

communications (profession) *liên lạc
giao thông* lee·uhn lạak zow tawm

communion *lễ ban thánh thể*
lẽ baan taáng tẻ

communism *chủ nghĩa cộng sản*
joó ngyeễ·uh ğawm saản

communist n *cộng sản* ğawm saản

companion *bạn đường* baạn đuhr·èrng

company (business) *công ty* ğawm dee

compass *la bàn* laa baàn

complain *kêu ca* ğay·oo ğaa

complaint *lời kêu ca* ler·eè ğay·oo ğaa

complimentary (free) *khuyến mãi*
kwee·úhn maĩ

computer *mày vi tính* mày vee díng

computer game *trò chơi điện toán*
chò jer·ee đee·uhn dwaán

concert *buổi hòa nhạc*
boỏ·ee hwaà nyaạk

concussion *chấn thương não*
júhn tuhr·erng nõw

conditioner (hair) *thuốc xả tóc*
too·úhk saả dóp

condom *bao cao su* bow ğow soo

conference (big) *hội nghị* họy ngyeẹ

conference (small) *cuộc họp*
ğoo·uhk họp

confession *sự xưng tội* suhr suhrng dọy

confirm (a booking) *khẳng định*
kủhng địng

Confucianism *ý tưởng Công Phu Tứ*
eế dủhr·erng ğawm foo dứhr

congratulations *chúc mừng* júp mùhrng

conjunctivitis *viêm kết mạc*
vee·uhm ğét maạk

connection (transport) *chuyến* jweé·uhn

conservative n *bảo thủ* bỏw toỏ

constipation *tình trạng bị táo bón*
đìng chaạng beạ đów bón

consulate *tòa lãnh sự* dwaà laãng suhr

contact lenses *kính áp tròng*
ğíng aáp chòm

contact lens solution
dung dịch ngâm bảo quản kính
zum zịk nguhm bỏw ğwaản ğíng

contraceptives *thuốc ngừa thai*
too·úhk nguhr·ùh tai

contract n *hợp đồng* herp đàwm

convenience store *tiệm tạp hóa*
dee·uhm duhp hwaá

convent *nữ tu viện* nũhr doo vee·uhn

cook n *người nấu bếp* nguhr·eè nóh bép

cook v *nấu ăn* nóh uhn

cookie *bánh quy ngọt* baáng ğwee ngọk

cooking *sự nấu nướng*
suhr nóh nuhr·érng

cool (temperature) *mát* maát

corkscrew *cái khui rượu* ğaí koỏ·ee zee·oọ

corn *trái bắp* chaí búhp

corner *góc* góp

corrupt *đồi bại* đòy baị

corruption *hối lộ* hóy lạw

cost n *gía* zaá

cotton *bông* bawm

cotton balls *bông gòn* bawm gòn

cotton buds *cây bông gòn* ğay bawm gòn

cough v *chứng ho* júhrng ho

cough medicine *thuốc ho* too·úhk ho

count v *đếm* dém

counter (at bar) *quầy* ğwày

country (nation) *quốc gia* ğwáwk zaa

country (rural) *miền quê* mee·ùhn ğwe

coupon *phiếu thưởng hiện vật*
fee·oó tủhr·erng hee·uhn vụht

court (legal) *tòa án* dwaà aán

court (sport) *sân* suhn

cover charge *giá vé vào cửa*
zaá vé vòw ğủhr·uh

cow *con bò* ğon bò

cracker (biscuit) *bánh quy mạn*
baáng ğwee maạn

crafts *nghề thủ công* ngyè toỏ ğawm

crash (vehicle) n *nạn đụng xe*
naạn đụm sa

crazy *điên* dee·uhn

cream (cosmetics/food) *kem* ğam

crèche *nhà trẻ* nyaà chẻ

credit card *thẻ tín dụng* tẻ dín zụm

cricket (sport) *môn đánh banh bằng gậy*
mawn đaáng baang bùhng gạy

crocodile *con sấu* ğon sóh

crop n *mùa màng* moo·ùh maàng

cross n *cây thánh giá*
ğay taáng zaá

crowded *đông* đawm

cup *cái tách* ğaí daák

cupboard *tú nhà bếp* doỏ nyaà bép

currency exchange *dịch vụ đổi tiền*
zịk voọ đỏy dee·ùhn

current (electricity) *dòng* zòm

current affairs *những sự kiện quan trọng trên thế giới* nyührng suhr ğee·uhn ğwaan chọm chen tế zer·eé

curry *cà ri* ğaà ree

custom *phong tục* fom dụp

customs (immigration) *hải quan* hai ğwaan

cut v *cắt* ğúht

cutlery *bộ dao nĩa* bạw zwaa neẽ·uh

CV *bản lý lịch* baản leé lịk

cycle v *đạp xe* đaạp sa

cycling *môn đi xe đạp* mawn đee sa đaạp

cyclist *người đi xe đạp* nguhr·eè dee sa đaạp

cyclo (pedicab) *xe xích lô* sa sík law

cystitis *viêm bọng đái* vee·uhm bọm daí

D

dad *ba* baa

daily adv *hằng ngày* nùhng ngày

dairy products *phó phẩm làm từ sữa* fó fühm laàm dùhr sũhr·uh

dance v *nhảy* nyảy

dancing *khiêu vũ* kee·oo voõ

danger *sự nguy hiểm* suhr ngwee heẻ·uhm

dangerous *nguy hiểm* ngwee heẻ·uhm

dark (colour) *đậm* đụhm

dark (night) *tối* dóy

date (appointment) n *cái hẹn* ğaí hẹn

date (day) n *ngày tháng* ngày taáng

date (go out with) v *hẹn ngày đi chơi* hạn ngày dee jer·ee

date of birth *ngày sinh nhật* ngày sing nyụht

daughter *con gái* gon gaí

dawn *bình minh* bìng ming

day *ngày* ngày

day after tomorrow *ngày mốt* ngày máwt

day before yesterday *ngày hôm kia* ngày hawm ğee·uh

dead *chết* jét

deaf *điếc* dee·úhk

deal (cards) v *chia bài* jee·uh baì

December *tháng mười hai* taáng muhr·eè hai

decide *quyết định* ğwee·úht địng

deck (of ship) *sàn tàu* saàn dòw

deep *sâu* soh

deer *nai* nai

deforestation *sự phá rừng* suhr faá zùhrng

degrees (temperature) *độ* dạw

delay n *sự chậm trễ* suhr jụhm chẽ

delirious *mê sảng* me saáng

deliver *đưa* đuhr·uh

delta (river) *đồng bằng* đàwm bùhng

democracy *chế độ dân chủ* jế đạw zuhn joỏ

demonstration *sự biểu hiện* suhr beẻ·oo hee·uhn

dengue fever *bệnh sốt rét đăng ga* bẹng sảwt zét đuhng gaa

Denmark *nước Dan-mạch* nuhr·érk đaan·maạk

dental floss *sợi chỉ mềm làm sạch kẽ răng* ser·eẹ jeé mèm laàm saạk ğẽ zuhng

dentist *nha sĩ* nyaa seẽ

deny *từ chối* dùhr jóy

deodorant *chất khử mùi* júht kủhr moo·eè

depart *khởi hành* kẻr·ee haàng

department store *cửa hàng bách hóa* ğủhr·uh haàng baák hwaá

departure *sự khởi hành* suhr kẻr·ee haàng

departure gate *cửa lên máy bay* ğủhr·uh len máy bay

deposit (on purchase) n *tiền đặt cọc* dee·ùhn đụht ğọp

derailleur *bộ phận sang số xe đạp* bạw fụhn saang sáw sa đaạp

descendent *người nối dõi* nguhr·eè nóy zõy

desert *sa mạc* saa maạk

design n *thiết kế* tee·úht ğế

dessert *món ăn tráng miệng* món uhn chaáng mee·ụhng

destination *nơi đến* ner·ee đén

destroy *phá hủy* faá hweẻ

details *chi tiết* jee dee·úht

diabetes *bệnh tiểu đường* bẹng deẻ·oo đuhr·èrng

dial tone *tiếng phát ra trong máy điện thoại* dee·úhng faát za chom máy dee·uhn twại

diaper *cái tã* ğaí daã

diaphragm (medical) *mũ tử cung* moõ dúhr ğum

diarrhoea *bệnh tiêu chảy* bệng deẻ·oo jảy

diary *số nhật ký* sáw nyụt ğeé

dice *xí ngầu súc sắc* seé ngòh súp súhk

dictionary *tự điển* dụhr dee·úhn

die *chết* jét

diet n *chế độ ăn uống* jé dạw uhn oo·úhng

different *khác* kaák

difficult *khó* kó

dining car *toa xe lửa phục vụ bữa ăn* dwaa sa lủhr·uh fụp vọọ bũhr·uh uhn

dinner *buổi ăn tối* boỏ·ee uhn dóy

direct a *trực tiếp* chựrk dee·úhp

direct-dial *quay số điện thoại trực tiếp* ğway sáw dee·uhn twại chup dee·úhp

direction *hướng* huhr·érng

director (company) *giám đốc* zaám đấwp

dirty *dơ* der

disabled (person) *bất lực* búht lụhrk

disco *phòng nhạc disco* fòm nyạk dis·ko

discount n *giảm giá* zaảm zaá

discrimination *sự kỳ thị* sụhr ğeè tẹẹ

disease *bệnh tật* bệng dụht

disk (CD-ROM) *cái đĩa* ğaí đeẽ·uh

disk (floppy) *cái đĩa mềm* ğaí đeẽ·uh mèm

diving *môn lặn* mawn lụhn

diving equipment *đồ lặn nước* đàw lụhn nuhr·érk

divorced *ly dị* lee zẹẹ

dizzy *chóng mặt* chóm mụht

do *làm* laàm

doctor *bác sĩ* baák seẽ

documentary *phim tài liệu* feem daì lee·oọ

dog *con chó* ğon jó

dole (unemployment benefit) *trợ cấp thất nghiệp* chẹr ğúhp túht ngyee·ụhp

doll *con búp bê* ğon búp be

dollar *tiền đô la* dee·ùhn đaw laa

dong (currency) *đồng* đàwm

door *cửa* ğủhr·uh

dope (drugs) *thuốc tê mê* too·úhk de me

double a *đôi* đoy

double bed *giường đôi* zuhr·èrng đoy

double room *phòng đôi* fòm đoy

down *xuống* soo·úhng

downhill *xuống dốc* soo·úhng záwp

dozen *một tá* máwt daá

drama *kịch* ğịk

draught beer *bia hơi* bee·uh her·ee

dream n *mơ* mer

dress n *áo đầm* ów đùhm

dried *khô* kaw

dried fruit *trái khô* chaí kaw

drink n *thức uống* túhrk oo·úhng

drink v *uống* oo·úng

drink (alcoholic) n *rượu* zee·oọ

drive v *lái xe* laí sa

drivers licence *bằng lái xe* bùhng laí sa

drizzle n *mưa phùng* muhr·uh fùm

drug (medicine) *thuốc* too·úhk

drug addiction *sự nghiện ma túy* sụhr ngyee·ụhn maa dweé

drug dealer *người bán ma túy* nguhr·eè baán maa dweé

drugs (illicit) *ma túy* maa dweé

drug trafficking *buôn bán thuốc lậu* boo·uhn baán too·úhk lọh

drug user *xì ke* seè ğa

drum (music) n *cái trống* ğaí cháwm

drunk a *bị say rượu* beẹ say zee·oọ

dry a *khô* kaw

dry (clothes) v *sấy* sáy

dry season *mùa khô* moo·ùh kaw

duck *con vịt* ğon vịt

dummy (pacifier) *núm vú giả* núm voó zaả

duty-free *hàng không đánh thuế* haàng kawm đaáng twé

DVD *đĩa DVD* đeẽ·uh de·ve·de

dynasty *triều vua* chee·oò voo·uh

E

each *mỗi* mõy

ear *cái tai* ğaí dai

early a *sớm* sérm

earn *kiếm được* ğee·úhm đuhr·ẹrk

earplugs *nút bít lỗ tai* nút bít lãw dai

earrings *bông tai* bawm dai
ears *tai* dai
Earth *quả đất* ğwaả đúht
earth (soil) *đất trồng trọt*
  đúht chàwm chọt
earthquake *động đất* đạwm đúht
east n *hướng đông* huhr·érng đawng
Easter *Lễ Phục Sinh* lẽ fụp sing
easy *dễ* zễ
eat *ăn* uhn
economy *nền kinh tế* nèn ğing té
economy class *cấp thường*
  ğúhp tuhr·èrng
ecotourism *du lịch hợp với môi trường*
  zoo lịk hẹrp ver·eé moy chuhr·èrng
ecstasy (drug) *thuốc lậu ecstasy*
  too·úhk lọh ek·staa·see
eczema *bệnh chàm* bẹng jaàm
education *sự giáo dục* sụhr zów zụp
egg *quả trứng* ğwaả chúhrng
election *cuộc tuyển cử*
  ğoo·ụhk dweé·uhn ğủhr
electrical store *tiệm đồ điện*
  dee·ụhm đàw đee·ụhn
electricity *điện lực* dee·ụhn lụhrk
elephant *con voi* ğon voy
elevator *thang máy* taang máy
email *email* ee·mayl
embarrassed *bối rối* bóy zóy
embassy *đại sứ* đại súhr
embroidery *đồ thêu* đàw tay·oo
emergency *cấp cứu* ğúhp ğuhr·oó
emotional *cảm động* ğaảm đạwm
employee *công nhân* ğawm nyuhn
employer *người chủ* nguhr·eè joó
empty a *trống rỗng* cháwm zãwm
end n *kết thúc* ğét túp
endangered species
  loài thú vật sắp tuyệt chủng
  lwaì toó vụht súhp dwee·ụht júm
engaged (to marry) *đính hôn* đíng hawn
engagement (to marry) *sự hứa hẹn*
  sụhr huhr·úh hạn
engine *máy móc* máy móp
engineer *kỹ sư* ğeẽ suhr
engineering *kỹ thuật xây dựng*
  ğeẽ twụht say zụhrng
England *nước Anh* nuhr·érk aang

English (language) *tiếng Anh*
  dee·úhng aang
English (people) *người Anh*
  nguhr·eè aang
enjoy (oneself) *thích thú* tík toó
enough *đủ* đoỏ
enter *đi vào* đee vòw
entertainment guide
  trang giới thiệu nơi giải trí
  chaang zer·eé tee·ọọ ner·ee zaỉ cheé
entry *cửa vào* ğủhr·uh vòw
envelope *bì thư* beè tuhr
environment *môi trường* moy chuhr·èrng
epilepsy *động kinh* đạwm ğing
equality *sự bình đẳng* sụhr bìng đủhng
equal opportunity *cơ hội bình đẳng*
  ğer họy bìng đủhng
equipment *dụng cụ* zụm ğọọ
erosion (soil) *xói lở đất* soy lẻr đúht
escalator *cầu thang máy* ğòh taang máy
estate agency *dịch vụ mua bán*
  zịk vọọ moo·uh baán
euro *tiền euro* dee·ùhn oo·ro
Europe *Châu Âu* joh oh
euthanasia *sự chết không đau đớn*
  sụhr jét kawm đoh dérn
evening *buổi tối* boỏ·ee dóy
every *mọi* mọy
every day *hằng ngày* hùhng ngày
everyone *mọi người* mọy nguhr·eè
everything *mọi thứ* mọy túhr
exactly *đúng* đúm
example *thí dụ* teé zọọ
excellent *xuất sắc* swúht súhk
excess baggage *qua hạn hành lý*
  ğwaa hạạn haàng leé
exchange n *sự trao đổi* sụhr chao đỏy
exchange v *đổi* đỏy
exchange rate *tỷ lệ hối đoái*
  deé lẹ hóy đwaí
excluded *loại trừ* lwại chùhr
exhaust (car) *khói hơi*
exhibition *cuộc triển lãm*
  ğoo·ụhk cheé·uhn laãm
exit *lối ra* lóy zaa
expensive *đắt tiền* đúht dee·ùhn
experience *kinh nghiệm* ğing ngyee·ụhm
exploitation *sự khai thác* sụhr kai taák

express a *tốc hành* dáwp haàng
express mail *chuyển phát nhanh*
jweê·uhn faát nyaang
extension (visa) *thêm visa mới*
tem vee·saa mer·eé
eye *con mắt* ğon múht
eye drops *thuốc nhỏ mắt*
too·úhk nyảw múht
eyes *mắt* múht

F

fabric *vải* vai
face n *mặt* mụht
face cloth *khăn lau mặt* kuhn loh mụht
factory *hãng* haảng
factory worker *công nhân xí nghiệp*
ğawm nyuhn seé ngyee·ụhp
fall (autumn) n *mùa thu* moo·ùh too
fall v *té* dá
family *gia đình* zaa đìng
family name *tên họ* den họ
famous *nổi tiếng* nỏy dee·úhng
fan (hand-held) *cái quạt* ğaí ğwaạt
fan (machine) *quạt máy* ğwaạt máy
fan (sport) *người ái mộ*
nguhr·eè aí mạw
fanbelt *dây kéo quạt* zay ğay·oó ğwaạt
far adv *xa* saa
fare *giá vé* zaá vá
farm n *nông trại* nawm chaị
farmer *nông dân* nawm zuhn
fashion *thời trang* ter·eè chaang
fast a *nhanh* nyaang
fat a *mập* mụhp
father *bố* báw
father-in-law (husband's father)
cha chồng jaa jàwm
father-in-law (wife's father) *cha vợ*
jaa vẹr
faucet *vòi nước* vòy nuhr·érk
fault (someone's) *lỗi lầm* lõy lùhm
faulty *có thiếu sót* ğó tee·oó sót
fax machine *máy fax* máy faak
fear n *sự sợ hãi* sụhr sẹr haĩ
February *tháng hai* taáng hai
feed v *cho ăn* jo uhn
feel (emotions) *cảm thấy* ğaảm táy

feel (touch) *sờ* ser
feelings *cảm giác* ğaảm zaák
female a *nữ* nũhr
fence n *hàng rào* haàng zòw
fencing (sport) *thuật đánh kiếm*
twụht đaáng ğee·úhm
ferry n *chiếc pha* jee·úhk faa
festival *đại hội* đaị họy
fever *cơn sốt* ğern sáwt
few *ít* ít
fiancé *chồng đính hôn* jàwm đíng hawn
fiancée *vợ đính hôn* vẹr đíng hawn
fiction *điều tưởng tượng*
dee·oò dủhr·erng duhr·ẹrng
field *cánh đồng* ğaáng đàwm
fight n *đánh nhau* đaáng nyoh
fill *làm đầy* laàm đày
fillet *miếng thịt róc xương mỡ*
mee·úhng tịt zóp suhr·erng mẽr
film (cinema) *phim* feem
film (for camera) *cuộn phim*
ğoo·ụhn feem
film speed *tốc độ phim* đáwp đạw feem
filtered *lọc* lop
find *tìm ra* dìm zaa
fine (penalty) n *tiền phạt* dee·ùhn faạt
fine (weather) a *nắng* núhng
finger *ngón tay* ngón tay
finish n *sự kết thúc* sụhr ğét tụhrk
finish v *kết thúc* ğét tụhrk
Finland *nước Phin-lan* nuhr·érk fin·laan
fire n *lửa* lủhr·uh
firewood *củi đốt lò* ğoỏ·ee đáwt lò
first *đầu tiên* đòh dee·uhn
first-aid kit *hộp cứu thương*
hạwp ğuhr·oó tuhr·erng
first class *hạng nhất* haạng nyúht
first name *tên thánh* den taáng
fish n *cá* ğaá
fishing *đánh cá* đaáng ğaá
fishmonger *người bán cá*
nguhr·eè baán ğaá
flag *lá cờ* laá ğèr
flashlight *cái đèn pin* ğaí dàn pin
flat a *bằng* bùhng
flat (apartment) n *căn phố* ğuhn fáw
flea *bọ chét* bọ ját
fleamarket *chợ trời* jẹr chèr·ee

flight *chuyến bay* jwee·úhn bay
flood n *nạn lụt* naạn lụt
floor (ground) *sàn nhà* saàn nyaà
floor (storey) *tầng* dùhng
florist (shop) *tiệm bán hoa* dee·ụhm baán hwaa
flour *bột* bạwt
flower *bông hoa* bawm hwaa
flu *bệnh cảm cúm* bẹng ğaảm ğúm
fly (insect) n *con ruồi* ğon zoo·eè
fly (plane) v *bay* bay
foggy *có xương mù* ğó suhr·erng moò
follow *đi theo* đee tay·oo
food *thức ăn* túhrk uhn
food supplies *thực phẩm* tuhrk fúhm
foot (body) *bàn chân* baàn juhn
football (soccer) *bóng đá* báwm đaá
footpath *đường mòn* đuhr·èrng mòn
foreign *nước ngoài* nuhr·érk ngwaì
forest *rừng* zùhrng
forever *mãi mãi* maĩ maĩ
forget *quên* ğwen
forgive *tha thứ* taa túhr
fork *cái nĩa* ğaí neẽ·uh
fortnight *hai tuần* hai dwùhn
fortune teller *thầy bói* tày bóy
foyer *tiền sảnh* dee·ùhn saáng
fragile *dễ vỡ* zẽ vẽr
France *nước Pháp* nuhr·érk faáp
free (available) *rảnh* zaảng
free (gratis) *miễn phí* meẽ·uhn feé
free (not bound) *tự do* dụhr zo
freeze *đóng băng* đóm buhng
fresh *tươi* duhr·ee
Friday *thứ sáu* túhr sóh
fridge *tủ lạnh* doỏ laạng
fried *chiên* jee·uhn
friend *bạn* baạn
from *từ* dùhr
frost *xương muối* suhr·erng moo·eé
frozen *đồng đá* đàwm đaá
fruit *trái cây* chaí ğay
fry *chiên* jee·uhn
frying pan *cái chảo chiên* ğaí jỏw jee·uhn
full *đầy* đày
full-time *nguyên ngày* ngwee·uhn ngày
fun a *vui đùa* voo·ee đoo·ùh
funeral *tang lễ* daang lễ

funny *buồn cười* boo·ùhn ğuhr·eè
furniture *bàn ghế* baàn gé
future n *tương lai* duhr·erng lai

G

game *trò chơi* chò jer·ee
game (sport) *cuộc thi* ğoo·ụhk tee
garage *nhà để xe* nyaà đẻ sa
garbage *rác* zaák
garbage can *thùng rác* tùm zaák
garden *vườn* vuhr·èrn
gardener *người làm vườn* nguhr·eè laàm vuhr·èrn
gardening *sự làm vườn* suhr laàm vuhr·èrn
gas (for cooking) *hơi ga* her·ee gaa
gas (petrol) *xăng* suhng
gas cartridge *bình chứa ga* bìng juhr·úh gaa
gastroenteritis *bệnh ỉa chảy* bẹng eẻ·uh jảy
gate (airport, etc) *cổng* ğảwm
gauze *băng* buhng
gay (homosexual) a *pê đê* pe de
Germany *nước Đức* nuhr·érk đúhrk
get *lấy* láy
get off (a train, etc) *xuống* soo·úhng
gift *quà* ğwaà
gig *buổi họp nhạc* boỏ·ee họp nyaạk
gin *rượu gin* zee·oọ jin
girl *con gái* ğon gaí
girlfriend *bạn gái* baạn gaí
give *cho* jo
glandular fever *bệnh sưng tuyến* bẹng suhrng dwee·úhn
glass (drinking) *cốc/ly* ⑩/⑤ ğáwp/lee
glasses (spectacles) *cái kính* ğaí ğíng
gloves *gang tay* gaang day
glue *keo dán* ğay·oo zaán
go *đi* dee
goal (score) *gôn* gawn
goalkeeper *thủ thành* toỏ taàng
god *thần* tùhn
goggles (skiing) *kính trượt tuyết* ğíng chuhr·ẹrt dwee·úht
goggles (swimming) *kính bơi* ğíng ber·ee

gold n *vàng* vaàng
golf ball *bánh gôn* baáng gawn
golf course *sân gôn* suhn gawn
good *tốt* dáwt
goodbye *chào* jòw
go out *đi chơi* đee jer-ee
go out with *đi chơi với* đee jer-ee ver-eé
go shopping *đi chợ* đee jer
government *chính phủ* jíng fú
gram *gam* gaam
grandchild *cháu trai* jóh chai
grandfather (maternal) *ông ngoại* awm ngwaị
grandfather (paternal) *ông nội* awm nọy
grandmother (maternal) *bà ngoại* baà ngwaị
grandmother (paternal) *bà nội* baà nọy
grass *cỏ* ğó
grateful *biết ơn* bee-úht ern
grave n *mộ* maw
great (fantastic) *hay* hay
green *màu xanh lá cây* mòh saang laá ğay
greengrocer *người bán rau quả* nguhr-eè baán zoh ğwaá
grey *màu xám* mòh saám
grocery (shop) *tiệm tập hóa* dee-ụhm dụhp hwaá
grow (plant) *giống* zàwm
guaranteed *bảo đảm* bów đaám
guess v *đoán* dwaán
guesthouse *nhà nghỉ* nhaà ngyée
guide (audio) n *băng thu lời hướng dẫn* buhng too ler-eè huhr-érng zũhn
guide (person) n *người hướng dẫn* nguhr-eè huhr-érng zũhn
guidebook *sách hướng dẫn* saák huhr-érng zũhn
guide dog *chó hướng dẫn* jó huhr-érng zũhn
guided tour *cuộc du lịch có người chỉ dẫn* goo-ụhk zoo lịk ğó nguhr-eè jeé zũhn
guided trek *cuộc hành trình có người hướng dẫn* goo-ụhk haàng chìng ğó nguhr-eè huhr-érng zũhn
guilty *có tội* ğó dọy
guitar *ghi ta* gee daa
gum *kẹo cao su* kay-oọ ğow soo

gun *cái súng* ğaí súm
gym (place) *phòng tập thể dục* fòm dụhp tẻ zụp
gymnastics *môn nhào lộn* mawn nyòw lẹrn
gynaecologist *bác sĩ phụ khoa* baák seế foọ kwaa

hair *tóc* dóp
hairbrush *bàn chải tóc* baàn jaỉ dóp
haircut *hớt tóc* hért dóp
hairdresser *thợ hớt tóc* tẹr hért dóp
halal (food) *thức ăn Hồi giáo* túhrk uhn hòy zów
half n *nửa* núhr·uh
hallucination *ảo giác* ów zaák
ham *giăm bông* zuhm bawm
hammer *cây búa* ğay boo·úh
hammock *cái võng* ğaí võm
hand *bàn tay* baàn day
handbag *túi xách* doo·eé saák
handball *môn bóng ném* mawn bóm nám
handicraft *nghề thủ công* ngyè toỏ ğawm
handkerchief *khăn tay* kuhn day
handlebars *tay lái* day laí
handmade *làm bằng tay* laàm bùhng day
handsome *đẹp trai* đạp chai
happy *vui vẻ* voo·ee vẻ
harassment *sự quấy rầy* sụhr ğwáy zày
harbour *hải cảng* haỉ ğaảng
hard (not soft) *cứng* ğúhrng
hardware store *hàng đồ sắt* haàng đàw súht
hat *cái mu* ğaí moo
have *có* ğó
have a cold *bị cảm* beẹ ğaảm
have fun *để giải trí* đẻ zaỉ cheé
hay fever *bệnh dị ứng phân hoa* bẹng zẹẹ úhrng fuhn hwaa
he *ông ấy* awm áy
head *đầu* dòh
headache *nhức đầu* nyúhrk đòh
headlights *cái đèn xe* ğaí dàn sa
health *sức khỏe* súhrk kwả
hear *nghe* ngya
hearing aid *máy trợ tai* máy chẹr dai

heart *trái tim* chaí dim
heart attack *bệnh đau tim* bẹng đoh dim
heart condition *bệnh tim* bẹng dim
heat n *hơi nóng* her·ee nóm
heated *có lò sỏi* ğó lò sỏy
heater *máy sưởi* máy sủhr·ee
heating *nhiệt lò sỏi* nyee·ụht lò sỏy
heavy *nặng* nụhng
helmet *mũ an toàn* moõ aan dwaãn
help n *giúp đỡ* zúp đẽr
help v *giúp* zúp
hepatitis *bệnh viêm gan*
     bẹng vee·uhm gaan
her (possessive) *của bà ấy* ğoỏ·uh baà áy
herb *cỏ* ğỏ
herbalist *nhà nghiên cứu dược thảo*
     nyaà ngyee·uhn ğuhr·oó zuhr·ẹrk tỏw
herbal medicine *thuốc bắc* too·úhk búhk
herbicide *thuốc sát cỏ* too·úhk saát ğỏ
here *đây* day
heroin *bạch phiền* bạạk fe·ùhn
high *cao* ğow
highchair *ghế ngồi ăn em bé*
     gé ngồy uhn am bá
high school *trường trung học*
     chuhr·èrng chum họp
highway *xa lộ* saa lạw
hike v *đi bộ đường dài*
     đee bạw đuhr·èrng zaì
hiking *môn thể thao đi bộ đường dài*
     mawn tẻ tow đee bạw đuhr·èrng zaì
hiking boots *giày đi bộ đường dài*
     zày đee bạw đuhr·èrng zaì
hiking route *lộ trình đi bộ đường dài*
     lạw chìng đee bạw đuhr·èrng zaì
hill *đồi* đòy
Hindu n *Ấn Độ Giáo* úhn đạạ zów
hire v *thuê* twe
his *của ông ấy* ğoỏ·uh awm áy
historical *cổ* ğảw
history *lịch sử* lịk sủhr
hitchhike *đi nhờ xe người khác*
     đee nyèr sa nguhr·eè kaák
HIV *bệnh HIV* bẹng aych ai vee
hockey *môn khúc côn cầu*
     mawn kúp ğawn ğòh
holiday *ngày lễ* ngày lẽ
holidays *những ngày lễ* nyũhrng ngày lẽ

home *nhà* nyaà
homeless *vô gia cư* vaw zaa ğuhr
homeopathy
     phép chữa vi lượng đồng căn
     fáp jũhr·uh vee luhr·ẹrng đàwm ğuhn
homosexual n *đồng tình luyến ái*
     đàwm đing lwee·úhn aí
honey *mật ong* mụht om
honeymoon *tuần trăng mật*
     dwùhn chuhng mụht
horoscope *tử vi* dủhr vee
horrible *khủng khiếp* kủm kee·úhp
horse *con ngựa* gon nguhr·ụh
horse riding *cưỡi ngựa* ğũhr·ee nguhr·ụh
hospital *bệnh viện* bẹng vee·ụhn
hospitality *sự hiếu khách*
     sụhr hee·oó kaák
hot *nóng* nóm
hotel *khách sạn* kaák sạạn
hot water *nước nóng* nuhr·érk nóm
hour *giờ* zèr
house *căn nhà* ğuhn nyaà
housework *việc nhà* vee·ụhk nyaà
how *thế nào* té nòw
how many *bao nhiêu cái* bow nyee·oo kái
how much *bao nhiêu* bow nyee·oo
hug v *ôm chặt* awm jụht
huge *to* do
humanities *nhân văn học*
     nyuhn vuhn họp
human resources *nhân lực* nyuhn lụhrk
human rights *nhân quyền*
     nyuhn ğwee·ùhn
humid *ẩm* úhm
hundred *một trăm* mạwt chuhm
hungry *đói* đóy
hunting *săn* suhn
hurt v *đau* đoh
husband *chồng* jàwm

I

I *tôi* doy
ice *nước đá* nuhr·érk đaá
ice cream *kem* ğam
ice-cream parlour *quán kem* ğwaán ğam
identification *sự nhận dạng*
     sụhr nyụhn zạạng

identification card (ID) *giấy chứng minh* záy chúhrng ming
idiot *kẻ khờ dại* ğả kèr zại
if *nếu* nay·óó
ill *đau ốm* đoh ăwm
immigration *sự nhập cư* suhr nyuhp ğuhr
important *quan trọng* ğwaan chọm
impossible *không thể làm được* kawm tẻ laàm đuhr·ęrk
in *trong* chom
in advance adv *trước* chuhr·érk
in a hurry *vội vàng* vọy vaàng
included *bao gồm* bow gàwm
income tax *thuế thu nhập* twé too nyụp
India *nước Ấn Độ* nuhr·érk úhn đạw
indicator *vật chỉ thị* vụht jẻé tẹę
indigestion *bệnh khó tiêu* bẹng kó dee·oo
indoor *trong nhà* chom nyaà
industry *công nghiệp* gawm ngyee·ụhp
inequality *sự bất bình đẳng* suhr búht bìng đủhng
infection *viêm* vee·uhm
inflammation *vết viêm* vét vee·uhm
influenza *bệnh cảm cúm* bẹng ğảảm ğúm
information *thông tin* tawm din
in front of *ở trước* ẻr chuhr·érk
ingredient *nguyên liệu* ngwee·uhn lee·oọ
inject *chích* jík
injection *việc tiêm thuốc* vee·ụhk dee·uhm too·úhk
injured *bị thương* bẹę tuhr·ẹrng
injury *thương tích* tuhr·erng dík
inner tube *ruột xe* zoo·ụht sa
innocent *vô tội* vaw dọy
insect repellent *thuốc trừ sâu bọ tức* too·úhk chùhr soh bọ dúhrk
inside *bên trong* ben chom
instructor *nhân viên giảng huấn* nyuhn vee·uhn zaảng hwúhn
insurance *sự bảo hiểm* suhr bỏw heẻ·uhm
interesting *thú vị* toó vẹę
intermission *giờ giải lao* zèr zaỉ low
international *quốc tế* ğwáwk dé
Internet *mạng internet* maạng in·ter·net
Internet café *dịch vụ internet* zịk voọ in·ter·net
interpreter *thông ngon viên* tawm ngon vee·uhn

interview *cuộc phỏng vấn* ğoo·ụhk fỏm vúhn
invite *mời* mer·eè
Ireland *nước Ái-len* nuhr·érk aí·laan
iron (for clothes) n *là* laà
island *hòn đảo* hòn đỏw
Israel *nước Do Thái* nuhr·érk zo taí
it *cái đó* ğaí đó
IT *tin học* din họp
Italy *nước Ý* nuhr·érk eé
itch n *sự ngứa ngáy* suhr nguhr·úh ngáy
itemised *ghi từng khoản* gee dùhrng kwaản
itinerary *hành trình* haàng chìng
IUD *vòng tránh thai* vòm chaáng tai

J

jacket *áo vét* ów vát
jail *nhà tù* nyaà dòò
jam *mứt* múhrt
January *tháng giêng* taáng zee·uhng
Japan *nước Nhật* nuhr·érk nyụht
jar *bình* bìng
jaw *hàm* haàm
jealous *ghên tị* gen tẹę
jeans *quần jean* ğwùhn jeen
jeep *xe díp* sa zeép
jet lag *hội chứng chệch múi giờ* họy júhrng jệk moo·eé zèr
jewellery *đồ trang sức* đàw xhaang súhrk
Jewish *thuộc Do Thái* too·ụhk zo taí
job *việc làm* vee·ụhk laàm
jogging *chạy bộ chơi* jạy bạw jer·ee
joke n *nói đùa* nóy đoo·ùh
journalist *nhà báo* nyaà bów
journey *cuộc hành trình* ğoo·ụhk haàng chìng
judge n *quan tòa* ğwaan twaà
juice *nước ép* nuhr·érk áp
July *tháng bảy* taáng bảy
jump *nhảy* nyảy
jumper (sweater) *áo len dài tay* ów lan zaì day
jumper leads *dây điện nối* zay đee·ụhn naw·eé
June *tháng sáu* taáng sóh
jungle *rừng* zùhrng
justice *công lý* ğawm leé

K

karaoke bar *quán ba karaoke*
ğwaán baa ğaa·raa·o·ğe
ketchup *xốt cà chua* sáwt ğaà joo·uh
key *chìa khóa* jee·ùh kwaá
keyboard *bàn chữ* baàn júhr
kick v *đá* đaá
kidney *trái thận* chaí tụhn
kill *giết* zét
kilogram *kí lô* ğee law
kilometre *cây số* ğay sáw
kind a *tử tế* dúhr dé
kindergarten *vườn trẻ* vuhr·èrn chả
king *vua* voo·uh
kiss n *nụ hôn* noọ hawn
kiss v *hôn* hawn
kitchen *nhà bếp* nyaà bép
knee *đầu gối* đòh góy
knife *con dao* ğon zow
know (someone) *quen* ğwan
know (something) *biết* bee·úht
kosher (food)
    thức ăn Do Thái túhrk uhn zo taí

L

labourer *công nhân* ğawm nyuhn
lace (shoe) *dây giầy* zay zày
lacquerware *đồ sơn mài* đàw sern mai
lake *cái hồ* ğaí hàw
land n *đất liền* đúht lee·ùhn
landlady *bà chủ nhà* baà joỏ nyaà
landlord *ông chủ nhà* awm joỏ nyaà
land mine *quả mìn* ğwaả mìn
language *ngôn ngữ* ngawn ngũhr
Laos *nước Lào* nuhr·érk lòw
laptop *máy vi tính sách tay*
    máy vee díng saák day
large *lớn* lérn
last (final) *cuối cùng* ğoo·eé ğùm
last (previous) *trước* chuhr·érk
late a *trễ* chẽ
later *sau* soh
laugh v *cười* ğuhr·eè
launderette *tiệm giặt bằng máy*
    dee·ụhm zụht bùhng máy

laundry (clothes) n *quần áo bẩn*
    ğwùhn ów búhn
laundry (place) *phòng giặt* fòm zụht
law (legislation) *luật* lwụht
law (professsion/study) *luật pháp*
    lwụht faáp
lawyer *luật sư* lwụht suhr
laxative *thuốc nhuận trường*
    too·úhk nyoo·ụhn chuhr·èrng
lazy *lười* luhr·eè
leader *người lãnh đạo* nguhr·eè laãng dọw
leaf *cái lá* ğaí laá
learn *học* họp
leather n *đồ da* đàw zaa
lecturer *giáo sư* zów suhr
left (direction) *phía trái* fee·úh chaí
left luggage *hành lý bị bỏ lại*
    haàng leé bẹ bỏ lại
left-luggage office *phòng giữ đồ*
    fòm zũhr đàw
left-wing *cánh hữu* ğaáng hũhr·oo
leg *chân* juhn
legal *theo luật* tay·oo lwụht
legislation *pháp luật* faáp lwụht
lemonade *nước chanh ga*
    nuhr·érk jaang gaa
lens *thấu kính thuỷ tinh thể*
    tóh ğíng tweẻ ding tẻ
lesbian n *phụ nữ đồng tính luyến ái*
    foọ nũhr đàwm díng lwee·úhn aí
less *ít hơn* ít hern
letter (mail) *thư* tuhr
liar *kẻ nói dối* ğẻ nóy zóy
library *thư viện* tuhr vee·ụhn
lice *con chí* ğon jeé
licence *giấy phep lái xe* záy fạp laí sa
license plate number *số xe* sáw sa
lie (not stand) v *nằm* nùhm
lie (speak untruly) v *nói láo* nóy lów
life *cuộc sống* ğoo·ụhk sáwm
life jacket *áo pháo* ów fów
lift (elevator) *thang máy* taang máy
light n *ánh sáng* aáng saáng
light (not heavy) a *nhẹ* nyạ
light (of colour) a *sáng* saáng
light bulb *bóng đèn điện*
    bóm đàn dee·ụhn

lighter (cigarette) *cái bật lửa*
ğaí bụht lúhr·uh
light meter *thiết bị đo độ sáng*
tee·úht bẹ đo đạw saáng
like v *thích* tík
lime (fruit) *trái chanh* chaí jaang
linen (material) *vải lanh* vaỉ laang
linen (sheets) *khăn giường*
kuhn zuhr·èrng
lip balm *thuốc bôi môi* too·úhk boy moy
lips *môi* moy
lipstick *son tô môi* son daw moy
liquor store *hàng rượu* haàng zee·ọo
listen *nghe* ngya
little (not much) adv *một chút* mạwt jút
little (small) a *nhỏ* nyỏ
live (be alive) *sống* sáwm
live (somewhere) *ở* èr
liver *lá gan* laá gaan
lizard *con thằng lằng* ğon tùhng lùhng
local a *địa phương* đee·ụh fuhr·erng
location *vị trí* vẹe chéé
lock n *ổ khóa* ảw kwaá
lock v *khóa* kwaá
locked *hóa* hwaá
lollies *kẹo ngọt* ğạy·ọo ngọk
long *dài* zaì
long distance *đường dài* đuhr·èrng zaì
look *nhìn* nyìn
look after *trông nom* chawm nom
look for *tìm kiếm* dìm ğee·úhm
lookout *nơi ngắm cảnh*
ner·ee nguhm ğaảng
loose *lỏng* lỏm
loose change *tiền lẻ* dee·ùhn lẻ
lose (something) *mất* múht
lost *bị mất* bẹe múht
lost-property office *phòng đồ đạc bị*
thất lạc fòm đàw đạak bẹe túht laạk
(a) lot *nhiều* nyee·oò
loud *ầm ĩ* ùhm eẽ
love n *tình yêu* dìng ee·oo
love v *yêu* ee·oo
lover *người yêu* nguhr·eè ee·oo
low *thấp* túhp
lubricant *dầu xe* zòh sa
luck *sự may mắn* sụhr may múhn
lucky *may mắn* may múhn

luggage *hành lý* haàng leé
luggage lockers *tủ khóa đừng hành lý*
doỏ kwaá đùhrng haàng leé
luggage tag *biên lai số hành lý*
bee·uhn lai sáw haàng leé
lump *tảng* ảang
lunar calendar *âm lịch* uhm lịk
Lunar New Year *tết âm lịch* dét uhm lịk
lunch *bữa ăn trưa* bũhr·uh uhn chuhr·uh
lunchtime *giờ ăn trưa* zèr uhn chuhr·uh
lung *lá phổi* laá fỏy
luxury *sự xa hoa* sụhr saa hwaa

M

machine *máy móc* máy móp
made *làm bằng* laàm bùhng
magazine *tạp chí* daạp jeé
magician *ảo thuật gia* ỏw twụht zaa
mail (letters) *thư từ* tuhr dùhr
mail (postal system) *thơ* ter
mailbox *hộp thư* hạwp tuhr
main *chính* jíng
main road *đường chính* đuhr·èrng jíng
majority *phần lớn* fùhn lérn
make *làm* laàm
make-up *trang điểm* chaang đeé·uhm
malaria *bệnh sốt rét* bẹng sáwt zét
mammogram *chụp điện vú*
jụp dee·ụhn voó
man *đàn ông* đaàn awm
manager (director) *giám đốc* zaám đáwp
manager (hotel/restaurant)
người quản lý nguhr·eè ğwaản leé
mangrove forest *rừng cây đước*
zùhrng gay đuhr·érk
manual worker *người lao động chân tay*
nguhr·eè low đạwm juhn day
many *nhiều* nyee·oò
map *bản đồ* baản đàw
March *tháng ba* taáng baa
margarine *bơ* ber
marijuana *cần sa* ğùhn saa
marital status *tình trạng hôn nhân*
dìng chạang hawn nyuhn
market *chợ* jẹr
market (economy) *thị trường*
tẹẹ chuhr·èrng

marmalade *mứt cam* múhrt ğaam
marriage *sự kết hôn* sụhr ğét hawn
married *lập gia đình rồi* lụhp zaa đing zòy
marry *cưới* ğuhr·eé
martial arts *võ thuật* võ twụht
mass (Catholic) *lễ misa* lễ mee·saa
massage n *xoa bóp* swaa bóp
masseur/masseuse *nhân viên xoa bóp* nyuhn vee·uhn swaa bóp
mat n *chiếu* jee·oó
match (sports) *cuộc thi đấu* ğoo·ụhk tee đóh
matches (for lighting) *diêm quẹt* zee·uhm ğwạt
mattress *nệm* nẹm
May *tháng năm* taáng nuhm
maybe *có lẽ* ğó lẽ
mayor *thị trưởng* tẹe chửhr·erng
me *tôi* doy
meal *bữa ăn* bũhr·uh uhn
measles *bệnh sởi* bẹng sẻr·ee
meat *thịt* tịt
mechanic n *thợ máy* tẹr máy
media *phương tiện thông tin đại chúng* fuhr·erng dee·ụhn tawm din đại júm
medicine (medication) *thuốc* too·úhk
medicine (profession) *y học* ee họp
meditation *sự suy ngẫm* sụhr swee ngũhm
meet *gặp* guhp
member *hội viên* họy vee·uhn
menstruation *kinh nguyệt* ğing ngwee·ụht
menu *thực đơn* tụhrk đern
message *lời nhắn tin* ler·eè nyúhn din
metal n *kim loại* ğim lwại
metre *mét* mát
microwave (oven) *cái lò ve sóng* ğaí lò vee sóm
midday *mười hai giờ trưa* muhr·eè hai zèr chuhr·uh
midnight *nửa đêm* nủhr·uh đem
migraine *chứng đau nửa đầu* júhrng đoh nủhr·uh đòh
military n *quân đội* ğwuhn đọy
military service *nghĩa vụ quân sự* ngyeẽ·uh vọ ğwuhn sụhr
milk *sữa* sũhr·uh
millimetre *mi li mét* mee lee mát

million *triệu* chee·oọ
mince n *bằm* búhm
mind n *trí óc* cheé óp
mine (weapon) *quả mìn* ğwaả mìn
minefield *bãi mìn* baĩ mìn
mineral water *nước suối* nuhr·érk soo·eé
minibus *xe mini* sa mee·nee
minute *phút* fút
mirror *gương soi* ğuhr·erng soy
miscarriage *sự sẩy thai* sụhr sảy tai
miss (feel absence of) *nhớ nhung* nyér nyum
mistake *sai lầm* sai lùhm
mix v *trộn* chạwn
mobile phone *điện thoại di động* đee·ụhn twại zee đạwm
modem *modem* mo·đam
modern *tối tân* dóy duhn
moisturiser *kem dưỡng da cho mướt* ğan zũhr·erng zaa jo muhr·ért
monastery *tu viện* doo vee·ụhn
Monday *thứ hai* túhr hai
money *tiền* dee·ùhn
monk *nhà sư* nyaà suhr
monkey *con khỉ* ğon keẻ
monsoon *gió mùa* zó moo·ùh
month *tháng* taáng
monument *di tích lịch sử* zee dík lịk súhr
moon *mặt trăng* mụht chaang
more *nhiều hơn* nyee·oò hern
morning *buổi sáng* boỏ·ee saáng
morning sickness *thái nghén* taí ngyán
mosque *thánh đường hồi giáo* taáng đuhr·èrng hòy zów
mosquito *con muỗi* ğon moõ·ee
mosquito coil *nhang muỗi* nyaang moõ·ee
mosquito net *cái màn* ğaí maàn
mother *mẹ* mạ
mother-in-law (husband's mother) *mẹ chồng* mạ jàwm
mother-in-law (wife's mother) *mẹ vợ* mạ vẹr
motorbike *xe môtô* sa maw·taw
motorboat *thuyền máy* twee·ùhn máy
motorcycle *xe môtô* sa maw·taw
motorcycle-taxi *xe ôm* sa awm

motorway (tollway) *xa lộ siêu tốc*
saa lạw see·oo dáwp
mountain *núi* noo·eé
mountain bike *xe đạp leo núi*
sa đaạp lay·oo noo·eé
mountaineering *môn thể thao leo núi*
mawn té tow lay·oo noo·eé
mountain hut *túp lều trên núi*
dúp lay·oò chen noo·eé
mountain path *đường mòn trên núi*
đuhr·èrng mòn chen noo·eé
mountain range *dãy núi* zãy noo·eé
mouse *con chuột* ğon joo·ụht
mouth *cái miệng* ğaí mee·ụhng
movie *phim* feem
mud *bùn* bùn
mumps *bệnh quai bị* bẹng ğwai beẹ
murder n *vụ giết người* voọ zét nguhr·eè
murder v *giết người* zét nguhr·eè
muscle *bắp thịt* búhp tịt
museum *viện bảo tàng*
vee·ụhn bỏw daàng
music *âm nhạc* uhm nyaạk
music shop *tiệm bán đĩa nhạc*
dee·ụhm baán đeẽ·uh nyaạk
musician *nhạc sĩ* nyaạk seẽ
Muslim n *Hồi Giáo* hòy zớw
mute a *lặng câm* lụhng ğuhm
my *của tôi* ğoỏ·uh doy

N

nail clippers *cái cắt mong tay*
ğaí ğúht mom day
name n *tên* den
napalm *thuốc nổ napam*
too·úhk nảw naa·paam
napkin *khăn ăn* kuhn uhn
nappy *tã lót* daã lót
nappy rash *sấy do tã lót* sáy zo daã lót
national park *công viên quốc gia*
ğawm vee·uhn ğwák zaa
nationality *quốc tịch* ğwák dịk
nature *thiên nhiên* tee·uhn nyee·uhn
naturopathy *chữa bệnh theo phương*
pháp dưỡng sinh jũhr·uh bịng tay·oo
fuhr·erng faáp zũhr·erng sing
nausea *buồn nôn* boo·ùhn nawn

near *gần* gùhn
nearby *gần bên* gùhn ben
nearest *gần nhất* gùhn nyúht
necessary *cần thiết* ğùhn tee·úht
necklace *chuỗi hạt đeo cổ*
joỏ·ee haạt đạy·oo ğảw
need v *cần* gùhn
needle (sewing) *kim may* ğim may
needle (syringe) *kim chích* ğim jík
neither *không* kawm
net *mạng lưới* maạng luhr·eé
Netherlands *nước Hà-lan*
nuhr·érk haà·laan
never *không bao giờ* kawm bow zèr
new *mới* mer·eé
news *tin tức* din dúhrk
newsagency *thông tấn xã* tawm dúhn saã
newspaper *tờ báo* dèr bów
newsstand *tiệm tờ báo* dee·ụhm dèr bów
New Year's Day *ngày tết* ngày dét
New Year's Eve *đêm giao thừa*
đem zow tuhr·ùh
New Zealand *Tân Tây Lan* duhn day laan
next *tiếp* dee·úhp
next to *bên cạnh* ben ğaạng
nice *tử tế* dủhr dé
nickname *biệt danh* bee·ụht zaang
night *ban đêm* naan đem
nightclub *hộp đêm* hạwp đem
night out *cuộc đi chơi ban đêm*
goo·ụhk đee jer·ee baan đem
no *không* kawm
noise *tiếng ồn ào* dee·úhng àwn òw
noisy *ồn ào* àwn òw
none *không có cái nào* kawm ğó ğaí nòw
nonsmoking *cấm hút thuốc lá*
ğúhm hút too·úhk laá
noodles *mì phở* meè fẻr
noon *buổi trưa* boỏ·ee chuhr·uh
north n *hướng bắc* huhr·érng búhk
Norway *nước Na-uy* nuhr·érk naa·wee
nose *mũi* moõ·ee
not *không* kawm
notebook *sổ tay* sảw day
nothing *không có gì hết* kawm ğó zeẽ hét
November *tháng mười một*
taáng muhr·eè mạwt
now *bây giờ* bay zèr

nuclear energy *năng lượng hạt nhân* nuhng luhr·erng haạt nyuhn

nuclear testing *thử bom hạt nhân* tủhr bom haạt nyuhn

nuclear waste *rác hạt nhân* zaák haạt nyuhn

number *số* sáw

numberplate *số xe* sáw sa

nun *nữ tu sĩ* nũhr doo seẽ

nurse *n y tá* ee daá

nut *hạt* haạt

O

oats *lúa mạch* loo·úh maạk

ocean *đại dương* đaị zuhr·erng

October *tháng mười* taáng muhr·eè

off (spoilt) *hư* huhr

offence *sự xúc phạm* suhr súp faạm

office *văn phòng* vuhn fòm

office worker *nhân viên văn phòng* nyuhn vee·uhn vuhn fòm

often *thường* tuhr·èrng

oil (cooking) *dầu nấu ăn* zòh nóh uhn

oil (petrol) *dầu* zòh

old *già* zaà

Olympic Games *Thế Vận Hội* té vụhn họy

omelette *trứng ốp lết* chúhrng áwp lét

on *trên* chen

once *một lần* maựt lùhn

one-way ticket *vé một chiều* vá maṭ jee·oò

onion *hành* haàng

only *duy nhất* zwee nyúht

on time *đúng giờ* đúm zèr

open a&v *mở* mẻr

opening hours *giờ mở* zèr mẻr

opera *nhạc kịch* opera nyaạk ğịk o·pa·raa

opera house *rạp opera* zaạp o·pa·raa

operation (action) *sự hoạt động* suhr hwaạt đạwm

operation (medical) *cuộc giải phẫu* goo·ụhk zaỉ fỏh

operator *người điều khiển* nguhr·eè đee·oò keẻ·uhn

opinion *ý kiến* eé·ğee·úhn

opposite *đối diện* đóy zee·ụhn

optometrist *người đo mắt* nguhr·eè đo múht

or *hoặc* hwụhk

orange (colour) a *màu cam* mòh ğaam

orange (fruit) n *trái cam* chaí ğaam

orange juice *nước cam* nuhr·érk ğaam

orchestra *ban nhạc hoà tấu* baan nyaạk hwaà dóh

orchid *hoa lan* hwaa laan

order n *đặt món ăn* đụht món uhn

order v *đặt hàng* đụht haàng

ordinary *thông thường* tawm tuhr·èrng

organise *tổ chức* dảw júhrk

orgasm *tình trạng bị kích động đến cực độ* đing chaạng beẹ ğík đạwm dén ğụhrk đạw

original a *nguyên bản* ngwee·uhn baán

other *khác* kaák

our *của chúng tôi* ğoỏ·uh júm doy

out of order *bị hư* beẹ huhr

outside *bên ngoài* ben ngwaì

ovary *buồng trứng* boo·ùhng chúhrng

oven *cái lò* ğaí lò

over *ở trên* ẻr chen

overcoat *áo khoác* ów kwaák

overdose n *sự dùng thuốc quá liều* suhr zùm too·úhk ğwaá lee·oò

overnight *suốt đêm* swúht đem

overseas *hải ngoại* hai ngwaị

overtake *qua mặt* ğwaa mụht

owe *nợ* nẹr

owner *người làm chủ* nguhr·eè laàm joó

oxygen *dưỡng khí* zũhr·erng keé

ozone layer *tầng ôzôn bao quanh trái đất* dùhng aw·zawn bow ğwaang chaí đúht

P

pacemaker *máy điện điều hòa tim* máy đee·ụhn đee·oò hwaà dim

pacifier (dummy) *núm vú giả* núm voó zaả

package *đóng gói* đóm góy

packet (general) *gói* góy

padlock *cái khóa móc* ğaí kwaá móp

paedophilia
 người lớn làm tình với trẻ em
 nguhr·eè lérn laàm đìng ver·eé chá am
page *trang sách* chaang saák
pagoda *chùa* joo·ùh
pain *đau* đoh
painful *gây đau đớn* gay đoh dérn
painkiller *thuốc giảm đau*
 too·úhk zaám đoh
painter (artist) *họa sĩ* hwaạ seẽ
painting (canvas) *bức tranh* búhrk chaang
painting (technique) *hội họa* họy hwaạ
pair (couple) *một đôi* mạwt đoy
Pakistan *nước Pakixtan*
 nuhr·érk paa·kee·staan
palace *cung điện* ğum dee·ụhn
pan *cháo* jów
pants (trousers) *cái quần* ğaí ğwùhn
pantyhose *vớ quần* vér ğwùhn
panty liners
 miếng nhựa bỏ vào quần lót
 mee·úhng nyuhr·ụh bỏ vòw ğwùhn lót
pap smear *thử nghiệm ung thư tử cung*
 túhr ngyee·ụhm um tuhr dúhr ğum
paper *giấy* záy
paperwork *hành chánh* haàng jaáng
paraplegic n *bị chứng tê liệt*
 beẹ júhrng de lee·ụht
parcel *bưu kiện* buhr·oo ğee·ụhn
parents *cha mẹ* jaa mẹ
park n *công viên* ğawm vee·uhn
park (a car) v *đậu xe* đọh sa
parliament *nghị trường* ngyeẹ chuhr·èrng
part (component) *bộ phận* bạw fụhn
part-time *giờ ngắn* zèr ngúhn
party (night out) n *tiệc* dee·ụhk
party (politics) *đảng* đaảng
pass v *đi qua* đee ğwaa
passenger *hành khách* haàng kaák
passport *hộ chiếu* hạw jee·oó
passport number *số hộ chiếu*
 sáw hạw jee·oó
past n *quá khứ* ğwaá kúhr
pastry *các loại bánh tây*
 ğaák lwaị baáng day
path *đường mòn* đuhr·èrng mòn
patient a *nhẫn nại* nyũhn naị
pay v *trả* chaá

payment *sự chi trả* sụhr jee chaá
peace *thái bình* taí bìng
peak (mountain) *đỉnh cao* đỉng ğow
pedal *bàn đạp* baà đaạp
pedestrian *người đi bộ* nguhr·eè dee bạw
pedicab (cyclo) *xe xích lô* sa sík law
pen (ballpoint) *bút bi* bút bee
pencil *bút chì* bút jèe
penis *dương vật* zuhr·erng vụht
penknife *dao nhíp* zow nyíp
pensioner *người được hưởng lương*
 hưu hay trợ cấp nguhr·eè đuhr·ẹrk
 húhr·erng luhr·erng huhr·oo hay
 chẹr ğúhp
people *dân chúng* zuhn júm
pepper (bell) *trái ớt ngọt* chaí ért ngọk
pepper (spice) *hột tiêu* hạwt dee·oo
per (day) *một (ngày)* mạwt (ngày)
per cent *phần trăm* fùhn chuhm
perfect a *hoàn hảo* hwaàn hỏw
performance *cuộc biểu diễn*
 ğoo·ụhk beẻ·oo zeẽ·uhn
perfume *nước hoa* nuhr·érk hwaa
period pain *đau bụng lúc hành kinh*
 đoh bụm lúp haàng ğing
permanent *lâu dài* loh zaì
permission *sự cho phép* sụhr jo fáp
permit n *giấy phép* záy fáp
person *người* nguhr·eè
personality *nhân cách* nyuhn ğaák
petition *đơn xin* đern sin
petrol *xăng* suhng
petrol station *trạm xăng* chaạm suhng
pharmacist *dược sĩ* zuhr·ẹrk seẽ
pharmacy *hiệu thuốc* hee·oọ too·úhk
phone book *số điện thoại*
 sáw đee·ụhn twaị
phone box *phòng điện thoại*
 fòm đee·ụhn twaị
phonecard *thẻ điện thoại*
 tẻ đee·ụhn twaị
photo *tấm hình* dúhm hìng
photographer *người chụp hình*
 nguhr·eè jụp hìng
photography *nghệ thuật chụp hình*
 ngye twụht jụp hìng
phrasebook *cuốn sách chỉ dẫn câu nói*
 ğoo·úhn saák jee zũhn ğoh nóy

pickaxe *cuốc chim* ğoo·úhk jim

picnic *píc níc* pík ník

piece *miếng* mee·úhng

pig *con heo* ğon hay·oo

pill *viên thuốc* vee·uhn too·úhk

(the) pill *thuốc ngừa thai*
   too·úhk nghur·ùh tai

pillow *gối* góy

pillowcase *áo gối* ów góy

pine n *cây thông* ğay tawm

pink *màu hồng* mòh hàwm

place n *chỗ* jǎw

place of birth *nơi sinh* ner·ee sing

plane *máy bay* máy bay

planet *hành tinh* haàng ding

plant n *thực vật* tụhrk vụht

plant v *trồng* chàwm

plastic a *nhựa* nyuhr·ụh

plate *cái đĩa* ğái đee·uh

plateau *cao nguyên* ğow ngwee·uhn

platform *sân ga* suhn gaa

play (a game) v *chơi* jer·ee

play (cards) v *đánh bài* đaáng bài

play (string instrument) v *đánh* đaáng

play (wind instrument) v *thổi* tỏy

play (theatre) n *vở kịch* vẻr ğịk

plug (bath) n *nút chặn nước*
   nút juhn nuhr·érk

plug (electricity) n *cái phích cắm điện*
   ğái fík ğúhm dee·ụhn

pluralism (politics)
   chế độ chính trị có nhiều đảng
   jé đạw jíng chee ğó nyee·òò daảng

pocket *túi* doo·eé

pocketknife *con dao bỏ túi*
   ğon zow bỏ doo·eé

poetry *thơ* ter

point v *chỉ* jeẻ

poisonous *độc* đạwp

police *cảnh sát* ğaảng saát

police officer *cảnh sát* ğaảng saát

police station *ty cảnh sát* dee ğaảng saát

policy *chính sách* jíng saák

politician *nhà chính trị* nyaà jíng chee

politics *chính trị* jíng chee

pollen *phấn hoa* fúhn hwaa

pollution *sự làm hư hỏng*
   sụhr laàm huhr hỏm

pool (game) *bi da lỗ* bee zaa lǎw

pool (swimming) *hồ bơi* hàw ber·ee

poor *nghèo* ngyay·òò

popular *phổ thông* fǎw tawm

port (sea) *hải cảng* hai ğaảng

possible *có thể có* ğó tẻ ğó

postage *bưu phí* buhr·oo feé

postcard *bưu ảnh* buhr·oo aảng

postcode *mã số bưu chính*
   maã sáw buhr·oo jíng

poster *bích chương quảng cáo*
   bík juhr·erng ğwaảng ğów

post office *bưu điện* buhr·oo đee·ụhn

pot (ceramics) *bình* bìng

pot (dope) *cần sa* ğùhn saa

pottery *đồ gốm thủ công*
   dàw gǎwm toỏ ğawm

pound (money) *bảng Anh* baang aang

pound (weight) *pao* Anh pow aang

poverty *sự nghèo khó* sụhr ngyay·òò kó

powder *phấn* fúhn

power *siêu lực* see·oo lụhrk

prayer *lời cầu nguyện*
   ler·eè ğòh ngwee·ụhn

prayer book *sách kinh* saák ğing

prefer *thích hơn* tík hern

pregnancy test kit *ống thứ thai*
   áwm túhr tai

pregnant *có thai* ğó tai

premenstrual tension *sự đảo lộn tâm
sinh lý trước kỳ kinh nguyệt* sụhr đỏw
lạwn duhm sing leé chuhr·érk ğeè ğing
ngwee·ụht

prepare *chuẩn bị* joỏ·uhn bẹ

prescription *đơn thuốc* đern too·úhk

present (gift) n *mon quà* mon ğwaà

present (time) n *hiện tại* hee·ụhn dại

president *chủ tịch* joỏ địk

pressure n *áp lực* aáp lụhrk

pretty *xinh* sing

price n *giá* zaá

priest *thầy tu* tày doo

prime minister *thủ tướng chính phủ*
   toỏ chúhr·erng jíng foỏ

printer (computer) *máy in* máy in

prison *nhà tù* nyaà doò

prisoner *tù binh* doò bing

private *tư riêng* duhr zee·uhng

produce v *sản xuất* saán swúht

profit n *lợi ích* ler·eẹ ík

program n *chương trình*
chuhr·erng chìng

projector *máy chiếu* máy jee·oó

promise v *hứa hẹn* huhr·úh hạn

prostitute n *gái điếm* ğaí đee·úhm

protect *bảo vệ* bów vẹ

protected species *sinh vật được bảo vệ*
sing vụht đuhr·ẹrk bów vẹ

protest n *sự phản đối* sụhr faản đóy

protest v *phản kháng* faản kaáng

Protestant *theo đạo Tin Lành*
tay·oo đọw đin laàng

provisions *thực phẩm* tụhrk fúhm

pub (bar) *quán ba* ğwaán baa

public gardens *công viên công cộng*
ğawm vee·uhn ğawm ğạwm

public telephone *điện thoại công cộng*
đee·uhn twaị ğawm ğạwm

public toilet *nhà vệ sinh công cộng*
nyaà vẹ sing ğawm ğạwm

pull v *kéo* ğay·oó

pump n *máy bơm* máy berm

puncture *lỗ châm* lãw juhm

pure *nguyên chất* ngwee·uhn júht

purple *màu tím* mòh dím

purse *cái bóp nhỏ* ğaí bóp nyỏ

push v *đẩy* đảy

put *đặt* đụht

python *con trăn* ğon chuhn

Q

quadriplegic n *người tật tất cả tay chân*
nguhr·eè đụht đúht ğaả day juhn

qualifications *chứng chỉ* júhrng jeẻ

quality *chất lượng* júht luhr·erng

quarantine *sự cách ly* sụhr ğaák lee

quarter n *một phần tư* mạwt fùhn duhr

queen *nữ hoàng* nũhr hwaàng

question n *câu hỏi* ğoh hỏy

queue n *hàng* haàng

quick *nhanh* nyaang

quiet *yên lặng* ee·uhn lụhng

quit *nghỉ* ngyeẻ

R

rabbit *con thỏ* ğon tỏ

rabies *bệnh dại* bẹng zại

race (breed) *chủng tộc* júm dạwp

race (sport) *cuộc đua* ğoo·uhk doo·uh

racetrack *sân đua ngựa*
suhn doo·uh nguhr·uh

racism *nạn phân biệt chủng tộc*
nạn fuhn bee·ụht júm dạwp

racquet *vợt đánh banh* vẹrt đaáng baang

radiator *lò sưởi* lò súhr·ee

radio *máy radiô* máy ra·dee·aw

railroad *đường xe lửa* đuhr·èrng sa lủhr·uh

railway station *ga xe lửa* gaa sa lủhr·uh

rain n *mưa* muhr·uh

raincoat *áo mưa* ów muhr·uh

rainy season *mùa mưa* moo·ùh muhr·uh

rally n *đại hội* đại họy

rape n *sự hãm hiếp* sụhr haãm hee·úhp

rape v *hãm hiếp* haãm hee·úhp

rare (food) *tái* daí

rare (uncommon) *hiếm có* hee·úhm ğó

rash (skin) *dị ứng da* zeẹ úhrng zaa

rat *con chuột* ğon joo·ụht

rate of pay *mức lương* múhrk luhr·erng

raw *sống* sáwm

razor *dao cạo* zow ğọw

razor blade *lưỡi dao cạo* lũhr·ee zow ğọw

read v *đọc* đọp

reading *bài đọc* baì đọp

ready *sẵn sàng* sũhn saàng

real estate agent *dịch vụ buôn bán đất*
zịk voọ boo·uhn baán đúht

realistic *thực tế* tụhrk dé

rear (seat etc) *sau* soh

reason n *lý do* leé zo

receipt n *biên nhận* bee·uhn nyụhn

receive *nhận* nyụhn

recently *mới* mer·eé

recommend *phó thác* fó taák

record v *ghi* gee

recording *ghi âm* gee uhm

recyclable *có thể tái chế* ğó té daí jé

recycle *tái chế* daí jé

red *màu đỏ* mòh đỏ

referee *trọng tài* chọm daì

reference *sự giới thiệu*
sụhr zer·eé tee·oọ

reforestation *tái lập rừng* daí lụhp zùhrng
refrigerator *tủ lạnh* doỏ laạng
refugee *người tị nạn* nguhr·eè deẹ naạn
refund v *trả lại tiền* chaả laị dee·ùhn
refuse v *từ chối* dùhr jóy
regional *địa phương* dee·ụh fuhr·erng
registered mail *thư bảo đảm*
  tuhr bỏw daảm
rehydration salts *thuốc tổng hợp*
  too·úhk dảwm hẹrp
relationship *quan hệ* ğwaan hẹ
relax *thoải mái* twai maí
relic *di tích cổ* zee dík ğảw
religion *tôn giáo* dawn zów
religious *sùng đạo* sùm dọạ
remember *nhớ* nyér
remote *xa xăm* saa suhm
rent v *thuê* twe
repair *sửa chữa* súhr·uh jũhr·uh
repeat *lặp lại* lụhp laị
repellent *thuốc trừ sâu bọ tức*
  too·úhk chùhr soh bọ dúhrk
republic *nền cộng hòa* nèn ğạwm hwaà
reservation (booking) *sự giữ chỗ trước*
  sụhr zũhr jãw chuhr·érk
respect n *sự kính trọng* sụhr ğíng chọm
rest v *nghỉ ngơi* ngyeẻ nger·ee
restaurant *nhà hàng* nyaà haàng
résumé (CV) *lý lịch* leé lịk
retired *về hưu* vè huhr·oo
return (come back) v *trả lại* chaả laị
return ticket *vé khứ hồi* vá kúhr hòy
review n *sự xem lại* sụhr sam laị
rhythm *nhịp* nyịp
rib *xương sườn* suhr·ern suhr·èrn
rice (cooked) *cơm* ğerm
rice (uncooked) *gạo* ğọw
rice-and-noodle shop *quán cơm phở*
  ğwaán ğerm fẻr
rice bowl *bát cơm* baát ğerm
rice cooker *cái nồi cơm* ğaí nòy ğerm
rice field *ruộng* zoo·ụhng
rice wine *rượu cơm* zee·oọ ğerm
rich (wealthy) *giàu có* zòw ğỏ
ride n *chuyến đi xe* jwee·úhn dee sa
ride (horse) v *cởi* ğẻr·ee
right (correct) *đúng* dúm
right (direction) *bên phải* ben fai

right now *ngay bây giờ* ngay bay zèr
right-wing *cánh phải* ğaáng fai
ring (jewellery) n *nhẫn* nyũhn
ring (phone) n *tiếng reo* dee·úhng zay·oo
ring (phone) v *reo* zay·oo
rip-off *vụ lợi dụng* voọ ler·eẹ zụm
risk n *sự mạo hiểm* sụhr mọ heẻ·uhm
river *con sông* ğon sawm
river delta *đồng bằng* dàwm bùhng
road *đường* đuhr·èrng
road map *bản đồ đi đường*
  baản đàw dee đuhr·èrng
roadworks *công trường* ğawm chuhr·èrng
rob *lấy trộm* láy chạwm
rock (music) *nhạc rock* nyạk rok
rock (stone) *đá* đaá
rock climbing *môn thể thao leo núi*
  mawn tẻ tow lay·oo noo·eé
rock group *nhóm nhạc rốc*
  nyóm nyạk ráwk
roll (bread) *ổ bánh mì* ảw baáng meè
rollerblading *đi giầy pa tinh*
  dee zày pa ding
romantic *lãng mạn* laãng maạn
room *phòng* fòm
room number *số phòng* sáw fòm
rope *xâu* soh
round a *xung quanh* sum ğwaang
roundabout *bùng binh* bùm bing
route *con đường* ğon đuhr·èrng
rowing *sự chèo thuyền*
  sụhr jay·oò twee·ùhn
rubbish *rác* zaák
rubella *bệnh sở* bẹng sẻr
rug *thảm* taảm
rugby *môn banh bầu dục nước Anh*
  mawn baang bòh zụp nuhr·érk aang
ruins *sự đổ nát* sụhr đảw naát
rule n *điều lệ* đee·oò lẹ
rum *rượu rum* zee·oọ rum
run v *chạy* jạy
running *chạy bộ* jạy bạw
runny nose *chảy nước mui*
  jảy nuhr·érk moo·ee

S

sad *buồn* boo·ùhn
saddle *cái yến* ğaí ee·úhn

safe n két sắt ğắt súht
safe a *an toàn* aan dwaàn
safe sex *sự an toàn về tình dục*
sụhr aan dwaàn vè đìng zụp
sailboarding *môn lướt ván buồm*
mawn luhr·ért vaán buhr·èrm
saint *thiêng liêng* tee·uhng lee·uhng
salad *món ăn rau sống chọn*
món uhn zoh sáwm jọn
salary *tiền lương* dee·ùhn luhr·erng
sale *hạ giá* haạ zaá
sales tax *thuế trị giá gia tăng*
twé chee zaá zaa duhng
salt *muối* moo·eé
same *giống nhau* záwm nyoh
sand *cát* ğaát
sandal *chiếc giấy xăng đan*
jee·úhk záy suhng đan
sanitary napkin *băng vệ sinh*
buhng vẹ sing
Saturday *thứ bảy* túhr bảy
sauce *nước xốt* nuhr·érk sáwt
saucepan *cái nồi* ğaí nòy
sauna *phòng tắm hơi* fòm dúhm her·ee
sausage *cái xúc xích* ğaí súp sík
say *nói* nóy
scale (climb) *leo trèo* lay·oo chay·oò
scalp *da đầu* zaa dòh
scarf *khăn quàng* kuhn ğwaàng
school *trường học* chuhr·èrng họp
science *ngành khoa học* ngaàng kwaa họç
scientist *khoa học gia* kwaa họp zaa
scissors *cái kéo* ğaí ğay·oó
scooter *xe máy* sa máy
score v *ghi điểm thắng*
gee deé·uhm túhng
scoreboard *bảng ghi số điểm*
baảng ğee sáw đeé·uhm
Scotland *nước Tây Cốt Lan*
nuhr·érk day ğấwt laan
sculpture *công trình điêu khắc*
ğawm ching đee·oo kúhk
sea *biển* beé·uhn
seafood *đồ ăn biển* đàw uhn beé·uhn
seasick *say sóng* say sóm
seaside *bờ biển* bèr beé·uhn
season *mùa* moo·ùh
seat (place) *chỗ ngồi* jãw ngòy

seatbelt *dây nịt an toàn vào chỗ ngồi*
zay nịt aan dwaàn vòw jãw ngòy
second (time unit) n *giây* zay
second (after first) a *thứ nhì* túhr nyeè
second class *cấp nhì* ğúhp nyeè
secondhand *đồ cũ* đàw ğoõ
secondhand shop *tiệm đồ cũ bán lại*
tee·ụhm đàw ğoõ baán laị
secretary *thư ký* tuhr ğeé
see *nhìn thấy* nyìn táy
self-employed *tự làm chủ* dụhr laàm joỏ
selfish *ích kỷ* ík ğeé
self-service *tự phục vụ* dụhr fụp voọ
sell *bán* baán
send *gởi* ğér·ee
sensible *nhạy cảm* nyạy ğaảm
sensual *có tình cảm* ğó đìng ğaám
sentence (prison) *sự tuyên án*
sụhr dwee·uhn aán
sentence (speech) *câu* ğoh
separate a *khác* kaák
September *tháng chín* taáng jín
serious *thành thật* taàng tụht
service *sự phục vụ* sụhr fụp voọ
service charge *phí dịch vụ* feé zịk voọ
service station *trạm xăng* chaạm suhng
serviette *cái khăn ăn* ğaí kuhn uhn
several *một vài* maạt vaì
sew *may* may
sex *giới tính* zer·eé díng
sexism *nạn thành kiến giới tính*
naạn taàng ğee·úhn zer·eé díng
sexy *khiêu dâm* kee·oo zuhm
shade n *chỗ râm mát* jãw zuhm maát
shadow *cái bóng* ğaí bóm
shampoo *dầu gội đầu* zòh gọy dòh
shape n *hình dạng* hìng zaạng
share (a dorm etc) *chia phòng nội trú*
jee·uh fòm nọy choó
share (with) *chia sẻ* jee·uh sả
shave v *cạo râu* ğọw zoh
shaving cream *kem cạo rau* ğam ğọw zoh
she *bà ấy* baà áy
sheep *con cừu* ğon ğuhr·oò
sheet (bed) *tấm ra* dúhm zaa
sheet (of paper) *tờ giấy* dèr záy
shelf *kệ* ğẹ

shiatsu *thuật bấm huyệt*
thwụht búhm hwee·úht

shingles (illness) *bệnh zona* bẹng zo·naa

ship n *tàu thủy* dòh twee

shirt *áo sơ mi* ów ser mee

shoe *giày* zày

shoe shop *tiệm giày* dee·yhm zày

shoes *đôi giày* doy zày

shoot v *bắn* búhn

shop n *cửa hàng* gủhr·uh haàng

shop v *mua sắm* moo·uh súhm

shopping centre *trung tâm buôn bán*
chum duhm boo·uhn baán

short (height/length) *thấp* túhp

shortage *sự thiếu thốn* sụhr tee·oó táwn

shorts *quần ngắn* gwùhn ngúhn

shoulder *vai* vai

shout *la hét* laa hát

show n *cuộc triển lãm*
ğoo·ụhk cheé·uhn laãm

show v *trưng bày* chuhrng bày

shower (bath) n *tắm vòi sen*
dúhm vòy san

shrine *điện thờ* đee·ụhn tèr

shut a *đóng* đóm

shy *mắc cỡ* múhk ğẻr

sick *đau ốm* đoh áwm

side *cạnh* ğạang

sign n *bảng hiệu* baảng hee·ọo

signature *chữ ký* jũhr ğeé

silk *lụa* loo·ụh

silver *bạc* bạak

similar *đồng dạng* đàwm zạạng

simple *đơn giản* đern zaản

since (time) *từ* dùhr

sing *hát* haát

Singapore *nước Sin-ga-pore*
nuhr·érk sin·ga·paw

singer *ca sĩ* ğaa seẽ

single (person) *độc thân* đạwp tuhn

single room *phòng đơn* fòm đern

singlet *áo lót* ów lót

sister (older) *chị* jẹe

sister (younger) *em* am

sit *ngồi* ngòy

size (clothes) *số* sáw

size (general) *kích thước* ğík tuhr·úhk

skate (ice) v *trượt đá* chuhr·ẹrt đaá

skateboarding *môn trượt ván*
mawn chuhr·ẹrt vaán

skin *da* zaa

skirt *cái díp* ğaí zíp

skull *sọ* sọ

sky *bầu trời* bòh cher·eè

sleep v *ngủ* ngoỏ

sleeping bag *túi ngủ* doo·eé ngoỏ

sleeping berth *giường ngủ trên tàu*
zuhr·èrng ngoỏ chen dòh

sleeping car *toa có giường ngủ*
dwaa ğó zuhr·èrng ngoỏ

sleeping pills *thuốc ngủ* too·úhk ngoỏ

sleepy *buồn ngủ* boo·ùhn ngoỏ

slice n *miếng* mee·úhng

slide (film) *phim rọi* feem zọy

slow a *chậm* jụhm

slow down *đi chậm lại* đee jụhm lại

slowly *chậm* jụhm

small *nhỏ* nyỏ

smaller *nhỏ hơn* nyỏ hern

smallest *nhỏ nhất* nyỏ nyúht

smell n *mùi* moo·eè

smile v *mím cười* mím ğuhr·eè

smoke (cigarettes) v *hút thuốc lá*
hút too·úhk laá

snack n *đồ ăn nhẹ* đàw uhn nyạ

snail *con ốc sên* ğon áwp sen

snake *con rắn* ğon zúhn

snake wine *rượu rắn* zee·ọọ zúhn

snorkelling *bơi lặn* ber·ee lụhn

snow n *tuyết* dwee·úht

soap *xà phòng* saà fòm

soap opera *vở kịch nhiều kỳ trên đài*
vẻr ğịk nyee·oò ğeè chen đài

soccer *bóng đá* bóm đaá

socialist a *người theo chủ nghĩa xã hội*
nguhr·eè tay·oo joỏ ngyeẻ·uh saã họy

social sciences *khoa học xã hội*
kwaa họp saã họy

social security *an sinh xã hội*
aan sing saã họy

social welfare *phúc lợi xã hội*
fúp ler·ẹẹ saã họy

socks *đôi vớ* đọy vér

soft drink *nước ngọt* nuhr·érk ngọk

soldier *người lính* nguhr·eè líng

some *một vài* mạwt vaì

someone *người nào đó* nguhr·eè nòw đó

something *cái gì* ğaí zeè

sometimes *có khi* ğó kee

son *con trai* ğon chai

song *bài hát* baì haát

soon *sắp tới* súhp der·eé

sore *đau* đoh

sound *âm thanh* uhm taang

soup *súp* súp

south n *miền nam* mee·ùhn naam

souvenir *kỷ niệm* ğeẻ nee·ụhm

souvenir shop *cửa hàng bán đồ lưu niệm* ğủhr·uh haàng baán đàw luhr·oo nee·ụhm

space (room) *chỗ rộng* jãw zọm

Spain *nước Tây Ban Nha* nuhr·érk day baan nyaa

sparkling wine *rượu vang có ga* zee·ọọ vuhng ğó gaa

speak *nói* nóy

special a *đặc biệt* đụhk bee·ụht

specialist n *chuyên viên* jwee·uhn vee·uhn

speed *tốc độ* dáwp đạw

speed limit *tốc độ giới hạn* dáwp đạw zer·eé hạạn

speedometer *đồng hồ tốc độ* đàwm hàw dóp đạw

spicy (hot) *cay* ğay

spider *con nhện* ğon nyẹn

spoilt (food) *hư* huhr

spoke *căm* ğuhm

spoon *cái muỗng* ğaí moõ·uhng

sport *thể thao* tẻ tow

sportsperson *người hâm mộ thể thao* nguhr·eè huhm mạw tẻ tow

sports store *tiệm bán đồ thể thao* dee·ụhm baán đàw tẻ tow

sprain *sự bong gân* sụhr bom guhn

spring (coil) *lò xo* lò so

spring (season) *mùa xuân* mo·ùh swuhn

square (town) *quảng trường* ğwaảng chuhr·èrng

stadium *sân vận động* suhn vụhn đạwm

stairway *cầu thang* ğòh taang

stale (bread) *ôi* oy

stamp n *tem* dam

stand-by ticket *vé chờ chỗ trống* vá jèr jãw cháwm

star *ngôi sao* ngoy sow

(four-)star *(bốn) sao* (báwn) sow

start v *bắt đầu* búht đòh

station (train) *nhà ga* nyaà gaa

stationer *cửa hàng văn phòng phẩm* ğủhr·uh haàng vuhn fòm fủhm

statue *bức tượng* búhrk duhr·ẹrng

stay (at a place) *ở* ẻr

stay (in one place) *hoãn lại* hwaãn lạj

steak (beef) *thịt bít tết* tịt bít dét

steal *ăn cắp/trộm* Ⓝ/Ⓢ uhn ğúhp/chạwm

steam n *hơi nước* her·ee nuhr·érk

steep *dốc* záwp

stereo *máy quay nhạc* máy ğway nyaạk

stock (food) *thực phẩm* tụhrk fúhm

stockings *vớ mặc váy* vér mụhk váy

stolen *bị ăn cắp* bẹẹ uhn ğúhp

stomach *bụng* bụm

stomachache *bị đau bụng* bẹẹ đoh bụm

stone n *đá* đaá

stoned (drugged) *bị say thuốc* bẹẹ say too·úhk

stop (bus, tram etc) n *trạm xe* chụhm sa

stop (cease) v *dừng lại* zùhrng lạj

stop (prevent) v *ngăn cản* nguhn ğaản

stork *con cò* ğon ğò

story *câu chuyện* ğoh jwee·ụhn

stove *cái lò* ğaí lò

straight *thẳng* túhng

strange *lạ* laạ

stranger *người lạ mặt* nguhr·eè laạ mụht

stream n *dòng suối* zòm soo·eé

street *phố/đường* Ⓝ/Ⓢ fáw/đuhr·èrng

street market *chợ trời* jẹr cher·eè

strength *sức mạnh* súhrk maạng

string n *dây* zay

stroke (health) *bệnh chấn thương sọ não* bẹng juhn tuhr·erng sọ nõw

stroller *xe đẩy em bé* sa đảy am bá

strong *mạnh* maạng

stubborn *bướng bỉnh* buhr·érng bỉng

student *sinh viên* sing vee·uhn

studio (art) *xưởng vẽ* sủhr·erng vã

stupid *ngu dại* ngoo zạj

style n *kiểu* ğeẻ·oo
subtitles *phụ đề* foọ đà
suburb *ngoại thành* ngwaị taàng
sugar *đường* duhr·èrng
suitcase *cái va li* ğaí vaa lee
summer *mùa hè* moo·ùh hà
sun *mặt trời* muht cher·eè
sunblock *kem chống nắng*
  ğam jáwm núhng
sunburn *sự rám nắng* suhr zúhm núhng
Sunday *ngày Chú Nhật* ngày joỏ nyụht
sunglasses *kính râm* ğíng zuhm
sunny *trời nắng* cher·eè núhng
sunrise *bình minh* bìng ming
sunset *hoàng hôn* hwaàng hawn
sunstroke *bệnh say nắng* bẹng say núhng
supermarket *siêu thị* see·oo teẹ
superstition *sự mê tín* suhr me dín
supporter (politics/sport) *người ủng hộ*
  nguhr·eè úm hạw
surf v *trượt sóng biển*
  chuhr·ẹrt sóm beẻ·uhn
surface mail (land) *thư đường bộ*
  tuhr đuhr·èrng bạw
surface mail (sea) *thư đường biển*
  tuhr đuhr·èrng beẻ·uhn
surfboard *ván lướt sóng* vaán luhr·ért sóm
surfing *môn trượt sóng biển*
  mawn chuhr·ẹrt sóm beẻ·uhn
surname *tên họ* den họ
surprise *điều ngạc nhiên*
  dee·oò ngạak nyee·uhn
survive *sống sót* sáwm sót
sweater *áo len dài tay* ów lan zaì day
Sweden *nước Thụy Điển*
  nuhr·érk tweẹ đeẻ·uhn
sweet a *ngọt* ngok
sweets *kẹo* ğạy·oọ
swelling *vết sưng* vét suhrng
swim v *bơi* ber·ee
swimming *bơi lội* ber·ee lọy
swimming pool *hồ bơi* hàw ber·ee
swimsuit *bộ áo tắm* bạw ów dúhm
Switzerland *nước Thụy Sĩ*
  nuhr·érk tweẹ seẽ
synagogue *hội đạo giáo đường Do Thái*
  họy dọw zów duhr·èrng zo taí

synthetic *nhân tạo* nyuhn dọw
syringe *ống tiêm* áwm dee·uhm

T

table *cái bàn* ğaí baàn
tablecloth *khăn giải bàn* kuhn zaí baàn
table tennis *bóng bàn* bóm baàn
tail *đuôi* doo·ee
tailor *thợ may quần áo* tẹr may ğwùhn ów
take *lấy* láy
take a photo *chụp hình* jụp hìng
talk v *nói* nóy
tall *cao* ğow
tampon *nút bông vệ sinh*
  nút buhng vẹ sing
tanning lotion *thuốc chống nắng*
  too·úhk jóm núhng
Taoist *theo đạo Lão*
  tay·oo dọw lõw
tap *cái vòi nước* ğaí vòy nuhr·érk
tap water *nước máy* nuhr·érk máy
tasty *ngon* ngon
tax n *thuế* twé
taxi *xe taxi* sa dúhk·see
taxi stand *bến xe taxi* bén sa dúhk·see
tea *trà* chaà
teacher *giáo viên* zów vee·uhn
teaching *nghề dạy học* ngyè zạy học
team *đội* dọy
tear n *nước mắt* nuhr·érk múht
teaspoon *muỗng nhỏ* moõ·uhng nyỏ
technique *kỹ thuật* ğeẽ twụht
teeth *răng* zuhng
telegram *bức điện tín* búhrk đee·uhn dín
telephone n *điện thoại* đee·uhn twaị
telephone v *gọi điện thoại*
  gọy đee·uhn twaị
telephone centre *văn phòng điện thoại*
  vuhn fòm đee·uhn twaị
telescope *kính thiên văn*
  ğíng tee·uhn vuhn
television *vô tuyến truyền hình*
  vaw dwee·úhn chwee·ùhn hìng
tell *nói* nóy
temperature (fever) *độ nóng* dạw nóm
temperature (weather) *nhiệt độ*
  nyee·ụht dạw

temple *đền* dèn
tennis *ten-nít* de·nít
tennis court *sân ten-nít* suhn de·nít
tent *lều* lay·oò
tent peg *cọc lều* ğọp lay·oò
terrible *kinh khủng* ging kúm
test n *thi* tee
Thailand *nước Thái Lan* nuhr·érk taí·laan
thank *cảm ơn* ğaảm ern
that a *cái đó* ğaí đó
theatre *rạp hát* zaạp haát
their *của họ* ğoỏ·uh họ
there *đó* đó
thermometer *cặp nhiệt độ* ğụhp nyee·ụht đạw
they *họ* họ
thick *dày* zày
thief *kẻ cắp/trộm* ⑬/⑤ ğě ğúhp/chạwm
thin *gầy ốm* gày áwm
think *nghĩ* ngyeẽ
third *thứ ba* túhr baa
thirsty *khát nước* kaát nuhr·érk
this a *cái này* ğaí này
thread (sewing) *chỉ* jeé
throat *cuống họng* ğoo·úhng họm
thrush (health) *bệnh tưa* bẹng duhr·ụh
thunderstorm *cơn mưa to có sấm sét* ğern muhr·uh do ğó súhm sát
Thursday *thứ năm* túhr nuhm
ticket *vé* vá
ticket collector *người soát vé* nguhr·eè swaát vá
ticket machine *máy mua vé* máy moo·uh vá
ticket office *phòng bán vé* fòm baán vá
tide *thủy triều* tweé chee·oò
tiger *con hổ* ğon hảw
tight *chặt* jụht
time *thời gian* ter·eè zaan
time difference *giờ khác nhau* zèr kaák nyoh
timetable *thời dụng biểu* ter·eè zụm beẻ·oo
tin (can) *hộp thiếc* hạwp tee·úhk
tin opener *dụng cụ mở đồ hộp* zụm ğọo mẻr đàw hạwp
tiny *tí* deé
tip (gratuity) n *tiền thưởng thêm* dee·ùhn túhr·erng tem

tire *lốp xe* láwp sa
tired *mệt* mẹt
tissues *giấy mỏng* záy móm
to *đến* dén
toast (food) n *bánh mì lát nướng* baáng meè laát nuhr·érng
toaster *máy nướng bánh mì* máy nuhr·érng baáng meè
tobacco *thuốc lá* too·úhk laá
tobacconist *quán bán thuốc lá* ğwaán baán too·úhk laá
today *hôm nay* hawm nay
toe *ngón chân* ngón juhn
tofu *đậu phụ* đọh fọo
together *cùng nhau* ğùm nyoh
toilet *nhà vệ sinh* nyaà vẹ sing
toilet paper *giấy vệ sinh* záy vẹ sing
tomato *trái cà chua* chaí ğaà joo·uh
tomato sauce *xốt cà chua* sáwt ğaà joo·uh
tomb *cái mộ* ğaí mạw
tomorrow *ngày mai* ngày mai
tomorrow afternoon *chiều mai* jee·oò mai
tomorrow evening *tối mai* dóy mai
tomorrow morning *sáng mai* saáng mai
tonight *tối nay* dóy nay
too (also) *cũng như thế* ğũm nyuhr té
too (expensive etc) *quá* ğwaá
tooth *răng* zuhng
toothache *đau răng* đoh zuhng
toothbrush *bàn chải đánh răng* baàn jaỉ daáng zuhng
toothpaste *kem đánh răng* ğam daáng zuhng
toothpick *cái tăm* ğaí duhm
torch (flashlight) *đèn pin* dàn pin
touch v *chạm* jụhm
tour n *cuộc đi du lịch* ğoo·ụhk đee zoo lịk
tourist *khách du lịch* kaák zoo lịk
tourist office *văn phòng hướng dẫn khách du lịch* vuhn fòm huhr·érng zũhn kaák zoo lịk
towards *phía trước* fee·úh chuhr·érk
towel *khăn tắm* kuhn dúhm
tower *tháp* taáp

toxic waste *thải ra chất độc* taí zaa júht dạwp

toy shop *tiệm bán đồ chơi* dee·ụhm baán đàw jer·ee

track (path) *đường đi* đuhr·èrng đee

track (sport) *môn thể thao chạy đua* mawn tẻ tow jạy đoo·uh

trade n *nghiệp* ngyee·ụhp

trade union *công đoàn* ğawm dwaàn

tradesperson *người thợ* nguhr·eè tẹr

traffic *sự giao thông* sụhr zow tawm

traffic light *đèn giao thông* đàn zow tawm

trail *đường đi* đuhr·èrng đee

train *xe lửa* sa lůhr·uh

train station *ga xe lửa* gaa sa lůhr·uh

transit lounge *phòng đợi máy bay* fòm đer·eẹ máy bay

translate *phiên dịch* fee·uhn zịk

transport (vehicle) *chuyên chở* jwee·uhn jẻr

travel a *du lịch* saák zoo lịk

travel v *đi du lịch* đee zoo lịk

travel agency *văn phòng đại lý du lịch* vuhn fòm đại leé zoo lịk

travellers cheque *séc du lịch* sák zoo lịk

travel sickness (boat) *bị say tàu* bẹ say dòh

travel sickness (car) *bị say xe* bẹ say sa

tree *cây* ğay

trek n&v *chuyến đi vất vả* jwee·úhn đee vúht vaả

trendy (person) *hợp thời trang* hẹrp ter·eè chaang

trip (journey) *chuyến đi* jwee·úhn đee

trolley *xe đẩy tay* sa đảy day

trousers *quần* ğwùhn

truck *xe chở hàng* sa jẻr haàng

trust v *tin cậy* din gạy

truth *sự thật* sụhr tụht

try (attempt) v *cố gắng* ğó gúhng

try (test) v *thử* tửhr

T-shirt *áo lót ngắn tay* ów lót ngúhn day

tsunami *nạn nhân sóng thần* naạn nyuhn sóm tùhn

tube (tyre) *ruột xe* zoo·ụht sa

Tuesday *thứ ba* túhr baa

tumour *khối u* kóy oo

tuna *cá ngừ* ğaá ngừh

turkey *con gà tây* ğon gaà day

turn v *rẽ/quẹo* ⓃⒾⓈ zã/ğway·oọ

TV *ti vi* dee vee

tweezers *cái nhíp* ğaí nyíp

twice *gấp hai* gúhp hai

twin beds *giường đôi* zuhr·èrng đoy

twins *sinh đôi* sing đọy

two *hai* hai

type n *đánh máy* đáang máy

typhoon *con bão* ğern bõw

typical *tiêu biểu* dee·oo beé·oo

tyre *lốp xe* láwp sa

U

ultrasound *siêu âm* see·oo uhm

umbrella *cái dù* ğaí zoò

uncomfortable *khó chịu* kó jee·oọ

understand *hiểu* heẻ·oo

underwear *quần lót* ğwùhn lót

unemployed *người thất nghiệp* nguhr·eè túht ngyee·ụhp

unfair *bất công bằng* búht ğawm bùhng

uniform n *âu phục* oh fụp

universe *vũ trụ* voõ choọ

university *trường đại học* chuhr·èrng đại họp

unleaded *không có chì* kawm ğó jeè

unsafe *không an toàn* kawm aan dwaàn

until *cho đến* jo đén

unusual *không bình thường* kawm bìng tuhr·èrng

up *ở trên* ẻr chen

uphill *dốc* záwp

urgent *khẩn cấp* kủhn ğúhp

urinary infection *bệnh viêm đường tiểu tiện* bẹng vee·uhm đuhr·èrng deẻ·oo dee·ụhn

USA *nước Mỹ* nuhr·érk meẽ

useful *có ích* ğó ík

V

vacancy *có phòng* ğó fòm

vacant *trống* cháwm

vacation *kỳ nghỉ* ğeè ngyeẻ

vaccination *sự chủng ngừa*
sụhr júm nguhr·ùh

vagina *âm đạo* uhm dọw

validate *chứng minh* júhrng ming

valley *thung lũng* tum lũm

valuable *có giá trị* ğó zaá cheẹ

value (price) n *định giá* địng zaá

van *xe hàng* sa haàng

vegetable *rau củ* zoh ğoỏ

vegetarian n *người ăn chay*
nguhr·eè uhn jay

vegetarian a *ăn chay* uhn jay

vegetation *cây cỏ* ğay ğỏ

vein *tĩnh mạch* đĩng maạk

venereal disease *bệnh hoa liễu*
bẹng hwaa leẽ·oo

venue *nơi gặp gỡ* ner·ee gụhp gẽr

very *rất* zúht

video recorder *máy thâu băng*
máy toh buhng

video tape *băng hình* buhng hìng

Vietnam *nước Việt Nam*
nuhr·érk vee·ụht naam

Vietnamese a *của Việt Nam*
ğoỏ·uh vee·ụht naam

Vietnamese (language) n *tiếng Việt*
dee·úhng vee·ụht

Vietnamese (people) n *người Việt*
nguhr·eè vee·ụht

view n *cảnh* ğaảng

village *làng xã* laàng saã

vine *cây leo* gay lay·oo

vinegar *giấm* zúhm

virus *vi khuẩn* vee kwủhn

visa *giấy xuất cảnh* záy swúht ğaảng

visit v *thăm* tuhm

vitamins *sinh tố* sing dáw

voice n *giọng nói* zọm nóy

volleyball *bóng chuyền* bóm jwee·ùhn

volume (capacity) *âm lượng*
uhm luhr·ẹrng

vote v *bầu cử* bòh ğủhr·oo

W

wage *tiền lương* dee·ùhn luhr·erng

wait *đợi* đer·eẹ

waiter *người hầu bàn* nguhr·eè hòh baàn

waiting room *phòng đợi* fòm đẹr·eẹ

wake (someone) up *đánh thức dậy*
đaáng túhrk zạy

walk v *đi bộ* dee bạw

wall (inside) *tường* duhr·èrng

wall (outer) *thành* taàng

want *muốn* moo·úhn

war *chiến tranh* jee·úhn chaang

wardrobe *tủ quần áo* dỏo ğwùhn ów

warm a *ấm áp* úhm aáp

warn *cảnh cáo* ğaảng ğów

war veteran *cựu lính* ğuhr·oọ líng

wash (oneself) *tắm rửa* dúhm zủhr·uh

wash (something) *giặt* zụht

wash cloth *khăn lau mặt*
kuhn loh mụht

washing machine *máy giặt* máy zụht

watch n *đồng hồ đeo tay*
đàwm hàw đay·oo day

watch v *xem* sam

water *nước* nuhr·érk

waterfall *thác nước* taák nuhr·érk

waterproof *không thấm nước*
kawm tủhm nuhr·érk

water puppet theatre *thuật rối nước*
twụht zóy nuhr·érk

water-skiing *môn trượt nước*
mawn chuhr·ẹrt nuhr·érk

wave *làn sóng* laàn sóm

way *đường đi* duhr·èrng dee

we (excluding speaker) *chúng tôi*
júm doy

we (including speaker) *chúng ta*
júm daa

weak *yếu* ee·oó

wealthy *giàu có* zòh ğó

wear (clothes) *mặc* mụhk

weather *thời tiết* ter·eè dee·úht

wedding *lễ cưới* lẽ ğuhr·eé

Wednesday *thứ tư* túhr duhr

week *tuần* dwùhn

weekend *cuối tuần* ğoo·eé dwùhn

weigh *cân* ğuhn

weight *trọng lượng* chọm luhr·ẹrng

well (health) *khoẻ* kwả

west n *miền tây* mee·ùhn day

wet *ẩm ướt* ủhm uhr·ért

what *cái gì* ğaí zeè

wheel *bánh xe* baáng sa
wheelchair *xe lăn* sa luhn
when *khi nào* kee nòw
where *ở đâu* ẻr doh
which *cái nào* ğaí nòw
white *màu trắng* mòh chúhng
who *ai* ai
why *tại sao* taị sow
wide *rộng lớn* zạwm lérn
wife *vợ* vẹr
wild animal *thú vật hoang dã* toó vụht hwaang zaã
win v *thắng* túhng
wind *gió* zó
window *cửa sổ* ğủhr·uh sảw
windscreen *kính chắn gió* ğíng júhn zó
wine *rượu nho* zee·oọ nyo
wings *cánh* ğaáng
winner *người thắng cuộc* nguhr·eè túhng ğoo·ụhk
winter *mùa đông* moo·ùh dawm
wire n *dây kim loại* zay ğịm lwaị
wish v *hy vọng* hee vọm
with *với* ver·eé
within (time) *trong vòng* chom vòm
without *không có* kawm ğó
wok *cái chảo* ğaí jów
woman *phụ nữ* fọo nũhr
wonderful *tuyệt diệu* dwee·ụht zee·oọ
wood *gỗ* ğaw
woodcarving *đồ gỗ khắc* dàw ğaw kúhk
wool *len* lan
word *từ* dùhr
work n *công việc* ğawm vee·ụhk
work v *làm việc* laàm vee·ụhk
workout *luyện tập thân thể với cường độ cao* lwee·ụhn dụhp tuhn tẻ ver·eé ğuhr·èrng dạw ğow

work permit *giấy phép đi làm* záy fáp dee laàm
workshop *công xưởng* ğawm súhr·erng
world *thế giới* té zer·eé
World Cup *cúp thế giới* ğúp té zer·eé
worms *giun* zun
worried *lo lắng* lo lúhng
worship v *sự tôn kính* sụhr dawn ğíng
worth a *đáng giá* daáng zaá
wrist *cổ tay* ğảw day
write *viết* vee·úht
writer *tác giả* daák zaả
wrong *sai* sai

Y

year *năm* nuhm
yellow *màu vàng* mòh vaàng
yes *vâng* vuhng
yesterday *hôm qua* hawm ğwaa
yet *chưa* juhr·uh
yoga *thuyết yoga* twee·úht yo·gaa
yogurt *sữa chua* sũhr·uh joo·uh
you *bạn* baạn
young *trẻ* chả
your *của bạn* ğoỏ·uh baạn
youth n *thanh niên* taang nee·uhn
youth hostel *nhà nghỉ thanh niên* nyaà ngyeẻ taang nee·uhn

Z

zip/zipper *dây kéo* zay ğay·oó
zodiac *hoàng đạo* hwaàng dọw
zoo *vườn bách thú* vuhr·èrn baák toó

The words in this dictionary are listed according to the Vietnamese alphabetical order (see the alphabet box below). The order of tone marks on the same vowel is: *a, á, à, ả, ã, ạ.* You'll find words marked with **n**, **a**, **adv**, **prep** and **v** (indicating noun, adjective, adverb, preposition and verb) where necessary. When we've given both the northern and the southern translation of a word, the two options are marked as ⓝ and ⓢ (for more details on regional variations, see **pronunciation**, page 15). For food terms, see the **culinary reader**, page 165.

vietnamese alphabet

A a aa	*Ă ă* uh	*Â â* uh	*B b* be	*C c* se	*D d* ze	*Đ đ* đe	*E e* a	*Ê ê* e
G g zhe	*H h* haat	*I i* ee	*K k* ğaa	*L l* e·luh	*M m* e·muh	*N n* e·nuh	*O o* o	*Ô ô* aw
Ơ ơ er	*P p* be	*Q q* koo	*R r* e·ruh	*S s* e·suh	*T t* de	*U u* u	*Ư ư* uhr	*V v* ve
X x ek·suh	*Y y* ee·gret							

A

ai ai *who*
anh trai aang chai *older brother*
an sinh xã hội aan sing saã họy
    social security
an toàn aan dwaàn *safe* a
ánh sáng aáng saáng *light* n
áo choàng ów jwaàng *coat*
áo đầm ów đùhm *dress* n
áo gối ów góy *pillowcase*
áo khoác ów kwaák *overcoat*
áo len dài tay ów lan zaì day
    jumper (sweater)
áo lót ów lót *singlet*
áo lót ngắn tay ów lót ngúhn day *T-shirt*
áo mưa ów muhr·uh *raincoat*
áo ngực ów nguhrk *bra*
áo pháo ów fów *life jacket*
áo sơ mi ów ser mee *shirt*

áo vét ów vát *jacket*
áp lực aáp lụhrk *pressure* n
ảo giác ów zaák *hallucination*
ảo thuật gia ów twụht zaa *magician*

Ă

ăn uhn *eat*
ăn cắp ⓝ uhn ğúhp *steal*
ăn chay uhn jay *vegetarian* a
ăn sáng uhn saáng *breakfast*
ăn trộm ⓢ uhn chạwm *steal*

Â

âm đạo uhm đọw *vagina*
âm lịch uhm lịk *lunar calendar*
âm lượng uhm luhr·ẹrng
    volume (capacity)

âm nhạc uhm nyaạk *music*
âm thanh uhm taang *sound* n
âu phục oh fụp *uniform* n
ấm áp úhm aáp *warm* a
ầm ĩ ùhm eẽ *loud*
ẩm úhm *humid*
ẩm ướt úhm uhr·ért *wet*
Ấn Độ Giáo úhn dạw zów *Hindu* n

B

ba baa *dad*
ba lô baa law *backpack*
ban đêm naan đem *night*
bang Anh baang aang *pound (money)*
ban nhạc baan nyaạk *band*
ban nhạc hoà tấu baan nyaạk hwaà dóh
    orchestra
bao cao su bow ɡow soo *condom*
bao gồm bow gàwm *included*
bao lơn bow lern *balcony*
bao nhiêu bow nyee·oo *how much*
bay bay *fly* v
bác sĩ baák seẽ *doctor*
bác sĩ phụ khoa baák seẽ fọọ kwaa
    gynaecologist
bán baán *sell*
bánh gôn baáng gawn *golf ball*
bánh mì baáng meè *bread*
bánh mì lát nướng
    baáng meè laát nuhr·érng *toast (food)* n
bánh qui baáng ǥwee *biscuit*
bánh quy mạn baáng ǥwee maạn *cracker*
bánh quy ngọt baáng ǥwee ngọk *cookie*
bánh xe baáng sa *wheel*
bát cơm baát ǥerm *rice bowl*
bà ấy baà áy *she*
bà chủ nhà baà joó nyaà *landlady*
bà nội baà nọy *paternal grandmother*
bà ngoại baà ngwaị
    maternal grandmother
bài đọc baì dọp *reading*
bài hát baì haát *song*
bài quảng cáo baì ǥwaảng ǥów
    advertisement
bàn chải baàn jaỉ *brush* n
bàn chải đánh răng
    baàn jaỉ daáng zuhng *toothbrush*

bàn chải tóc baàn jaỉ dóp *hairbrush*
bàn chân baàn juhn *foot (body)*
bàn chữ baàn jủhr *keyboard*
bàn cờ baàn gèr *chessboard*
bàn đạp baà đaạp *pedal* n
bàn ghế baàn gế *furniture*
bàn tay baàn day *hand*
bàn thờ baàn tèr *altar*
bản đồ baản đàw *map*
bản đồ đi đường
    baản đàw đee đuhr·èrng *road map*
bản lý lịch baản leé lịk *CV • résumé*
bảng ghi số điểm
    baảng gee sáw đeé·uhm *scoreboard*
bảng hiệu baảng hee·oọ *sign* n
bảo đảm bów đaảm *guaranteed*
bảo thủ bów toỏ *conservative* n
bảo vệ bów vệ *protect*
bãi biển baĩ beé·uhn *beach*
bãi cắm trại baĩ gúhm chaị
    camping ground
bãi đậu xe baĩ đọh sa *car park*
bãi mìn baĩ mìn *minefield*
bão bõw *storm*
bạc baạk *silver* n
bạch phiến baạk fe·ùhn *heroin*
bạn baạn *friend • you*
bạn đồng nghiệp baạn đàwm ngyee·ụhp
    colleague
bạn đường baạn đuhr·èrng *companion*
bạn gái baạn gaí *girlfriend*
bạn trai baạn chai *boyfriend*
băng buhng *bandage • gauze*
băng dán buhng zaán *Band-Aid*
băng ghi âm buhng gee uhm *cassette*
băng hình buhng hìng *video tape*
băng thu lời hướng dẫn buhng too ler·eè
    huhr·érng zũhn *guide (audio)* n
băng vệ sinh buhng vẹ sing
    sanitary napkin
bắn búhn *shoot* v
bắp thịt búhp tịt *muscle*
bắt búht *arrest* v
bắt đầu búht dòh *begin • start* v
bằng bùhng *flat* a
bằng lái xe bùhng laí sa *drivers licence*
bây giờ bay zèr *now*
bằm búhm *mince* n
bất công bằng búht ǥawm bùhng *unfair*

bất lực búht lụhrk *disabled (person)*

bầu cử bòh ğủhr·oo *vote* v

bầu trời bòh cher·eè *sky*

bận rộn bụhn zạwn *busy*

bên cạnh ben ğạạng *beside • next to*

bên ngoài ben ngwaì *outside*

bên phải ben faỉ *right (direction)*

bên trong ben chom *inside*

bến xe buýt bén sa bwéét *bus station*

bến xe taxi bén sa dúhk·see *taxi stand*

bệnh cảm cúm bẹng ğảảm ğúm
  flu • influenza

bệnh chàm bẹng jaàm *eczema*

bệnh chăn thương sọ não bẹng juhn
  tuhr·erng sọ nõw *stroke (health)*

bệnh dại bẹng zại *rabies*

bệnh dị ứng phân hoa
  bẹng zẹẹ úhrng fuhn hwaa *hay fever*

bệnh đau tim bẹng đoh dim *heart attack*

bệnh hoa liễu bẹng hwaa leẽ·oo
  venereal disease

bệnh la chảy bẹng eé·uh jảy
  gastroenteritis

bệnh khó tiêu bẹng kó dee·oo
  indigestion

bệnh quai bị bẹng ğwai bẹẹ *mumps*

bệnh say nắng bẹng say núhng *sunstroke*

bệnh sốt rét bẹng sáwt zét *malaria*

bệnh sốt rét đăng ga
  bẹng sáwt zét đuhng gaa *dengue fever*

bệnh sởi bẹng sẻr *rubella*

bệnh sởi bẹng sẻr·ee *measles*

bệnh suyễn bẹng sweẽ·uhn *asthma*

bệnh sưng tuyến bẹng suhrng dwee·úhn
  glandular fever

bệnh tật bẹng dụht *disease*

bệnh tiêu chảy bẹng deẻ·oo jảy *diarrhoea*

bệnh tiểu đường bẹng deẻ·oo đuhr·èrng
  diabetes

bệnh tim bẹng dim *heart condition*

bệnh tim tạm ngừng
  bẹng dim dạạm ngùhrng *cardiac arrest*

bệnh thiếu máu bẹng tee·oó móh
  anaemia

bệnh thủy đậu bẹng tweé đọh
  chicken pox

bệnh tựa bẹng dụhr·ụh *thrush (health)*

bệnh ung thư bẹng um túhr *cancer*

bệnh viêm cuống phổi
  bẹng vee·uhm ğoo·úhng fỏy *bronchitis*

bệnh viêm gan bẹng vee·uhm gaan
  hepatitis

bệnh viện bẹng vee·ụhn *hospital*

bệnh zona bẹng zo·naa *shingles (illness)*

bia bee·uh *beer*

bia hơi bee·uh her·ee *draught beer*

bi da lỗ bee zaa lãw *pool (game)*

biên giới bee·uhn zer·eé *border* n

biên lai sổ hành lý
  bee·uhn lai sảw hàang leé *luggage tag*

biên nhận bee·uhn nyụhn *receipt* n

biết bee·úht *know (something)*

biệt danh bee·ụht zaang *nickname*

biết ơn bee·úht ern *grateful*

biển beẻ·uhn *sea*

bích chương quảng cáo
  bík juhr·erng ğwaảng ğów *poster*

bình bìng *jar • pot (ceramics)*

bình chứa ga bìng juhr·úh gaa
  gas cartridge

bình minh bìng ming *dawn • sunrise*

bì thư beè tuhr *envelope*

bị ăn cắp bẹẹ uhn ğúhp *stolen*

bị cảm bẹẹ ğảảm *have a cold*

bị cháy bẹẹ jáy *burnt (cooking)*

bị chứng tê liệt bẹẹ júhrng đe lee·ụht
  paraplegic n

bị đau bụng bẹẹ đoh bụm *stomachache*

bị gẫy bẹẹ gãy *broken*

bị hư bẹẹ huhr *broken down • out of order*

bị mất bẹẹ múht *lost*

bị say rượu bẹẹ say zee·ọọ *drunk* a

bị say tàu bẹẹ say dòh
  travel sickness (boat)

bị say thuốc bẹẹ say too·úhk
  stoned (drugged)

bị say xe bẹẹ say sa *travel sickness (car)*

bị thương bẹẹ tuhr·ẹrng *injured*

bóng bàn bóm baàn *table tennis*

bóng chày bóm jày *baseball*

bóng chuyền bóm jwee·ùhn *volleyball*

bóng chuyền biển bóm jwee·ùhn
  beẻ·uhn *beach volleyball*

bóng đá bảwm đaá *football (soccer)*

bóng đái bóm đaí *bladder*

bóng đèn điện bóm đàn đee·ụhn
  light bulb

bóng rổ bóm zảw *basketball*

bóp đeo bụng bóp đay·oo bụm *bumbag*
bọ chét bọ ját *flea*
bông bawm *cotton*
bông gòn bawm gòn *cotton balls*
bông hoa bawm hwaa *flower*
bông tai bawm dai *earrings*
bố báw *father*
bối rối bóy zóy *embarrassed*
bồn tắm bàwn dúhm *bath* n
bộ áo tắm bạw ów dúhm *swimsuit*
bộ dao nĩa bạw zwaa neẽ·uh *cutlery*
bộ phận bạw fụhn *part (component)*
bộ phận sang số xe đạp
   bạw fụhn saang sáw sa đaạp *derailleur*
bộ quần áo tắm bạw gwùhn ów dúhm
   bathing suit
bột bạwt *flour*
bơ ber *butter • margarine*
bơi ber·ee *swim* v
bơi lặn ber·ee lụhn *snorkelling*
bơi lội ber·ee lọy *swimming*
bờ biển bèr beẻ·uhn *coast • seaside*
bởi vì bér·ee veè *because*
buôn bán boo·uhn baán *business*
buôn bán thuốc lậu boo·uhn baán
   too·úhk lọh *drug trafficking*
buồn boo·ùhn *sad*
buồn cười boo·ùhn gụhr·eè *funny*
buồn nôn boo·ùhn nawn *nausea*
buồn ngủ boo·ùhn ngoỏ *sleepy*
buồn tẻ boo·ùhn dả *boring*
buồng trứng boo·ùhng chúhrng *ovary*
buổi ăn tối boỏ·ee uhn dóy *dinner*
buổi chiều boỏ·ee jee·oò *afternoon*
buổi hòa nhạc boỏ·ee hwaà nyaạk
   concert
buổi họp nhạc boỏ·ee họp nyaạk *gig*
buổi sáng boỏ·ee saáng *morning*
buổi tối boỏ·ee dóy *evening*
buổi trưa boỏ·ee chuhr·uh *noon*
bút bi bút bee *ballpoint pen*
bút chì bút jeè *pencil*
bùn bùn *mud*
bùng binh bùm bing *roundabout*
bụng bụm *stomach*
bướng bỉnh buhr·érng bing *stubborn*
bưu ảnh buhr·oo aảng *postcard*
bưu điện buhr·oo đee·ụhn *post office*

bưu kiện buhr·oo ğee·ụhn *parcel*
bưu phẩm gửi bằng máy bay buhr·oo
   fủhm gủhr·ee bằng máy bay *airmail*
bưu phí buhr·oo feé *postage*
bức điện tín búhrk đee·ụhn dín *telegram*
bức tranh búhrk chaang
   painting (canvas)
bức tượng búhrk duhr·ẹrng *statue*
bữa ăn bũhr·uh uhn *meal*
bữa ăn trưa bũhr·uh uhn chuhr·uh *lunch*

ca cao ğaa ğow *cocoa*
cao ğow *high • tall*
cao nguyên ğow ngwee·uhn *plateau*
ca sĩ ğaa seẽ *singer*
cay ğay *spicy (hot)*
cá ğaá *fish* n
các loại bánh tây ğaák lwaị baáng day
   pastry
cái bánh ngọt ğaí baáng ngọk *cake*
cái bàn ğaí baàn *table*
cái bật lửa ğaí bụht lủhr·uh
   cigarette lighter
cái bóng ğaí bóm *shadow*
cái bóp nhỏ ğaí bóp nyỏ *purse*
cái cắt mong tay ğaí ğúht mom day
   nail clippers
cái cặp ğaí ğụhp *briefcase*
cái chảo ğaí jỏw *wok*
cái chảo chiên ğaí jỏw jee·uhn *frying pan*
cái côn ğaí ğawn *clutch (car)*
cái díp ğaí zíp *skirt*
cái dù ğaí zoò *umbrella*
cái đèn pin ğaí đàn pin *flashlight (torch)*
cái đèn xe ğaí đàn sa *headlights*
cái đĩa ğaí đeẽ·uh *disk (CD-ROM) • plate*
cái đĩa mềm ğaí đeẽ·uh mèm *floppy disk*
cái đó ğaí đó *it • that a*
cái gang tay ğaí gaang day *glove*
cái gạt tàn thuốc ğaí gaạt daàn too·úhk
   ashtray
cái gì ğaí zeè *something • what*
cái giường ğaí zuhr·èrng *bed*
cái hẹn ğaí hạn *appointment • date* n
cái hồ ğaí hàw *lake*
cái hộp ğaí hạwp *box* n

cái kéo ğaí ğay·oó *scissors*
cái khăn ăn ğaí kuhn uhn *serviette*
cái khóa móc ğaí kwaá móp *padlock*
cái khui rượu ğaí koó·ee zee·oọ *corkscrew*
cái kính ğaí ğíng *glasses (spectacles)*
cái lá ğaí laá *leaf*
cái lò ğaí lò *oven • stove*
cái lò ve sóng ğaí lò vee sóm *microwave (oven)*
cái lược ğaí luhr·ẹrk *comb* n
cái lương ğaí luhr·erng *classical theatre*
cái màn ğaí maàn *mosquito net*
cái mền ğaí mèn *blanket*
cái miệng ğaí mee·uhng *mouth*
cái mộ ğaí maw *tomb*
cái mở chai ğaí mér jai *bottle opener*
cái mở đồ hộp ğaí mér đàw hạwp *can opener*
cái mu ğaí moo *hat*
cái muống ğaí moõ·uhng *spoon*
cái nào ğaí nòw *which*
cái này ğaí này *this* a
cái niã ğaí neẽ·uh *fork*
cái nón ğaí nón *conical hat*
cái nồi ğaí nòy *saucepan*
cái nồi cơm ğaí nòy ğerm *rice cooker*
cái nút bấm ğaí nút búhm *button*
cái nhíp ğaí nýíp *tweezers*
cái phích cắm điện ğaí fík ğúhm đee·uhn *plug (electricity)* n
cái quạt ğaí ğwạat *fan (hand-held)*
cái quần ğaí ğwùhn *pants (trousers)*
cái rổ ğaí zẳw *basket*
cái súng ğaí súm *gun*
cái tai ğaí dai *ear*
cái tách ğaí daák *cup*
cái tã ğaí daã *diaper (nappy)*
cái tâm ğaí duhm *toothpick*
cái thắng xe ğaí túhng sa *brakes (car)*
cái thớt ğaí tért *chopping board*
cái trống ğaí cháwm *drum (music)*
cái va li ğaí vaa lee *suitcase*
cái vòi nước ğaí vòy nuhr·érk *tap*
cái võng ğaí võm *hammock*
cái xúc xích ğaí súp sík *sausage*
cái yến ğaí ee·úhn *saddle* n
cá ngừ ğaá ngùhr *tuna*

cánh ğaáng *wings*
cánh đồng ğaáng đàwm *field*
cánh hữu ğaáng hũhr·oo *left-wing*
cánh phải ğaáng fai *right-wing*
cánh tay ğaáng day *arm*
cáp treo ğaáp chay·oo *cable car*
cát ğaát *sand*
cafê ğaà·fe *coffee*
cà ri ğaà ree *curry*
cả hai ğaả hai *both*
cảm ğaảm *cold (illness)*
cảm động ğaảm đạwng *emotional*
cảm giác ğaảm zaák *feelings*
cảm ơn ğaảm ern *thank*
cảnh ğaảng *view* n
cảnh cáo ğaảng ğów *warn*
cảnh sát ğaảng saát *police • police officer*
cãi nhau ğaĩ nyoh *argue*
cạnh ğạang *side*
cạo râu ğọw zoh *shave* v
căm ğuhm *spoke* v
căn nhà ğuhn nyaà *house*
căn phố ğuhn fáw *apartment • flat* n
cắm trại ğúhm chại *camp* v
cắn ğúhn *bite (dog)* n
cắt ğúht *cut* v
cân ğuhn *weigh*
câu ğoh *sentence (speech)*
câu chuyện ğoh jwee·uhn *story*
câu hỏi ğoh hỏy *question* n
câu trả lời ğoh chaả ler·eè *answer* n
cây ğay *tree*
cây bông gòn ğay bawm gòn *cotton buds*
cây búa ğay boo·úh *hammer*
cây cỏ ğay ğỏ *vegetation*
cây leo ğay lay·oo *vine*
cây số ğay sáw *kilometre*
cây thánh giá ğay taáng zaá *cross* n
cây thông ğay tawm *pine*
cây tre ğay cha *bamboo*
cấm hút thuốc lá ğúhm hút too·úhk laá *nonsmoking*
cấp cứu ğúhp ğúhr·oó *emergency*
cấp nhì ğúhp nyeè *second class*
cấp thường ğúhp tuhr·èrng *economy class*
cần ğùhn *need* v

C

cần sa ğùhn saa *marijuana • pot (dope)*
cần thiết ğùhn tee·úht *necessary*
cầu ğòh *bridge*
cầu long ğòh lom *badminton*
cầu thang ğòh taang *stairway*
cầu thang máy ğòh taang máy *escalator*
cha chồng jaa jàwm *father-in-law (husband's father)*
chai jai *bottle*
cha mẹ jaa mạ *parents*
cha vợ jaa vẹr *father-in-law (wife's father)*
chán jaán *bored*
cháu trai jóh chai *grandchild*
chào jòw *goodbye*
chảo jów *pan*
chảy nước mui jảy nuhr·érk moo·ee *runny nose*
chạm jụhm *touch* **v**
chạy jạy *run* **v**
chạy bộ jạy bạw *running*
chạy bộ chơi jạy bạw jer·ee *jogging*
chăn giường juhn zuhr·èrng *bedding*
chặt jụht *tight*
châm cứu juhm ğuhr·oó *acupuncture*
chân juhn *leg*
Châu Á joh aá *Asia*
Châu Âu joh oh *Europe*
Châu Phi joh fee *Africa*
chấn thương não júhn tuhr·erng nõw *concussion*
chất khử mùi júht kủhr moo·eè *deodorant*
chất lượng júht luhr·ẹrng *quality*
chậm jụhm *slow • slowly*
chén ján *bowl*
chế độ ăn uống jé đạw uhn oo·úhng *diet*
chế độ chính trị có nhiều đảng jé đạw jíng cheẹ ğó nyee·oò đaáng *political pluralism*
chế độ dân chủ jé đạw zuhn joỏ *democracy*
chết jét *dead* **a** • *die* **v**
chia bài jee·uh baì *deal (cards)*
chia phòng nội trú jee·uh fòm nọy choó *share (a dorm etc)*
chia sẻ jee·uh sả *share (with)*
chiên jee·uhn *fried • fry*
chiếc giầy xăng đan jee·úhk záy suhng đan *sandal*
chiếc pha jee·úhk faa *ferry* **n**
chiến tranh jee·úhn chaang *war*
chiếu jee·oó *mat*
chiều jee·oò *afternoon*
chim jim *bird*
chi tiết jee dee·úht *details*
chích jík *bite (insect)* **n** • *inject* **v**
chính jíng *main*
chính phủ jíng fủ *government*
chính sách jíng saák *policy*
chính trị jíng cheẹ *politics*
chìa khóa jee·ùh kwaá *key*
chỉ jeẻ *point* **v** • *thread (sewing)* **n**
chị jeẹ *older sister*
cho jo *give*
cho ăn jo uhn *feed*
cho đến jo đén *until*
cho phép jo fáp *allow*
chó hướng dẫn jó huhr·érng zũhn *guide dog*
chóng mặt chóm mụht *dizzy*
chọn jọn *choose*
chống hạt nhân jáwm haạt nyuhn *antinuclear*
chồng jàwm *husband*
chồng đính hôn jàwm đing hawn *fiancé*
chỗ jãw *place* **n**
chỗ ngồi jãw ngòy *seat (place)*
chỗ ở jãw ér *accommodation*
chỗ râm mát jãw zuhm maát *shade* **n**
chỗ rọng jãw zọm *space (room)*
chơi jer·ee *play (a game)* **v**
chợ jẹr *market*
chợ đen jẹr đan *black market*
chợ trời jẹr chèr·ee *fleamarket • street market*
chuẩn bị joỏ·uhn beẹ *prepare*
chuỗi hạt đeo cổ joõ·ee haạt đay·oo ğảw *necklace*
chuyên viên jwee·uhn vee·uhn *specialist* **n**
chuyến bay jwee·úhn bay *flight*
chuyến đi jwee·úhn đee *journey • trip*
chuyến đi vất vả jwee·úhn đee vúht vaả *trek* **n&v**
chuyến đi xe jwee·úhn đee sa *ride* **n**

DICTIONARY

chuyển chở jwee·uhn jér *transport (vehicle)*

chuyến jwee·uhn *connection (bus)*

chúc mừng júp mùhrng *congratulations*

chúng ta júm daa *we (including speaker)*

chúng tôi júm doy *we (excluding speaker)*

chùa joo·ùh *pagoda*

chủ nghĩa cộng sản joó ngyeẽ·uh ğawm saán *communism*

chủ nghĩa tư bản joó ngyeẽ·uh duhr baán *capitalism*

chủ tịch joó dịk *president*

chủng tộc júm dạwp *race (breed)*

chụp điện vú jup đee·uhn voó *mammogram*

chụp hình jup hìng *take a photo*

chưa juhr·uh *(not) yet*

chương trình chuhr·erng chìng *program* n

chứng chỉ júhrng jeé *certificate · qualifications*

chứng đau nửa đầu júhrng đoh nửhr·uh đòh *migraine*

chứng ho júhrng ho *cough* v

chứng minh júhrng ming *validate*

chữ ký júhr ğeé *signature*

con bài ğon bài *playing cards*

con bò ğon bò *cow*

con búp bê ğon búp be *doll*

con bướm ğon buhr·érm *butterfly*

con cá trích ğon ğaá chík *herring*

con chí ğon jeé *lice*

con chó ğon jó *dog*

con chuột ğon joo·uht *mouse · rat*

con cò ğon gò *stork*

con cừu ğon ğuhr·oò *sheep*

con dao ğon zow *knife*

con dao bỏ túi ğon zow bỏ doo·eé *pocketknife*

con đường ğon đuhr·èrng *route*

con gà tây ğon gaà day *turkey*

con gái ğon gaí *daughter · girl*

con gián ğon zaán *cockroach*

con heo ğon hay·oo *pig*

con hổ ğon hảw *tiger*

con khỉ ğon keẻ *monkey*

con kiến ğon ğee·úhn *ant*

con mắt ğon múht *eye*

con mèo ğon may·oò *cat*

con muỗi ğon moõ·ee *mosquito*

con ngựa ğon nguhr·ụh *horse*

con nhện ğon nyẹn *spider*

con ong ğon om *bee*

con ốc sên ğon áwp sen *snail*

con rắn ğon zúhn *snake*

con rắn mang bành ğon zúhn maang baàng *cobra*

con rệp ğon zẹp *bug*

con ruồi ğon zoo·eè *fly (insect)* n

con sấu ğon sóh *crocodile*

con sông ğon sawm *river*

con thằng lằng ğon tùhng lùhng *lizard*

con thỏ ğon tỏ *rabbit*

con trai ğon chai *boy · son*

con trăn ğon chuhn *python*

con trâu ğon choh *buffalo*

con vịt ğon vịt *duck*

con voi ğon voy *elephant*

có ğó *have*

có giá trị ğó zaá chẹ *valuable*

có ích ğó ík *useful*

có khi ğó kee *sometimes*

có lẽ ğó lã *maybe*

có lò sòi ğó lò sỏy *heated*

có phòng ğó fòm *vacancy*

có tình cảm ğó dìng ğaám *sensual*

có tội ğó dọy *guilty*

có thai ğó tai *pregnant*

có thể ğó tẻ *be able · can*

có thể có ğó tẻ ğó *possible*

có thể tái chế ğó tẻ daí jé *recyclable*

có thiếu sót ğó tee·oó sót *faulty*

có xương mù ğó suhr·erng moò *foggy*

cỏ ğó *grass · herb*

cọc lều ğọp lay·oò *tent peg*

cô kê ğo ğe *cocaine*

công đoàn ğawm đwaàn *trade union*

công lý ğawm leé *justice*

công nghiệp gawm ngyee·ụhp *industry*

công nhân ğawm nyuhn *employee · labourer*

công nhân xí nghiệp ğawm nyuhn seé ngyee·ụhp *factory worker*

công trình điêu khắc ğawm chìng đee·oo kúhk *sculpture*

công trường ğawm chuhr-èrng *roadworks*

công ty ğawm dee *company (business)*

công việc ğawm vee-ųhk *work* n

công việc tính giờ ğawm vee-ųhk díng zèr *casual work*

công viên ğawm vee-uhn *park* n

công viên công cộng ğawm vee-uhn ğawm ğawm *public gardens*

công viên quốc gia ğawm vee-uhn ğwáwk zaa *national park*

công xưởng ğawm súhr-erng *workshop*

cốc ğáwp *glass (drinking)*

cố gắng ğó gúhng *try (attempt)* v

cổ ğăw *ancient • historical*

cổ chân ğăw juhn *ankle*

cổng ğåwm *gate (airport, etc)*

cổ tay ğăw day *wrist*

cộng sản ğawm saán *communist* n

cơ hội bình đẳng ğer họy bìng đủhng *equal opportunity*

cơm ğerm *rice (cooked)*

cơn bão ğern bõw *typhoon*

cơn mưa to có sấm sét ğern muhr-uh do ğó súhm sát *thunderstorm*

cơn sốt ğern sáwt *fever*

cờ tướng ğèr duhr-érng *chess*

cưỡi ğẽr-ee *ride (horse)* v

cung điện ğum đee-ụhn *palace*

cuộc biểu diễn ğoo-ụhk beé-oo zeẽ-ụhn *performance*

cuốc chim ğoo-úhk jim *pickaxe*

cuộc đi chơi ban đêm ğoo-ụhk đee jer-ee baan đem *night out*

cuộc đi du lịch ğoo-ụhk đee zoo lịk *tour* n

cuộc đua ğoo-ụhk đoo-uh *race (sport)*

cuộc giải phẫu ğoo-ụhk zaỉ fõh *operation (medical)*

cuộc hành trình ğoo-ụhk haàng chìng *journey*

cuộc họp ğoo-ụhk họp *small conference*

cuộc phỏng vấn ğoo-ụhk fỏm vúhn *interview*

cuộc sống ğoo-ụhk sáwm *life*

cuộc thi ğoo-ụhk tee *game (sport)*

cuộc thi đá gà ğoo-ụhk tee đaá gaà *cockfighting*

cuộc thi đấu ğoo-ụhk tee đóh *sports match*

cuộc triển lãm ğoo-ụhk cheẻ-ụhn laãm *exhibition • show* n

cuộc tuyển cử ğoo-ụhk dweẻ-ụhn ğủhr *election*

cuối cùng ğoo-eé ğùm *last (final)*

cuối tuần ğoo-eé dwùhn *weekend*

cuốn giới thiệu đồ ğoo-úhn zer-eé tee-ọọ đàw *brochure*

cuống họng ğoo-úhng họm *throat*

cuốn sách chỉ dẫn câu nói ğoo-úhn saák jee zũhn ğoh nóy *phrasebook*

cuộn phim ğoo-ụhn feem *film (for camera)*

cùng nhau ğùm nyoh *together*

của bà ấy ğoó-uh baà áy *her (possessive)*

của bạn ğoó-uh bạn *your*

của chúng tôi ğoó-uh júm doy *our*

của họ ğoó-uh họ *their*

của ông ấy ğoó-uh awm áy *his*

của tôi ğoó-uh doy *my*

của Việt Nam ğoó-uh vee-ụht naam *Vietnamese* a

củi đốt lò ğoó-ee đáwt lò *firewood*

cũng ğũm *also*

cũng như thế ğũm nyuhr tế *too (also)*

cưới ğuhr-eé *marry*

cười ğuhr-èe *laugh* v

cưỡi ngựa ğuhr-ee nguhr-ụh *horse riding*

cứng ğúhrng *hard (not soft)*

cửa ğuhr-uh *door*

cửa hàng ğuhr-uh haàng *shop* n

cửa hàng bách hóa ğuhr-uh haàng baák hwaá *department store*

cửa hàng văn phòng phẩm ğuhr-uh haàng vuhn fòm fúhm *stationer*

cửa lên máy bay ğuhr-uh len máy bay *departure gate*

cửa sổ ğuhr-uh sảw *window*

cửa vào ğuhr-uh vòw *entry*

cựu lính ğuhr-ọọ líng *war veteran*

D

da zaa *skin*

da đầu zaa đòh *scalp*

danh thiếp zaang tee-úhp *business cards*

dao cạo zow ğọw *razor*
dao nhíp zow nyíp *penknife*
dài zaì *long*
dày zày *thick*
dãy núi zãy noo·eé *mountain range*
dân chúng zuhn júm *people*
dây zay *string* n
dây điện nối zay dee·uhn naw·eé *jumper leads*
dây giày zay zày *shoe lace*
dây kéo zay ğay·oó *zip • zipper*
dây kéo quạt zay ğay·oó ğwạt *fanbelt*
dây kim loại zay ğim lwại *wire*
dây nịt an toàn vào chỗ ngồi zay nịt aan dwaàn vòw jãw ngòy *seatbelt*
dầu zòh *oil (petrol)*
dầu gội đầu zòh gọy dòh *shampoo*
dầu nấu ăn zòh nóh uhn *oil (cooking)*
dầu xe zòh sa *lubricant*
dễ zễ *easy*
dễ vỡ zễ vẽr *fragile*
diêm quẹt zee·uhm ğwạt *matches (for lighting)*
điếu xì ga zee·oó seè gaa *cigar*
di tích cổ zee dík ğẫw *relic*
di tích lịch sử zee dík lịk súhr *monument*
dì zeè *aunt*
dịch vụ buôn bán đất zịk voọ boo·uhn baán đúht *real estate agent*
dịch vụ đổi tiền zịk voọ đỏy dee·ùhn *currency exchange*
dịch vụ internet zịk voọ in·ter·net *Internet café*
dịch vụ mua bán zịk voọ moo·uh baán *estate agency*
dịch vụ thuê xem zịk voọ twe sam *car hire*
dị ứng zee úhrng *allergy*
dị ứng da zee úhrng zaa *skin rash*
dòng zòm *current (electricity)*
dòng suối zòm soo·eé *stream*
dốc záwp *steep • uphill*
dơ der *dirty*
du lịch saák zoo lịk *travel* a
du lịch hợp với môi trường zoo lịk hẹrp ver·eé moy chuhr·èrng *ecotourism*
duy nhất zwee nyúht *only*
dũng cảm zũm ğaảm *brave*

dụng cụ zụm ğoọ *equipment*
dụng cụ mở đồ hộp zụm ğoọ mẻr đàw hạwp *can opener*
dương vật zuhr·erng vụht *penis*
đường xe đạp đuhr·èrng sa đaạp *bike path*
dưỡng khí zũhr·erng keé *oxygen*
dược sĩ zuhr·ẹrk seẽ *pharmacist*
dừng lại zùhrng lại *stop (cease)* v

Đ

đau đoh *hurt* v • *pain • sore*
đau bụng lúc hành kinh đoh bụm lúp haàng ğing *period pain*
đau ốm đoh áwm *ill • sick*
đau răng đoh zuhng *toothache*
đá đaá *kick* v • *rock • stone*
đáng giá đaáng zaá *worth* n
đánh bài đaáng baì *play cards* v
đánh cá đaáng ğaá *bet* n • *fishing*
đánh máy đaáng máy *type* n
đánh nhau đaáng nyoh *fight* n
đánh thức dậy đaáng túhrk zạy *wake (someone) up*
đáy đáy *bottom (position)*
đàn ông đaàn awm *man*
đảng đaảng *party (politics)*
đại dương đại zuhr·erng *ocean*
đại hội đại họy *festival • rally* n
đại lộ đại lạw *avenue*
đại sứ đại súhr *ambassador • embassy*
đạo giáo của Lão Tử đọ zów ğoõ·uh lõw đúhr *Taoism*
đạo Tin Lành đọ din laàng *Protestantism*
đạp xe đaạp sa *cycle* v
đăng bộ xe đuhng bạw sa *car registration*
đắng đúhng *bitter*
đất tiền đúht dee·ùhn *expensive*
đằng sau đùhng soh *behind*
đặc biệt đặk bee·ụht *special* a
đặt đụht *put*
đặt hàng đụht haàng *order* v
đặt món ăn đụht món uhn *order* n
đây đay *here*
đất liền đúht lee·ùhn *land* n
đất trồng trọt đúht chàwm chọt *earth (soil)*

Đ

đầu đòh *head*
đầu gối đòh góy *knee*
đầu tiên đòh dee·uhn *first*
đầy dày *full*
đẩy dảy *push* v
đậm dụhm *dark (of colour)*
đậu phụ đọh foọ *tofu*
đậu xe đọh sa *park (a car)* v
đèn cầy đàn gày *candle*
đèn giao thông dàn zow tawm *traffic light*
đèn pin dàn pin *torch (flashlight)*
đẹp dạp *beautiful*
đẹp trai dạp chai *handsome*
Đêm Giáng Sinh đem zaáng sing *Christmas Eve*
đêm giao thừa đem zow tuhr·ùh *New Year's Eve*
đếm dém *count* v
đến dén *arrive • come • to*
đền dèn *temple*
để giải trí dẻ zai chéé *have fun*
đi dee *go*
đi bộ dee bạw *walk* v
đi bộ đường dài dee bạw duhr·èrng zài *hike* v
đi chậm lại dee jụhm lại *slow down*
đi chơi (với) dee jer·ee (ver·eé) *go out (with)*
đi chợ dee jẹr *go shopping*
đi du lịch dee zoo lịk *travel* v
điên dee·uhn *crazy*
điếc dee·úhk *deaf*
điều hòa dee·oò hwàà *air conditioning*
điều lệ dee·oò lẹ *rule* n
điều ngạc nhiên dee·oò ngạạk nyee·uhn *surprise* n
điều tưởng tượng dee·oò dúhr·erng duhr·ẹrng *fiction*
điện lực dee·ụhn lụhrk *electricity*
điện thoại dee·ụhn twại *telephone* n
điện thoại công cộng dee·ụhn twại gawm gạwm *public telephone*
điện thoại di động dee·ụhn twại zee dạwm *cell/mobile phone*
điện thờ dee·ụhn tèr *shrine*
đi giầy pa tinh dee zày pa ding *rollerblading*

đi nhờ xe người khác dee nyèr sa nguhr·eè kaák *hitchhike*
đi qua đee ğwaa *pass* v
đi theo đee tay·oo *follow*
đi vào đee vòw *enter*
đính hôn đíng hawn *engaged (to marry)*
đỉnh cao đỉng ğow *mountain peak*
địa chỉ đẹ·uh jéé *address* n
địa phương đee·ụh fuhr·erng *local a • regional*
định giá địng zaá *value (price)* n
đoán đwaán *guess* v
đoàn xiếc đwaàn see·úhk *circus*
đó đó *there*
đói đóy *hungry*
đóng đảwm *close* v • *closed • shut*
đóng băng đóm buhng *freeze*
đóng gói đóm góy *package*
đọc đọp *read*
đôi đoy *double*
đôi đua doy đoo·uh *chopsticks*
đôi giày doy zày *shoes*
đôi vớ doy vér *socks*
đông đawm *crowded*
đối diện đóy zee·ụhn *opposite*
đối lập với đóy lụhp ver·eé *against*
đồ ăn biển đàw uhn beẻn *seafood*
đồ ăn nhẹ đàw uhn nyạ *snack* n
đồ ăn trẻ con đàw uhn chẻ ğon *baby food*
đồ cây tre đàw ğay cha *caneware*
đồ cổ đàw ğảw *antique* n
đồ cũ đàw ğoõ *secondhand*
đồ da đàw zaa *leather* n
đồ gỗ khắc đàw ğẫw kúhk *woodcarving*
đồ gốm đàw ğáwm *ceramics*
đồ gốm thủ công đàw ğáwm toỏ ğawm *pottery*
đồi đòy *hill*
đồi bại đòy bại *corrupt*
đồ lặn nước đàw lụhn nuhr·érk *diving equipment*
đồng đàwm *dong (currency)*
đồng bằng đàwm bùhng *river delta*
đồng dạng đàwm zạang *similar*
đồng đá đàwm đaá *frozen*
đồng hồ đàwm hàw *clock*

đồng hồ báo thức đàwm hàw bów túhrk *alarm clock*

đồng hồ đeo tay đàwm hàw đay·oo day *watch* n

đồng hồ tốc độ đàwm hàw dóp đạw *speedometer*

đồng tình luyến ái đàwm dìng lwee·úhn aí *homosexual* n

đồng ý đàwm eé *agree*

đồ sơn mai đàw sern mai *lacquerware*

đồ thêu đàw tay·oo *embroidery*

đồ trang sức đàw xhaang súhrk *jewellery*

đổi tiền đỏy dee·ùhn *(ex)change money* v

đổi tiền séc đỏy dee·ùhn sák *cash (a cheque)* v

độ đạw *degrees (temperature)*

độc đạwp *poisonous*

độ cao đạw ğow *altitude*

độc thân đạwp tuhn *single (person)*

đội đọy *team*

động đất đạwm đúht *earthquake*

động kinh đạwm ğing *epilepsy*

động vật đạwm vụht *animal*

độ nóng đạw nóm *temperature (fever)*

đơn giản đern zaản *simple*

đơn thuốc đern too·úhk *prescription*

đơn xin đern sin *petition*

đợi der·eẹ *wait* v

đuôi đoo·ee *tail*

đường đuhr·èrng *road*

đúng đúm *exactly • right (correct)*

đúng giờ đúm zèr *on time*

đủ đoỏ *enough*

đưa đuhr·uh *deliver*

đường đuhr·èrng *sugar*

đường ⓢ đuhr·èrng *street*

đường chính đuhr·èrng jíng *main road*

đường dài đuhr·èrng zài *long distance*

đường đi đuhr·èrng dee *track • trail • way*

đường máy bay đuhr·èrng máy bay *aisle (on plane)*

đường mòn đuhr·èrng mòn *footpath • path*

đường mòn trên núi đuhr·èrng mòn chen noo·eé *mountain path*

đường xe lửa đuhr·èrng sa lủhr·uh *railroad*

được đuhr·erk *can (have permission)*

được không điều hòa nhiệt độ đuhr·erk kawm đee·oò hwaà nyee·ụht đạw *air-conditioned*

được phép đuhr·erk fáp *allowed*

đứa trẻ đuhr·úh chẻ *child*

E

em am *younger sister*

email ee·mayl *email*

em bé am bá *baby*

em trai am chai *younger brother*

G

gam gaam *gram*

gang tay gaang day *gloves*

ga xe lửa gaa sa lúhr·uh *train station*

gái điếm gaí dee·úhm *prostitute* n

gà gaà *chicken*

gặp ğuhp *meet*

gây đau đớn gay đoh dérn *painful*

gấp hai gúhp hai *twice*

gần gùhn *about • close a • near*

gần bên gùhn ben *nearby*

gần nhất gùhn nyúht *nearest*

gầy ốm gày áwm *thin*

gãy gãy *break* v

gênh tị gen teẹ *jealous*

ghế gé *chair* n

ghế ngồi ăn em bé gé ngòy uhn am bá *highchair*

ghế ngồi trẻ con gé ngòy chẻ ğon *child seat*

ghi gee *record* v

ghi âm gee uhm *recording*

ghi điểm thắng gee đee·úhm túhng *score* v

ghi ta gee daa *guitar*

ghi từng khoản gee dùhrng kwaán *itemised*

gía zaá *cost* n • *price* n

gia đình zaa đìng *family*

giám đốc zaám đáwp *director (company) • manager*

giáo sư zów suhr *lecturer*

giáo viên zów vee·uhn *teacher*

giá vé zaá vá *admission (price)* • *fare*
giá vé vào cửa zaá vá vòw ğuhr·uh
    cover charge
già zaà *old*
giàu có zòw ğó *rich* • *wealthy*
giày zày *shoe*
giày đi bộ đường dài zày đee bạw
    đuhr·èrng zaì *hiking boots*
giày ống zày áwm *boots*
giảm giá zaảm zaá *discount* n
giăm bông zuhm bawm *ham*
giặt zụht *wash (something)*
giây zay *second (time unit)* n
giây phơi quần áo zay fer·ee ğwùhn ów
    clothesline
giấm zúhm *vinegar*
giấy zấy *paper*
giấy chứng minh zấy chúhrng ming
    identification card (ID)
giấy đăng bộ xe zấy đuhng bạw sa
    car owner's title
giấy khai sinh zấy kai sing *birth certificate*
giấy lên máy bay zấy len máy bay
    boarding pass
giấy mỏng zấy mỏm *tissues*
giấy phép zấy fáp *permit* n
giấy phép đi làm zấy fáp đee laàm
    work permit
giấy phép lái xe zấy fap laí sa *licence*
giấy vấn thuốc zấy vúhn too·úhk
    cigarette papers
giấy vệ sinh zấy vẹ sing *toilet paper*
giấy xuất cảnh zấy swúht ğaảng *visa*
giết zét *kill*
giết người zét nguhr·eè *murder* v
gió zó *wind*
gió mùa zó moo·ùh *monsoon*
giọng nói zọm nóy *voice*
giống nhau zảwm nyoh *same*
giồng zàwm *grow (plant)*
giới tính zer·eé díng *sex*
giờ zèr *hour*
giờ ăn trưa zèr uhn chuhr·uh *lunchtime*
giờ giải lao zèr zaỉ low *intermission*
giờ khác nhau zèr kaák nyoh
    time difference
giờ mở zèr mẻr *opening hours*
giờ ngắn zèr ngúhn *part-time*

giun zun *worms*
giúp zúp *help* v
giúp đỡ zúp đẽr *help* n
giường đôi zuhr·èrng đoy
    double bed • *twin beds*
giường ngủ trên tàu zuhr·èrng ngoỏ
    chen dòh *sleeping berth*
giữ trẻ zũhr chả *child-minding service*
giữ trước zũhr chuhr·érk
    book (make a booking) v
góc góp *corner*
gói góy *packet (general)*
gọi điện thoại gọy đee·ụhn twaị
    telephone v
gôn gawn *goal (score)*
gối góy *pillow*
gỗ gãw *wood*
gởi gér·ee *send*
gương soi guhr·erng soy *mirror*

H

hai hai *two*
hai tuần hai dwùhn *fortnight*
hang động haang đạwm *cave* n
hay hay *great (fantastic)*
hát haát *sing*
hài kịch haì ğịk *comedy*
hàm haàm *jaw*
hàng haàng *queue* n
hàng bán thịt haàng baán tịt
    butcher's shop
hàng đồ sắt haàng đàw súht
    hardware store
hàng không đánh thuế
    haàng kawm đaáng twé *duty-free*
hàng năm haàng nuhm *annual*
hàng rào haàng zòw *fence*
hàng rượu haàng zee·oọ *liquor store*
hành haàng *onion*
hành chánh haàng jaáng
    administration • *paperwork*
hành khách haàng kaák *passenger*
hành lý haàng leé *luggage*
hành lý bị bỏ lại haàng leé bẹ bỏ laị
    left luggage
hành tinh haàng ding *planet*
hành trình haàng chìng *itinerary*

hải cảng hai ğaáng *harbour • port (sea)*
hải ngoại hai ngwại *overseas*
hải quan hai ğwaan
    customs (immigration)
hãm hiếp haãm hee·úhp *rape* v
hãng haãng *factory*
hãng máy bay haãng máy bay *airline*
hạ giá haạ zaá *sale*
hạn chế hành lý haạn jé haàng leé
    baggage allowance
hạng nhất haạng nyúht *first class*
hạt haạt *nut (seed)*
hằng ngày nùhng ngày
    daily • every day
hấp dẫn húhp zũhn *charming*
hẹn ngày đi chơi hạn ngày đee jer·ee
    date (go out with) v
hết chỗ hét jãw *booked out*
hết phòng hét fòm *no vacancy*
hệ thống hành chánh
    hẹ táwm haàng jaáng *bureaucracy*
hiếm có hee·úhm ğó *rare (uncommon)*
hiểu heé·oo *understand*
hiện tại hee·ụhn daị *present (time)* n
hiệu thuốc hee·ọo too·úhk *pharmacy*
hít hít *breathe*
hình dạng hìng zaạng *shape* n
hoa lan hwaa laan *orchid*
hoàng đạo hwaàng đọw *zodiac*
hoàng hôn hwaàng hawn *sunset*
hoàn hảo hwaàn hỏw *perfect* a
hoãn lại hwaãn laị *stay (in one place)*
hoặc hwụhk *or*
hóa hwaá *locked*
hóa đơn hwaá đern
    bill (restaurant) • check (restaurant) n
hòn đảo hòn đỏw *island*
hỏi hỏy *ask (a question)*
họ họ *they*
họa sĩ hwaạ seẽ *artist • painter*
học họp *learn*
hôm nay hawm nay *today*
hôm qua hawm ğwaa *yesterday*
hôn hawn *kiss* v
hối lộ hóy lạw *corruption*
hồ bơi hàw ber·ee *swimming pool*
Hồi Giáo hòy zów *Muslim* n
hộ chiếu hạw jee·óó *passport*

hội chứng chệch múi giờ
    họy júhrng jẹk moo·eé zèr *jet lag*
hội họa họy hwaạ *painting (technique)*
hội nghị họy ngyẹe *big conference*
hội viên họy vee·uhn *member*
hộp cứu thương hạwp ğuhr·oó tuhr·erng
    first-aid kit
hộp đêm hạwp đem *nightclub*
hộp thiếc hạwp tee·úhk *tin • can*
hộp thư hạwp tuhr *mailbox*
hột tiêu hạwt dee·oo *pepper (spice)*
hơi ga her·ee gaa *gas (for cooking)*
hơi nóng her·ee nóm *heat* n
hơi nước her·ee nuhr·érk *steam* n
hớt tóc hért dóp *haircut*
hợp đồng hẹrp dàwm *contract* n
hợp tác kinh doanh
    hẹrp daák ğing zwaang *business trip*
hợp thời trang hẹrp ter·eè chaang
    trendy (person)
huyết áp hwee·úht aáp *blood pressure*
hút thuốc lá hút too·úhk laá
    smoke (cigarettes) v
hủy bỏ hweé bỏ *cancel*
hư huhr *break down • off (spoilt)*
hướng huhr·érng *direction*
hướng bắc huhr·érng búhk *north*
hướng đông huhr·érng đawm *east*
hứa hẹn huhr·úh hạn *promise* v
hy vọng hee vọm *wish* v

I

ích kỷ ík ğeẽ *selfish*
ít ít *few*
ít hơn ít hern *less*

K

kem ğam *cream • ice cream*
kem cạo râu ğam ğọw zoh
    shaving cream
kem chống nắng ğam jáwm núhng
    sunblock
kem đánh răng ğam đaáng zuhng
    toothpaste
keo dán ğay·oo zaán *glue*
kéo ğay·oó *pull* v

két sắt ğắt súht *safe* n
kẻ cấp Ⓝ ğẻ ğứhp *thief*
kẻ khờ dại ğả kèr zaị *idiot*
kẻ nói dối ğẻ nóy zóy *liar*
kẻ trộm Ⓢ ğẻ chạwm *thief*
kẹo ğạy·oo *candy • sweets*
kẹo cao su ğạy·oọ ğow soo
  chewing gum
kẹo ngọt ğạy·oọ ngọk *lollies*
kẹt ğẹt *blocked*
kêu ğạy·oo *call* v
kêu ca ğạy·oo ğaa *complain*
kết thúc ğét túp *end* n
kết thực ğét tụhrk *finish* v
kệ ğẹ *shelf*
khác kaák *another • different • separate* a
khách du lịch kaák zoo lịk *tourist*
khách hàng kaák haàng *client*
khách sạn kaák sạạn *hotel*
kháng sinh kaáng sing *antibiotics*
khát nước kaát nuhr·érk *thirsty*
khăn giải bàn kuhn zaí baàn *tablecloth*
khăn giường kuhn zuhr·èrng
  linen (sheets etc)
khăn lau mặt kuhn loh mụht
  face cloth • wash cloth
khăn quàng kuhn ğwaàng *scarf*
khăn tay kuhn day *handkerchief*
khăn tấm kuhn dúhm *towel*
khẩn cấp kúhn ğúhp *urgent*
khẳng định kủhng địng
  confirm (a booking)
khiêu dâm kee·oo zuhm *sexy*
khiêu vũ kee·oo voõ *dancing*
khi nào kee nòw *when*
khí quyển keé ğweẻ·uhn *atmosphere*
khoa học gia kwaa họp zaa *scientist*
khoa học xã hội kwaa họp saã hoỵ
  social sciences
khoa kiến trúc kwaa ğee·úhn chúp
  architecture
khoẻ kwả *well (health)*
khó kó *difficult*
khoá kwaá *lock* v
khó chịu kó jee·oọ *uncomfortable*
khói kóy *exhaust (car)*
khô kaw *dried • dry* a
không kawm *neither • no • not*

không an toàn kawm aan dwaàn *unsafe*
không bao giờ kawm bow zèr *never*
không bình thường kawm bìng tuhr·èrng
  unusual
không có kawm ğó *without*
không có cái nào kawm ğó ğaí nòw *none*
không có chì kawm ğó jeè *unleaded*
không có gì hết kawm ğó zeè hét
  nothing
không khí lawm keé *air*
không thấm nước kawm túhm nuhr·érk
  waterproof
không thể làm được
  kawm tế laàm đuhr·ẹrk *impossible*
khối u kóy oo *tumour*
khởi hành kẻr·ee haàng *depart • leave*
khu vực dùng để cắm trại
  koo vụhrk zùm đẻ ğủhm chaị *camp site*
khuyến mãi kwee·uhn maĩ
  complimentary (free)
khủng khiếp kúm kee·úhp
  awful • horrible
khử trùng kỏ chùm *antiseptic* n
kiếm được ğee·úhm đuhr·ẹrk *earn*
kiến trúc sư ğee·úhn chúp suhr *architect*
kiểm tra ğeẻ·uhm chaa *check* v
kiểu ğeẻ·oo *style*
kim chích ğim jík *needle (syringe)*
kim loại ğim lwaị *metal* n
kim may ğim may *needle (sewing)*
kinh khủng ğing kúm *terrible*
kinh nghiệm ğing ngyee·ụhm *experience*
kinh nguyệt ğing ngwee·ụht
  menstruation
kích thước ğík tuhr·úhk *size (general)*
kí lô ğee law *kilogram*
kính áp tròng ğíng aáp chòm
  contact lenses
kính bơi ğíng ber·ee *goggles (swimming)*
kính chắn gió ğíng júhn zó *windscreen*
kính râm ğíng zuhm *sunglasses*
kinh Thánh ğing taáng *Bible*
kính thiên văn ğíng tee·uhn vuhn
  telescope
kính trượt tuyết ğíng chuhr·ẹrt dwee·úht
  goggles (skiing)
kịch ğịk *drama*
ký ğeé *kilo*

kỳ nghỉ ğeè ngyeé *vacation*
ký niệm ğeé nee·ụhm *souvenir*
kỹ sư ğeé suhr *engineer*
kỹ thuật ğeé twụht *technique*
kỹ thuật xây dựng ğeé twụht say zụhrng *engineering*

L

la bàn laa baàn *compass*
la hét laa hát *shout*
lau dọn loh zọn *cleaning*
lá cờ laá ğèr *flag*
lá gan laá gaan *liver*
lái xe laí sa *drive* v
lá phổi laá fỏy *lung*
là laà *be*
làm laàm *do • make*
làm bằng laàm bùhng *made*
làm bằng tay laàm bùhng day *handmade*
làm đầy laàm đày *fill*
làm sạch laàm sạak *clean* v
làm việc laàm vee·ụhk *work* v
làng xã laàng saã *village*
làn sóng laàn sóm *wave* n
là (for clothes) laà *iron* n
lãng mạn laãng mạan *romantic* a
lạ lạạ *strange*
lại lại *again*
lạnh lạạng *cold* a
lặng câm lụhng ğuhm *mute*
lâu đài loh zai *permanent*
lâu đài loh đai *castle*
lấy laý *get • take*
lấy trộm laý chạwm *rob*
lập gia đình rồi lụhp zaa đìng zòy *married*
lập lại lụhp lại *repeat*
len lan *wool*
leo lay·oo *climb* v
leo trèo lay·oo chay·oò *scale (climb)*
lên máy len máy *board (plane)*
lên tàu bay len dòh bay *board (ship)*
lều lay·oò *tent*
lễ ban thánh thể lễ baan taáng tẻ *communion*
lễ cưới lễ ğụhr·eé *wedding*
Lễ Chúa Giáng Sinh lễ joo·úh zaáng sing *Christmas*

lễ ký niệm lễ ğeé nee·ụhm *celebration*
lễ misa lễ mee·saa *mass (Catholic)*
Lễ Phục Sinh lễ fụp sing *Easter*
lễ rửa tội lễ zửh·uh dọy *baptism*
liên lạc giao thông lee·uhn laạk zow tawm *communications (profession)*
liên quan đến khảo cổ học lee·uhn ğwaan đén kỏw gảw họp *archaeological*
lịch sử lịk sửhr *history*
loài thú vật sắp tuyệt chủng lwaì toó vụht súhp dwee·ụht júm *endangered species*
loại trừ lwại chùhr *excluded*
lo lắng lo lúhng *worried*
lon lon *can • tin* n
lò sưởi lò sủhr·ee *radiator*
lò xo lò so *spring (coil)*
lỏng lỏm *loose*
lọc lọp *filtered*
lối ra lóy zaa *exit* n
lốp xe láwp sa *tire (tyre)*
lỗ châm lẽw juhm *puncture*
lỗi lầm lõy lùhm *(someone's) fault*
lộ trình đi bộ đường dài lạw chìng đee bạw đuhr·èrng zaì *hiking route*
lớn lérn *big • large*
lớn hơn lérn hern *biggest*
lớn nhất lérn nyúht *bigger*
lớp học lérp họp *class (school)*
lời cầu nguyện ler·eè gòh ngwee·ụhn *prayer*
lời kêu ca ler·eè ğay·oo ğaa *complaint*
lời khuyên ler·eè kwee·uhn *advice*
lời nhắn tin ler·eè nyúhn din *message*
lợi ích ler·ẹẹ ík *profit* n
luật lwụht *law (legislation)*
luật pháp lwụht faáp *law (professsion)*
luật sư lwụht suhr *lawyer*
luôn luôn loo·uhn loo·uhn *always*
lúa mạch loo·úh mạak *oats*
lụa loo·ụh *silk*
lưng luhrng *back (body)*
lười biếng luhr·eè *lazy*
lưỡi dao cạo lühr·ee zow ğọw *razor blade*
lửa lửhr·uh *fire*
ly ⑤ lee *glass (drinking)*

ly dị lee zeẹ *divorced*
lý do leé zo *reason*
lý lịch leé lịk *résumé (CV)*

M

mang maang *carry*
mang theo maang tay·oo *bring*
ma túy maa dweé *drugs (illicit)*
may may *sew*
may mắn may múhn *lucky*
mát maát *cool*
máu móh *blood*
máy bay máy bay *aeroplane*
máy bơm máy berm *pump* n
máy chiếu máy jee·oó *projector*
máy chụp hình máy júp hìng *camera*
máy điện điều hòa tim máy đee·uhn
    dee·oò hwaà đim *pacemaker*
máy fax máy faak *fax machine*
máy giặt máy zụht *washing machine*
máy in máy in *printer (computer)*
máy móc máy móp *engine • machine*
máy mua vé máy moo·uh vá
    ticket machine
máy nướng bánh mì
    máy nuhr·érng baáng meè *toaster*
máy quay nhạc máy ğway nyaạk *stereo*
máy radiô máy ra·dee·aw *radio*
máy rút tiền tự động
    máy zút đee·ùhn dụhr đậwm
    automated teller machine (ATM)
máy sưởi máy sủhr·ee *heater*
máy thâu băng máy toh buhng
    video recorder
máy tính máy díng *calculator*
máy tính tiền máy díng đee·ùhn
    cash register
máy trợ tai máy chẹr dai *hearing aid*
máy vi tính sách tay
    máy vee díng saák day *laptop*
màu cam mòh ğaam *orange (colour)* a
màu đen mòh đan *black*
màu đỏ mòh đỏ *red*
màu hồng mòh hàwm *pink*
màu nâu mòh noh *brown*
màu sắc mòh súhk *colour* n
màu tím mòh dím *purple*

màu trắng mòh chúhng *white*
màu vàng mòh vaàng *yellow*
màu xanh lá cây mòh saang laá ğay
    green
màu xám mòh saám *grey*
máy vi tính mày vee díng *computer*
mãi mãi maĩ maĩ *forever*
mã số bưu chính maã sáw buhr·oo jíng
    postcode
mạng internet maạng in·ter·net *Internet*
mạng lưới maạng luhr·eé *net*
mạnh maạng *strong*
mắc cở múhk ğẻr *shy*
mắt múht *eyes*
mặc mụhk *wear (clothes)*
mặt mụht *face* n
mặt trăng mụht chaang *moon*
mặt trời mụht cher·eè *sun*
mây may *cloud*
mây mù may moò *cloudy*
mất múht *lose (something)*
mập mụhp *fat* a
mật ong mụht om *honey*
mét mát *metre*
mẹ mẹ *mother*
mẹ chồng mẹ jàwm
    mother-in-law (husband's mother)
mẹ vợ mẹ vẹr
    mother-in-law (wife's mother)
mê sảng me saảng *delirious*
mệt mẹt *tired*
miếng mee·úhng *piece • slice* n
miếng thịt róc xương mỡ
    mee·úhng tịt zóp suhr·erng mẽr *fillet*
miền nam mee·ùhn naam *south*
miền quê mee·ùhn ğwe *country (rural)*
miền tây mee·ùhn day *west*
miễn phí meẽ·uhn feé *free (gratis)*
mi li mét mee lee mát *millimetre*
mì phở meè fẻr *noodles*
mỉm cười mím ğuhr·eè *smile* v
modem mo·đam *modem*
mon quà mon ğwaà *present (gift)* n
món ăn rau sống chọn
    món uhn zoh sáwm jọn *salad*
món ăn tráng miệng
    món uhn chaáng mee·ụhng *dessert*
mọi mọy *any • every*

mọi người mọy nguhr·eè *everyone*
mọi thứ mọy túhr *everything*
môi mạy *lips*
môi trường moy chuhr·èrng *environment*
môn bóng ném mawn bóm nám *handball*
môn đánh banh bằng gậy
  mawn daáng baang bùhng gạy *cricket*
môn đi xe đạp mawn đee sa đaạp *cycling*
mông mawm *bottom (body)*
môn khúc côn cầu mawn kúp ğawn gòh *hockey*
môn lặn mawn lụhn *diving*
môn lướt ván bườm mawn luhr·ért vaán buhr·èrm *sailboarding*
môn nhào lộn mawn nyòw lẹrn *gymnastics*
môn thể thao chạy đua
  mawn tẻ tow jạy đoo·uh *track (sport)*
môn thể thao đi bộ đường dài mawn tẻ tow bạw đuhr·èrng zaì *hiking*
môn thể thao leo núi
  mawn tẻ tow lay·oo noo·eé *mountaineering • rock climbing*
môn trượt nước mawn chuhr·ẹrt nuhr·érk *water-skiing*
môn trượt sóng biển
  mawn chuhr·ẹrt sóm beé·uhn *surfing*
môn trượt ván mawn chuhr·ẹrt vaán *skateboarding*
mỗi mỗy *each*
mộ mạw *grave*
một chút mạwt jút *little (not much)*
một đôi mạwt đoy *pair (couple)*
một lần mạwt lùhn *once*
một mình mạwt mìng *alone*
một (ngày) mạwt (ngày) *per (day)*
một phần tư mạwt fùhn duhr *quarter*
một tá máwt daá *dozen*
một trăm mạwt chuhm *hundred*
một vài mạwt vaì *several • some*
mơ mer *dream* n
mới mer·eé *new • recently*
mời mer·eè *invite*
mở mẻr *open* a&v
mua moo·uh *buy*
mua sắm moo·uh súhm *shop* v

muà mưa moo·ùh muhr·uh *rainy season*
muối moo·eé *salt*
muốn moo·úhn *want*
muỗng nhỏ mỗ·uhng nyỏ *teaspoon*
múa ba lê moo·úh baa le *ballet*
mù moò *blind*
mùa moo·ùh *season*
mùa đông moo·ùh đawm *winter*
mùa hè moo·ùh hà *summer*
mùa khô moo·ùh kaw *dry season*
mùa màng moo·ùh maàng *crop* n
mùa thu moo·ùh too *autumn (fall)*
mùa xuân mo·ùh swuhn *spring (season)*
mùi moo·eè *smell* n
mũ an toàn moỗ aan dwaãn *helmet*
mũi moỗ·ee *nose*
mũ tử cung moỗ dúhr ğum *diaphragm (medical)*
mưa muhr·uh *rain* n
mưa phùng muhr·uh fùm *drizzle*
mười hai giờ trưa
  muhr·eè hai zèr chuhr·uh *midday*
mượn muhr·ẹrn *borrow*
mức lương múhrk luhr·erng *rate of pay*
mứt múhrt *jam*
mứt cam múhrt ğaam *marmalade*

N

nai nai *deer*
nạn đụng xe naạn đụm sa *crash (vehicle)* n
nạn lụt naạn lụt *flood* n
nạn nhân sóng thần
  naạn nyuhn sóm tùhn *tsunami*
nạn phân biệt chủng tộc
  naạn fuhn bee·ụht jủm dạwp *racism*
nạn thành kiến giới tính
  naạn taàng ğee·úhn zer·eé đíng *sexism*
năm nuhm *year*
năng lượng hạt nhân nuhng luhr·ẹrng haạt nyuhn *nuclear energy*
nắng núhng *fine (weather)* a
nằm nùhm *lie (not stand)* v
nặng nụhng *heavy*
nấu ăn nóh uhn *cook* v
nếu nay·oó *if*
nền cộng hòa nèn ğạwm hwaà *republic*

nền kinh tế nền ğing té *economy*

nệm nẹm *mattress*

ngay bây giờ ngay bay zèr *right now*

ngành khoa học ngaàng kwaa học *science*

ngày ngày *day*

Ngày Chúa Giáng Sinh
ngày joo·úh zaáng sing *Christmas Day*

ngày Chủ Nhật ngày joó nyụht *Sunday*

Ngày Đầu Năm (Tết)
ngày dòh nuhm (dét) *New Year's Day*

ngày hôm kia ngày hawm ğee·uh
day before yesterday

ngày lễ ngày lê *holiday*

ngày Lễ Phật Đản ngày lê fụht đaản
Buddha's Birthday

ngày mai ngày mai *tomorrow*

ngày mốt ngày máwt *day after tomorrow*

ngày sinh nhật ngày sing nyụht
birthday • date of birth

ngày tháng ngày taáng *date (day)* n

ngăn cản nguhn ğaản *stop (prevent)* v

ngân hàng nguhn haàng *bank*

ngân sách nguhn saák *budget*

nghe ngya *hear • listen*

nghèo ngvay·oò *poor*

nghề dạy học ngyè zạy họp *teaching*

nghề thủ công ngyè toỏ ğawm
crafts • handicraft

nghệ thuật ngyẹ twụht *art*

nghệ thuật chụp hình
ngyẹ twụht jụp hìng *photography*

nghĩa địa ngyeẽ·uh đee·uh *cemetery*

nghiệp ngyee·ụhp *trade* n

nghỉ ngyeẽ *quit*

nghỉ ngơi ngyeẽ nger·ee *rest* v

nghĩ ngyeẽ *think*

nghĩa vụ quân sự ngyeẽ·uh voọ ğwuhn
sụhr *military service*

nghị trường ngyẹ chuhr·èrng *parliament*

ngoại thành ngwại taàng *suburb*

ngon ngon *tasty*

ngón chân ngón juhn *toe*

ngón tay ngón day *finger*

ngọt ngọk *sweet* a

ngôi sao ngoy sow *star*

ngôn ngữ ngawn ngũhr *language*

ngồi ngòy *sit*

ngu cốc ngoo ğáwp *cereal*

ngu dại ngoo zại *stupid*

nguyên bản ngwee·uhn baản *original* a

nguyên chất ngwee·uhn júht *pure*

nguyên liệu ngwee·uhn lee·oọ *ingredient*

nguyên ngày ngwee·uhn ngày *full-time*

nguy hiểm ngwee heẻ·uhm *dangerous*

ngủ ngoỏ *sleep* v

người nguhr·eè *person*

người Anh nguhr·eè aang
English (people) n

người ái mộ nguhr·eè aí mạw *fan (sport)*

người ăn chay nguhr·eè uhn jay
vegetarian n

người ăn xin nguhr·eè uhn xin *beggar*

người bán cá nguhr·eè baán ğaá
fishmonger

người bán ma túy
nguhr·eè baán maa dweé *drug dealer*

người bán rau quả
nguhr·eè baán zoh ğwaả *greengrocer*

người bán thịt nguhr·eè baán tịt *butcher*

người chủ nguhr·eè joỏ *employer*

người chụp hình nguhr·eè jụp hìng
photographer

người Do Thái nguhr·eè zo taí *Jewish*

người đạo Cơ-đốc
nguhr·eè dọw ğer·đáwp *Christian* n

người đi bộ nguhr·eè đee bạw
pedestrian

người điều khiển
nguhr·eè đee·oò keẻ·uhn *operator*

người đi xe đạp nguhr·eè đee sa daạp
cyclist

người đo mắt nguhr·eè đo múht
optometrist

người giữ trẻ nguhr·eè zũhr chả
babysitter

người hâm mộ thể thao nguhr·eè huhm
mạw tẻ tow *sportsperson*

người hầu bàn nguhr·eè hòh baàn *waiter*

người hướng dẫn nguhr·eè huhr·érng
zũhn *guide (person)* n

người lao động chân tay nguhr·eè low
dạwm juhn day *manual worker*

người làm chủ nguhr·eè laàm joó *owner*

người làm vườn nguhr·eè laàm vuhr·èrn
gardener

người lãnh đạo nguhr·eè laãng đọq *leader*

người lạ mặt nguhr·eè laạ muht *stranger* n

người lính nguhr·eè líng *soldier*

người lớn nguhr·eè lérn *adult* n

người nào đó nguhr·eè nòw đó *someone*

người nấu bếp nguhr·eè nóh bép *cook* n

người nối dõi nguhr·eè nóy zõy *descendent*

người quản lý nguhr·eè gwaản leé *manager (hotel/restaurant)*

người soát vé nguhr·eè swaát vá *ticket collector*

người tật tất cả tay chân nguhr·eè đuht đúht ğaả day juhn *quadriplegic* n

người thắng cuộc nguhr·eè túhng ğoo·uhk *winner*

người thất nghiệp nguhr·eè túht ngyee·uhp *unemployed*

người theo chủ nghĩa xã hội nguhr·eè tay·oo joỏ ngyeẽ·uh saã họy *socialist* a

người thợ nguhr·eè tẹr *tradesperson*

người tin vào thuyết vô chính phủ nguhr·eè đin vòw twee·úht vaw jíng foỏ *anarchist* n

người tị nạn nguhr·eè đeẹ naạn *refugee*

người Việt nguhr·eè vee·uht *Vietnamese (people)* n

người yêu nguhr·eè ee·oo *lover*

người ủng hộ nguhr·eè úhng họ *supporter (politics/sport)*

ngực nguhrk *chest (body)*

nhang muỗi nyaang moõ·ee *mosquito coil*

nhanh nyaang *fast • quick*

nha sĩ nyaa seẽ *dentist*

nhà home

nhà báo nyaà bów *journalist*

nhà bếp nyaà bép *kitchen*

nhà chính trị nyaà jíng cheẹ *politician*

nhà để xe nyaà đẻ sa *garage*

nhà ga nyaà gaa *train station*

nhà hàng nyaà haàng *restaurant*

nhà hoạt động nyaà hwaạt đawm *activist*

nhà kinh doanh nyaà ğing zwaang *businessperson*

nhà nghiên cứu dược thảo nyaà ngyee·uhn ğuhr·oó zuhr·ẹrk tỏw *herbalist*

nhà nghỉ nyaà ngyeẻ *boarding house • guesthouse*

nhà nghỉ thanh niên nyaà ngyeẻ taang nee·uhn *youth hostel*

nhà sư nyaà suhr *monk*

nhà thờ nyaà tèr *church*

nhà thờ lớn nyaà tèr lérn *cathedral*

nhà trẻ nyaà chả *crèche*

nhà tù nyaà đoò *jail* n

nhà vệ sinh nyaà vẹ sing *toilet*

nhà vệ sinh công cộng nyaà vẹ sing ğawm ğawm *public toilet*

nhảy nyảy *dance* v • *jump* v

nhạc kịch opera nyaạk ğịk o·pa·raa *opera*

nhạc rock nyaạk rok *rock (music)*

nhạc sĩ nyaạk seẽ *musician*

nhạy cảm nyạy ğaảm *sensible*

nhân cách nyuhn ğaák *personality*

nhân lực nyuhn lụhrk *human resources*

nhân quyền nyuhn ğwee·ùhn *human rights*

nhân tạo nyuhn đọw *synthetic*

nhân văn học nyuhn vuhn họq *humanities*

nhân viên giảng huấn nyuhn vee·uhn zaảng hwúhn *instructor*

nhân viên văn phòng nyuhn vee·uhn vuhn fòm *office worker*

nhân viên xoa bóp nyuhn vee·uhn swaa bóp *masseur • masseuse*

nhẫn nyũhn *ring (jewellery)* n

nhẫn nại nyũhn naị *patient* a

nhận nyụhn *accept • receive*

nhẹ nyạ *light (not heavy)* a

nhiều nyee·òò *a lot • many*

nhiều hơn nyee·òò hern *more*

nhiệt độ nyee·ụht đạw *temperature (weather)*

nhiệt lò sởi nyee·ụht lò sỏy *heating*

nhìn nyìn *look*

nhìn thấy nyìn táy *see*

nhịp nyịp *rhythm*

nhóm máu nyóm móh *blood group*

nhóm nhạc rốc nyóm nyaạk ráwk *rock group*

nhỏ nyỏ *little · small*

nhỏ hơn nyó hern *smaller*

nhỏ nhất nyỏ nyúht *smallest*

nhớ nyér *remember*

nhớ nhung nyér nyum *miss (feel absence of)*

nhờ nyèr *ask (for something)*

nhưng mà nyuhrng maà *but*

nhức đầu nyúhrk dòh *headache*

những ngày lễ nyũhrng ngày lẽ *holidays*

nhựa nyuhr·ụh *plastic a*

nói nóy *say · speak · talk · tell*

nói đùa nóy doo·ùh *joke n*

nói láo nóy lów *lie (speak untruly) v*

nóng nóm *hot*

nông dân nawm zuhn *farmer*

nông nghiệp nawm ngyee·ụhp *agriculture*

nông trại nawm chạj *farm*

nổi tiếng nóy dee·úhng *famous*

nơi đến ner·ee đén *destination*

nơi gặp gỡ ner·ee gụhp gẽr *venue*

nơi ngắm cảnh ner·ee nguhm ğaảng *lookout*

nơi sinh ner·ee sing *place of birth*

nợ nẹr *owe*

núi noo·eé *mountain*

núm vú giả núm voó zaả *dummy · pacifier*

nút bít lỗ tai nút bít lãw dai *earplugs*

nút bông vệ sinh nút buhng vẹ sing *tampon*

nút chặn nước nút jụhn nuhr·érk *plug (bath) n*

nụ hôn noọ hawn *kiss n*

nước nuhr·érk *water*

nước Anh nuhr·érk aang *England*

nước Ấn Độ nuhr·érk úhn đạw *India*

nước cam nuhr·érk ğaam *orange juice*

nước chanh ga nuhr·érk jaang gaa *lemonade*

nước Do Thái nuhr·érk zo taí *Israel*

nước đá nuh·érk đaá *ice*

nước ép nuhr·érk áp *juice*

nước hoa nuhr·érk hwaa *perfume*

nước hoa cho đàn ông nuhr·érk hwaa jo đaàn awm *aftershave*

nước Kampuchia nuhr·érk ğaam·poo·jee·uh *Cambodia*

nước Lào nuhr·érk lòw *Laos*

nước máy nuhr·érk máy *tap water*

nước mắt nuhr·érk múht *tear n*

nước Miến Điện nuhr·érk mee·úhn đee·ụhn *Burma*

nước Mỹ nuhr·érk meẽ *USA*

nước ngoài nuhr·érk ngwaì *foreign*

nước ngoài sắp nuhr·érk ngwaì súhp *abroad*

nước ngọt nuhr·érk ngọk *soft drink*

nước Nhật nuhr·érk nyụht *Japan*

nước nóng nuhr·érk nóm *hot water*

nước Sin-ga-pore nuhr·érk sin·gaa·paw *Singapore*

nước suối thiên nhiên nuhr·érk soo·eé tee·uhn nyee·uhn *mineral water*

nước Thái Lan nuhr·érk taí·laan *Thailand*

nước Trung Quốc nuhr·érk chum ğwáwk *China*

nước Úc nuhr·érk úp *Australia*

nước Việt Nam nuhr·érk vee·ụht naam *Vietnam*

nước xốt nuhr·érk sáwt *sauce*

nửa núhr·uh *half n*

nửa đêm núhr·uh đem *midnight*

nữ nũhr *female a*

nữ hoàng nũhr hwaàng *queen*

nữ tu sĩ nũhr doo seẽ *nun*

nữ tu viện nũhr doo vee·ụhn *convent*

ôi oy *stale (bread)*

ôm chặt awm jụht *hug v*

ông ấy awm áy *he · him*

ông chủ nhà awm joỏ nyaà *landlord*

ông ngoại awm ngwại *maternal grandfather*

ông nội awm nọy *paternal grandfather*

ống nhòm áwm nyòm *binoculars*

ống thứ thai áwm túhr tai *pregnancy test kit*

ống tiêm áwm dee·uhm *syringe*

ồn ào àwn òw *noisy*
ổ bánh mì ảw baáng meè *roll (bread)*
ổ cắm điện ảw ğúhm đee·ụhn *adaptor*
ổ khóa ảw kwaá *lock* n
ổ khóa xe đạp ảw kwaá sa đaạp *bike lock*

Ở

ở ér *live (somewhere)* • *stay (at a place)*
ở đằng sau ér đùhng soh *back (position)*
ở đâu ér đoh *where*
ở giữa ér zũhr·ụh *between*
ở trên ér chen *above • over • up*
ở trước ér chuhr·érk *in front of*

P

pao Anh pow aang *pound (weight)*
pê đê pe de *gay (homosexual)*
phá hủy faá hwẻe *destroy*
pháp luật faáp lwụht *legislation*
phản động faản đảwm *antigovernment (activity)*
phản kháng faản kaáng *protest* v
phân fuhn *centimetre*
phấn fúhn *powder*
phấn hoa fúhn hwaa *pollen*
phấn trẻ em fúhn chẻ am *baby powder*
phần lớn fùhn lérn *majority*
phần trăm fùhn chuhm *per cent*
Phật tử fụht dủhr *Buddhist* n
phép chữa vi lượng đồng căn
    faáp jủhr·ụh vee luhr·ẹrng đàwm ğuhn
    homeopathy
phiên dịch fee·uhn zịk *translate*
phiếu thưởng hiện vật
    fee·oó tủhr·erng hee·uhn vụht *coupon*
phim feem *film (cinema)*
phim đen trắng feem đan chúhng
    B&W (film)
phim rọi feem zọy *slide film*
phim tài liệu feem dài lee·oọ
    documentary
phía dưới fee·úh zuhr·eé *below*
phía trái fee·úh chaí *left (direction)*
phía trước fee·úh chuhr·érk *towards*
phí dịch vụ feé zịk voọ *service charge*
pho mát fo maát *cheese*

phong tục fom dụp *custom*
phó phẩm làm từ sữa fó fủhm laàm dùhr
    sũhr·uh *dairy products*
phó thác fó taák *recommend*
phòng fòm *room*
phòng bán vé fòm baán vá *ticket office*
phòng điện thoại fòm đee·uhn twaị
    phone box
phòng đôi fòm doy *double room*
phòng đồ đạc bị thất lạc fòm đàw đaạk
    beẹ túht laạk *lost-property office*
phòng đơn fòm dern *single room*
phòng đợi fòm đer·ee *waiting room*
phòng đợi máy bay fòm đer·ee máy bay
    transit lounge
phòng giặt fòm zụht *laundry (place)*
phòng giữ đồ fòm zũhr đàw
    left-luggage office
phòng giữ mũ áo fòm zũhr moõ ów
    cloakroom
phòng ngủ fòm ngoó *bedroom*
phòng nhạc disco fòm nyaạk dis·ko *disco*
phòng tắm fòm dúhm *bathroom*
phòng tắm hơi fòm dúhm her·ee *sauna*
phòng tập thể dục fòm dụhp tẻ zụp
    gym (place)
phòng thay quần áo fòm tay ğwùhn ów
    changing room (in shop)
phòng triển lãm fòm cheẻ·uhn laãm
    art gallery
phố ⊗ fáw *street*
phổ thông fảw tawm *popular*
phúc lợi xã hội fúp ler·ee saã họy
    social welfare
phút fút *minute*
phụ đề foọ đè *subtitles*
phụ nữ foọ nũhr *woman*
pin pin *battery*
píc níc pík ník *picnic*

Q

qua hạn hành lý ğwaa haạn haàng leé
    excess baggage
qua mặt ğwaa mụht *overtake*
quan hệ ğwaan hẹ *relationship*
quan tâm ğwaan duhm
    care (for someone)

quan tòa ğwaan twaà *judge* n

quan trọng ğwaan chọm *important*

quá ğwaá *too (expensive etc)*

quá khứ ğwaá kúhr *past* n

quán ba ğwáan baa *bar • pub*

quán ba karaoke ğwáan baa ğaa·raa·o·ğe karaoke bar

quán bán thuốc lá ğwaan baán too·úhk laá *tobacconist*

quán càfê ğwáan ğaà·fe *café*

quán cơm phở ğwáan ğerm fér *rice-and-noodle shop*

quán kem ğwáan ğam *ice-cream parlour*

quán rượu ğwáan zee·oọ *bottle shop*

quán xe đạp ğwáan sa đaạp *bike shop*

quà ğwaà *gift*

quả bóng ğwaả bóm *ball*

quả đất ğwaả đúht *Earth*

quả mìn ğwaả mìn *land mine*

quảng trường ğwaảng chuhr·èrng *square (town)*

quả trứng ğwaả chúhrng *egg*

quạt máy ğwaạt máy *fan (machine)*

quân đội ğwuhn đọy *military* n

quần áo ğwùhn ów *clothing*

quần áo bẩn ğwùhn ów bủhn *laundry (clothes)* n

quần đùi ğwùhn đoo·eè *boxer shorts*

quần jean ğwùhn jeen *jeans*

quần lót ğwùhn lót *underwear*

quần ngắn ğwùhn ngúhn *shorts*

quầy ğwày *counter (at bar)*

quầy ghi danh ğwày gee zaang *check-in (desk)*

quầy rượu ğwày zee·oọ *bar*

quen ğwan *know (someone)*

quẹo Ⓢ ğway·oọ *turn* v

quên ğwen *forget*

quốc gia ğwáwk zaa *country (nation)*

quốc tế ğwáwk dé *international*

quốc tịch ğwáwk dịk *nationality*

quyết định ğwee·úht địng *decide*

quyết toán ğwee·úht dwaán *balance (account)*

quyền Anh ğwee·ùhn aang *boxing*

quyền công dân ğwee·ùhn ğawm zuhn *citizenship*

quyền tự do cá nhân ğwee·ùhn dụhr zo ğaá nyuhn *civil rights*

quyển lịch ğweé·uhn lịk *calendar*

quyển sách ğweé·uhn saák *book* n

rau củ zoh ğoỏ *vegetable*

rác zaák *garbage • rubbish*

rác hạt nhân zaák haạt nyuhn *nuclear waste*

rảnh zaảng *free (available)*

rạp zaạp *cinema*

rạp hát zaạp haát *theatre*

rạp opera zaạp o·pa·raa *opera house*

răng zuhng *teeth • tooth*

rất zúht *very*

reo zay·oo *ring (phone)* v

rẻ zả *cheap*

rẽⓃ zã *turn* v

rồi zòy *already*

rộng lớn zạwm lérn *wide*

ruộng zoo·ụhng *rice field*

ruột dư zoo·ụht zuhr *appendix (body)*

ruột xe zoo·ụht sa *tube (tyre)*

rượu zee·oọ *alcohol • alcoholic drink*

rượu cơm zee·oọ ğerm *rice wine*

rượu nho zee·oọ nyo *wine*

rượu rắn zee·oọ zúhn *snake wine*

rượu táo zee·oọ dów *cider*

rượu vang có ga zee·oọ vuhng ğó gaa *sparkling wine*

rừng zùhrng *forest • jungle*

rừng cây đước zùhrng gay đuhr·érk *mangrove forest*

sai sai *wrong*

sai lầm sai lùhm *mistake*

sa mạc saa maạk *desert*

(bốn) sao (báwn) sow *(four-)star*

sau soh *after • later • rear (seat etc)*

say sóng say sóm *seasick*

sách hướng dẫn saák huhr·érng zũhn *guidebook*

sách kinh saák ğing *prayer book*

sáng saáng *light (of colour)* a

sàn nhà saàn nyaà *floor*
sàn tàu saàn dòw *deck (of ship)*
sản xuất saản swúht *produce* v
sảy do tã lót sảy zo daã lót *nappy rash*
sạch sẽ saạk sã *clean* a
săn suhn *hunting*
sắp súhp *almost (time)*
sắp tới súhp der·eé *soon*
sẵn sàng sũhn saàng *ready*
sân suhn *court (sport)*
sân bay suhn bay *airport*
sân đua ngựa suhn doo·uh nguhr·uh *racetrack*
sân ga suhn gaa *platform*
sân gôn suhn gawn *golf course*
sân ten-nít suhn de·nít *tennis court*
sân vận động suhn vụhn dạwm *stadium*
sâu soh *deep*
sấy sáy *dry (clothes)* v
séc du lịch sák zoo lịk *travellers cheque*
SIDA see·đaa *AIDS*
siêu âm see·oo uhm *ultrasound*
siêu lực see·oo lụhrk *power*
siêu thị see·oo tẹ *supermarket*
sinh đôi sing đoy *twins*
sinh tố sing dáw *vitamins*
sinh vật được bảo vệ sing vụht đuhr·ẹrk bỏw vẹ *protected species*
sinh viên sing vee·uhn *student*
son tô môi son daw moy *lipstick*
sòng bạc của khách sạn sòm bạḳ ğoỏ·uh kaák sạạn *casino*
sọ sọ *skull*
sô cô la saw ğaw laa *chocolate*
sôi soy *boiled*
số sáw *number • size (clothes)*
số hộ chiếu sáw hạw jee·oó *passport number*
sống sáwmg *live (life) • raw*
sống sót sáwm sót *survive*
số phòng sáw fòm *room number*
số xe sáw sa *license plate number*
số điện thoại sáw dee·ụhn twaị *phone book*
sổ nhật ký sảw nyụt ğeé *diary*
sổ tay sảw day *notebook*
sơ ser *feel (touch)* v
sớm sérm *early* a

sợ hãi sẹr haĩ *afraid*
sợi chỉ mềm làm sạch kẽ răng ser·eẹ jeẻ mềm laàm saạk ğẽ zuhng *dental floss*
suốt đêm swúht đem *overnight*
súp súp *soup*
sùng đạo sùm đọw *religious*
sức khỏe súhrk kwả *health*
sức mạnh súhrk maạng *strength*
sửa chữa sủhr·uh jũhr·uh *repair*
sữa sũhr·uh *milk*
sữa chua sũhr·uh joo·uh *yogurt*
sự an toàn về tình dục sụhr aan dwaàn vè đìng zụp *safe sex*
sự bảo hiểm sụhr bỏw heẻ·uhm *insurance*
sự bất bình đẳng sụhr búht bìng đủhng *inequality*
sự biểu hiện sụhr beẻ·oo hee·ụhn *demonstration*
sự bình đẳng sụhr bìng đủhng *equality*
sự bong gân sụhr bom guhn *sprain* n
sự cách ly sụhr ğaák lee *quarantine*
sự chậm trễ sụhr jụhm chẽ *delay* n
sự chèo thuyền sụhr jay·òò twee·ùhn *rowing*
sự chết không đau đớn sụhr jét kawm đoh đérn *euthanasia*
sự chi trả sụhr jee chaả *payment*
sự cho phép sụhr jo fáp *permission*
sự chủng ngừa sụhr júm nguhr·ùh *vaccination*
sự dùng thuốc quá liều sụhr zùm too·úhk ğwaá lee·oò *overdose* n
sự đổ nát sụhr đảw naát *ruins*
sự giao thông sụhr zow tawm *traffic*
sự giáo dục sụhr zów zụp *education*
sự giới thiệu sụhr zer·eé tee·oọ *reference*
sự giữ chỗ trước sụhr zũhr jãw chuhr·érk *reservation (booking)*
sự hãm hiếp sụhr haãm hee·úhp *rape* n
sự hiếu khách sụhr hee·oó kaák *hospitality*
sự hoạt động sụhr hwaạt đạwm *operation (action)*
sự hứa hẹn sụhr huhr·úh hạn *engagement*
sự kết hôn sụhr ğét hawn *marriage*
sự kết thực sụhr ğét tụhrk *finish* n

S

vietnamese-english

241

sự khai thác suhr kai taák *exploitation*

sự khởi hành suhr kér·ee haàng *departure*

sự kính trọng suhr ğíng chọm *respect* n

sự kỳ thị suhr ğeè tẹ *discrimination*

sự làm hư hỏng suhr laàm huhr hóm *pollution*

sự làm vườn suhr laàm vuhr·èrn *gardening*

sự may mắn suhr may múhn *luck*

sự mạo hiểm suhr mọw heé·uhm *risk* n

sự mê tín suhr me dín *superstition*

sự nấu nướng suhr nóh nuhr·érng *cooking*

sự ngẫu nhiên suhr ngôh nyee·uhn *chance*

sự nghèo khó suhr ngyay·oò kó *poverty*

sự nghiện ma túy suhr ngyee·uhn maa dweé *drug addiction*

sự nguy hiểm suhr ngwee heé·uhm *danger*

sự ngứa ngáy suhr nguhr·úh ngáy *itch* n

sự nhận dạng suhr nyụhn zạạng *identification*

sự nhập cư suhr nyụhp ğuhr *immigration*

sự phá rừng suhr faá zùhrng *deforestation*

sự phá thai suhr faá tai *abortion*

sự phản đối suhr faàn đóy *protest* n

sự phục vụ suhr fụp vọọ *service*

sự quấy rầy suhr ğwáy zày *harassment*

sự rám nắng suhr zúhm núhng *sunburn*

sự sẩy thai suhr sảy tai *miscarriage*

sự sợ hãi suhr sẹr hại *fear* n

sự suy ngẫm suhr swee ngũhm *meditation*

sự thất nghiệp suhr túht ngyee·ụhp *unemployment*

sự thật suhr tụht *truth*

sự thiếu thốn suhr tee·oó táwn *shortage*

sự tôn kính suhr dawn ğíng *worship* v

sự tới nơi suhr der·eé ner·ee *arrivals (airport)*

sự trao đổi suhr chao đỏy *exchange* n

sự tuyên án suhr dwee·uhn aán *sentence (prison)*

sự xa hoa suhr saa hwaa *luxury*

sự xem lại suhr sam lại *review* n

sự xúc phạm suhr súp fạạm *offence*

sự xưng tội suhr suhrng dọy *confession*

T

tai dai *ears*

tai nạn dai nạạn *accident*

tang lễ daang lễ *funeral*

tay lái day laí *handlebars*

tác giả daák zaả *writer*

tái daí *rare (food)*

tái chế daí jé *recycle*

tái lập rừng daí lụhp zùhrng *reforestation*

tán tỉnh daán díng *chat up*

tài giỏi daì zỏy *brilliant*

tài khoản daì kwaản *account*

tài khoản nhà băng daì kwaản nyaà buhng *bank account*

tài tử daì dủhr *actor*

tàu thủy dòh tweé *ship*

tảng daảng *lump*

tã lót daã lót *nappy*

tạ daạ *weights*

tại daị *at*

tại sao daị sow *why*

tạp chí daạp jeé *magazine*

tắm rửa dúhm zủhr·uh *wash (oneself)*

tắm vòi sen dúhm vòy san *shower (bath)* n

Tân Tây Lan duhn day laan *New Zealand*

tấm hình dúhm hìng *photo*

tấm ra dúhm zaa *sheet (bed)*

tất cả dúht ğaả *all*

tầng dùhng *floor (storey)*

tầng lớp xã hội dùhng lérp saã họy *class system*

tầng ôzôn bao quanh trái đất dùhng aw·zawn bow ğwaang chaí đúht *ozone layer*

tem dam *stamp* n

ten-nít de·nít *tennis*

té dá dé dá *fall* v

tên den *name*

tên họ den họ *family name • surname*

tên thánh den taáng *first name*

Tết Nguyên Đán dét ngwee·uhn đaán *Lunar New Year*

thang máy taang máy *lift (elevator)*
thanh niên taang nee·uhn *youth* n
tha thứ taa túhr *forgive*
thay đổi tau đỏy *change* v
thác nước taák nuhr·érk *waterfall*
thái bình taí bìng *peace*
thái nghén taí ngyán *morning sickness*
tháng taáng *month*
tháng ba taáng baa *March*
tháng bảy taáng bảy *July*
tháng chín taáng jín *September*
tháng giêng taáng zee·uhng *January*
tháng hai taáng hai *February*
tháng mười taáng muhr·eè *October*
tháng mười hai taáng muhr·eè hai
   December
tháng mười một taáng muhr·eè mạwt
   November
tháng năm taáng nuhm *May*
tháng sáu taáng sóh *June*
tháng tám taáng daám *August*
tháng tư taáng duhr *April*
thánh đường hồi giáo
   taáng đuhr·èrng hòy zów *mosque*
tháp taáp *tower*
thành taàng *outer wall*
thành phố taàng fáw *city*
thành thật taàng tụht *serious*
thải ra chất độc tai zaa júht đạwp
   toxic waste
thảm taảm *rug*
thăm tuhm *visit* v
thắng túhng *win* v
thẳng tủhng *straight*
thân thể tuhn tẻ *body*
thấp túhp *low • short*
thấu kính thuỷ tinh thể
   tóh ğíng tweẻ đing tẻ *lens*
thần tùhn *god*
thầy bói tày bóy *fortune teller*
thầy tu tày doo *priest*
thẩm mỹ viện tủhm meẽ vee·ụhn
   beauty salon
theo luật tay·oo lwụht *legal*
thẻ điện thoại tẻ đee·ụhn twaị
   phonecard
thẻ tín dụng tẻ dín zụm *credit card*
thêm tem *another (more)*

thêm visa mới tem vee·saa mer·eé
   visa extension
thế giới té zer·eé *world*
thế nào té nòw *how*
Thế Vận Hội té vụhn họy
   Olympic Games
thể dục thẩm mỹ té zụp tủhm meẽ
   aerobics
thể thao té tow *sport*
thể thao điền kinh té tow đee·uhn ğíng
   athletics
thi tee *test* n
Thiên Chúa Giáo La Mã
   tee·uhn joo·úh zów laa maã *Catholic* n
thiêng liêng tee·uhng lee·uhng *saint*
thiên nhiên tee·uhn nyee·uhn *nature*
thiết bị đo độ sáng
   tee·úht bẹ đo đạw saáng *light meter*
thiết kế tee·úht ğé *design* n
thích tík *like* v
thích hơn tík hern *prefer*
thích thú tík toó *enjoy (oneself)*
thí dụ teé zọ *example*
thịt tịt *meat*
thịt bít tết tịt bít dét *steak (beef)*
thị trường tẹc chuhr·èrng
   market (economy)
thị trưởng tẹc chúhr·erng *mayor*
thoải mái twai maí *comfortable • relax*
thói nghiện tóy ngyee·ụhn *addiction*
thông ngon viên tawm ngon vee·uhn
   interpreter
thông tấn xã tawm dúhn saã *newsagency*
thông tin tawm din *information*
thông thường tawm tuhr·èrng *ordinary*
thơ ter *mail (postal system) • poetry*
thời dụng biểu ter·eè zụm beé·oo
   timetable
thời gian ter·eè zaan *time*
thời tiết ter·eè dee·úht *weather*
thời trang ter·eè chaang *fashion*
thợ hớt tóc tẹr hért dóp
   barber • hairdresser
thợ may quần áo tẹr may ğwùhn ów
   tailor
thợ máy tẹr máy *mechanic*
thợ mộc tẹr mộp *carpenter*
thợ nấu ăn tẹr nóh uhn *chef*
thợ xây nhà tẹr say nyaà *builder*

thuật bẩm huyết twụht búhm hwee·úht *shiatsu*

thuật đánh kiếm twụht đaáng ğee·úhm *fencing (sport)*

thuật rối nước twụht zóy nuhr·érk *water puppet theatre*

thuê twe *hire* v · *rent* v

thuế twé *tax* n

thuế hải quan twé hai ğwaan *airport tax*

thuế thu nhập twé too nyụp *income tax*

thuế trị giá gia tăng twé zjụh zaá zaa duhng *sales tax*

thu hành lý too haàng leé *baggage claim*

thu ngân viên too nguhn vee·uhn *cashier*

thung lũng tum lũm *valley*

thuốc too·úhk *drug (medicine)*

thuốc bắc too·úhk búhk *herbal medicine*

thuốc bôi môi too·úhk boy moy *lip balm*

thuốc chống nắng too·úhk jóm núhng *tanning lotion*

thuốc giảm đau too·úhk zaảm đoh *painkiller*

thuốc ho too·úhk ho *cough medicine* n

thuốc lá too·úhk laá *cigarette · tobacco*

thuốc lậu ecstasy too·úhk lọh ek·staa·see *ecstacy (drug)*

thuốc ngủ too·úhk ngoó *sleeping pills*

thuốc ngừa thai too·úhk nguhr·ùh tai *contraceptives · the pill*

thuốc nhỏ mắt too·úhk nyảw múht *eye drops*

thuốc nhuận trường too·úhk nyoo·ụhn chuhr·èrng *laxative*

thuốc nhức đầu too·úhk nyúhrk đòh *aspirin*

thuốc nổ napam too·úhk nảw naa·paam *napalm*

thuốc sát cỏ too·úhk saát ğỏ *herbicide*

thuốc tê mê too·úhk de me *dope (drugs)*

thuốc tổng hợp too·úhk dảwm hẹrp *rehydration salts*

thuốc xả tóc too·úhk saả dóp *hair conditioner*

thuyết yoga twee·úht yo·gaa *yoga*

thuyền tee·ùhn *boat*

thuyền máy twee·ùhn máy *motorboat*

thú nhận toó nyụhn *admit*

thú vật hoang dã toó vụht hwaang zaã *wild animal*

thú vị toó veẹ *interesting*

thùng tùm *bucket*

thùng rác tùm zaák *garbage can*

thủ thành toó taàng *goalkeeper*

thủ tướng chính phủ toó chúhr·erng jíng foỏ *prime minister*

thủy triều tweé chee·oò *tide*

thư tuhr *letter (mail)*

thư bảo đảm tuhr bỏw đaảm *registered mail*

thư đường biển tuhr đuhr·èrng beé·uhn *surface mail (sea)*

thư đường bộ tuhr đuhr·èrng bạw *surface mail (land)*

thư ký tuhr ğeé *secretary*

thương tích tuhr·erng dík *injury*

thường tuhr·èrng *often*

thư tốc hành tuhr dảwp haàng *express mail*

thư từ tuhr dùhr *mail (letters)*

thư viện tuhr vee·ụhn *library*

thứ ba túhr baa *third · Tuesday*

thứ bảy túhr bảy *Saturday*

thức ăn túhr uhn *food*

thức uống túhrk oo·úhng *drink* n

thứ hai túhr hai *Monday*

thứ năm túhr nuhm *Thursday*

thứ nhì túhr nyèe *second* a

thứ sáu túhr sóh *Friday*

thứ tư túhr tuhr *Wednesday*

thử túhr *try (test)* v

thử bom hạt nhân túhr bom haạt nyuhn *nuclear testing*

thử nghiệm ung thư tử cung túhr ngyee·ụhm um tuhr dủhr ğum *pap smear*

thực đơn tụhrk đern *menu*

thực phẩm tụhrk fủhm *food supplies · provisions*

thực tế tụhrk dé *realistic*

thực vật tụhrk vụht *plant* n

tiêu biểu dee·oo beé·oo *typical*

tiếng Anh dee·úhng aang *English (language)* n

tiếng ồn ào dee·úhng àwn òw *noise*

tiếng reo dee·úhng zay·oo *ring (phone)* n

tiếng Việt dee·úhng vee·ụht *Vietnamese (language)* n

tiếp dee·úhp *next*

tiền dee·ùhn *cash* n • *money*
tiền cắc dee·ùhn ğúhk *coins*
tiền đặt cọc dee·ùhn đụht ğọp *deposit* n
tiền đô la dee·ùhn đaw laa *dollar*
tiền euro dee·ùhn oo·ro *euro*
tiền hoa hồng dee·ùhn hwaa hòm *commission*
tiền hối lộ dee·ùhn hóy lạw *bribe* n
tiền lẻ dee·ùhn lả *change (coins)* n
tiền lương dee·ùhn luhr·erng *salary* • *wage*
tiền phạt dee·ùhn faạt *fine (penalty)* n
tiền sảnh dee·ùhn saảng *foyer*
tiền séc dee·ùhn sák *check (banking)* n
tiền thưởng thêm dee·ùhn túhr·erng tem *tip (gratuity)* n
tiệc dee·ụhk *party (night out)* n
tiệm bán đĩa nhạc dee·ụhm bán đẽẽ·uh nyaạk *music shop*
tiệm bán đồ chơi dee·ụhm baán đàw jer·ee *toy shop*
tiệm bán đồ thể thao dee·ụhm baán đàw tẻ tow *sports store*
tiệm bánh mì dee·ụhm baáng meè *bakery*
tiệm bánh ngọt dee·ụhm baáng ngọk *cake shop*
tiệm bán hoa dee·ụhm baán hwaa *florist (shop)*
tiệm bán máy chụp hình dee·ụhm baán máy júp hìng *camera shop*
tiệm đồ cũ bán lại tee·ụhm đàw ğõõ baán laị *secondhand shop*
tiệm đồ điện dee·ụhm đàw đee·ụhn *electrical store*
tiệm giày dee·ụhm zày *shoe shop*
tiệm giặt bằng máy dee·ụhm zụht bùhng máy *launderette*
tiệm quần áo dee·ụhm ğwùhn ów *clothing store*
tiệm sách dee·ụhm saák *book shop*
tiệm tạp hóa dee·ụhm dụhp hwaá *convenience store* • *grocery store*
tiệm thuốc tây dee·ụhm too·úhk day *pharmacy*
tiệm tờ báo dee·ụhm dèr bów *newsstand*
tin cậy din gạy *trust* v
tin học din họp *IT (information technology)*

tin tức din dúhrk *news*
tí deé *tiny*
tìm kiếm dìm ğee·úhm *look for*
tìm ra dìm zaa *find*
tình trạng bị táo bón đìng chaạng bẹẹ đów bón *constipation*
tình trạng hôn nhân đìng chaạng hawn nyuhn *marital status*
tình yêu đìng ee·oo *love* n
tĩnh mạch đĩng maạk *vein*
to do *huge*
toa có giường ngủ dwaa ğó zuhr·èrng ngoỏ *sleeping car*
toa xe lửa phục vụ bữa ăn dwaa sa lủhr·uh fụp voọ bũhr·uh uhn *dining car*
tóc dóp *hair*
tòa án dwaà aán *court (legal)*
tòa lãnh sự dwaà laãng sụhr *consulate*
tòa nhà dwaà nyaà *building*
tôi doy *I* • *me*
tôn giáo dawn zów *religion*
tốc độ dáwp đạw *speed*
tốc độ giới hạn dáwp đạw zer·eé haạn *speed limit*
tốc độ phim dáwp đạw feem *film speed*
tốc hành dáwp haàng *express* a
tối dóy *dark* a
tối nay dóy nay *tonight*
tối tân dóy duhn *modern*
tốt dáwt *good*
tốt hơn dáwt hern *better*
tốt nhất dáwt nyúht *best*
tổ chức dảw júhrk *organise*
tới der·eé *arrive*
tới der·eé *next*
tờ báo dèr bów *newspaper*
tờ bạc giấy dèr baạk záy *banknote*
tờ dèr *sheet (of paper)*
trang điểm chaang đeé·uhm *make-up*
trang sách chaang saák *page*
trái cây chaí ğay *fruit*
trái chanh chaí jaang *lime (fruit)*
trái khô chaí kaw *dried fruit*
trái ớt chaí ért *chilli*
trái ớt ngọt chaí ért ngọk *pepper (bell)*
trái thận chaí tụhn *kidney*
trái tim chaí dim *heart*
trà chaà *tea*

trả chaá *pay* v

trả lại chaá laị *return (come back)* v

trả lại tiền chaá laị dee·ùhn *refund* v

trạm kiểm soát chụhm ğeé·uhm swaát *checkpoint*

trạm xăng chaam suhng *petrol station*

trạm xe buýt chụhm sa bweét *bus stop*

trẻ chả *young*

trẻ em chá am *children*

trên chen *on*

trên tàu chen dòh *aboard (boat)*

trễ chễ *late* a

triều vua chee·oò voo·uh *dynasty*

triệu chee·ọo *million*

trí óc cheé óp *mind* n

trong chom in

trong nhà chom nyaà *indoor*

trong vòng chom vòm *within (time)*

trò chơi chò jer·ee *game*

trò chơi điện toán chò jer·ee đee·ụhn dwaán *computer game*

trọng lượng chọm luhr·ẹrng *weight*

trọng tài chọm daì *referee*

trông nom chawm nom *look after*

trống cháwm *vacant*

trống rỗng cháwm zãwm *empty* a

trồng chàwm *plant* v

trộn chạwn *mix* v

trời nắng cher·eè núhng *sunny*

trợ cấp thất nghiệp cher ğúhp túht ngyee·ụhp *dole (unemployment benefit)*

trung tâm chum duhm *centre*

trung tâm buôn bán chum duhm boo·uhn baán *shopping centre*

trung tâm thành phố chum duhm taàng fáw *city centre*

trưng bày chuhrng bày *show* v

trước chuhr·érk *last (previous)*

trước đây chuhr·érk đay *before*

trường cao đẳng chuhr·èrng ğow đúhng *college*

trường đại học chuhr·èrng đại họp *university*

trường học chuhr·èrng họp *school*

trường trung học chuhr·èrng chum họp *high school*

trượt đá chuhr·ẹrt đaá *ice skate*

trượt sóng biển chuhr·ẹrt sóm beé·uhn surf v

trượt tuyết chuhr·ẹrt dwee·úht *ski*

trước chuhr·érk *in advance*

trực tiếp chụrk dee·úhp *direct* a

tuần dwùhn *week*

tuần trăng mật dwùhn chuhng mụht *honeymoon*

tuổi doỏ·ee *age*

tu viện doo vee·ụhn *monastery*

tuyết dwee·úht *snow* n

tuyệt diệu dwee·ụht zee·ọo *wonderful*

túi doo·eé *pocket*

túi ngủ doo·eé ngoỏ *sleeping bag*

túi sách doo·eé saák *bag*

túi xách doo·eé saák *handbag*

túp lều trên núi dúp lay·oò chen noo·eé *mountain hut*

tù binh doò bing *prisoner*

tủ khóa đừng hành lý doỏ kwaá đùhrng haàng leé *luggage lockers*

tủ lạnh doỏ lạng *fridge • refrigerator*

tủ nhà bếp doỏ nyaà bép *cupboard*

tủ quần áo doỏ ğwùhn ów *wardrobe*

tươi duhr·ee *fresh*

tương lai duhr·erng lai *future* n

tường duhr·èrng *inside wall*

tư riêng duhr zee·uhng *private*

tức giận dúhrk zụhn *angry*

từ dùhr *from • word*

từ bên này sang bên kia dùhr ben này saang ben ğee·uh *across*

từ chối dùhr jóy *deny • refuse*

từ dùhr *since (time)*

tử tế dủhr dé *kind* a • *nice*

tử vi dủhr vee *horoscope*

tự do dụhr zo *free (not bound)*

tự điển dụhr đee·uhn *dictionary*

tự làm chủ dụhr laàm joỏ *self-employed*

tự phục vụ dụhr fụp voọ *self-service*

ty cảnh sát dee ğaảng saát *police station*

tỷ lệ hối đoái deẻ lẹ hóy đwaí *exchange rate*

U

uống oo·úng *drink* v

V

vai vai *shoulder*
vách đá vaák đaá *cliff*
vách tường thành vaák duhr·èrng taàng
  city walls
ván lướt sóng vaán luhr·ért sóm
  surfboard
và vaà *and*
vàng vaàng *gold* n
vải vai *fabric*
vải lanh vai laang *linen (material)*
văn phòng vuhn fòm *office*
văn phòng đại lý du lịch
  vuhn fòm đại leé zoo lịk *travel agency*
văn phòng điện thoại
  vuhn fòm đee·ụhn twại *telephone centre*
văn phòng hướng dẫn khách du lịch
  vuhn fòm huhr·érng zũhn kaák zoo lịk
  tourist office
vâng vuhng *yes*
vật chỉ thị vụht jeẻ teẹ *indicator*
vé vá *ticket*
vé chờ chỗ trống vá jèr jãw chấwm
  stand-by ticket
vé khứ hồi vá kúhr hòy *return ticket*
vé một chiều vá mạwt jee·oò
  one-way ticket
vé thượng hạn vá tuhr·ẹrng haạn
  business class ticket
vết bầm vét bùhm *bruise*
vết bỏng vét bỏm *burn* n
vết bỏng giập vét bỏm zụhp *blister*
vết sưng vét suhrng *swelling*
vết viêm vét vee·uhm *inflammation*
về hưu về huhr·oo *retired*
về phía trước về fee·úh chuhr·érk *ahead*
viêm vee·uhm *infection*
viêm bọng đái vee·uhm bọm đaí *cystitis*
viêm kết mạc vee·uhm ğét maạk
  conjunctivitis
viên thuốc vee·uhn too·úhk *pill*
viết vee·úht *write*
việc làm vee·ụhk laàm *job*
việc nhà vee·ụhk nyaà *housework*
việc tiêm thuốc
  vee·ụhk dee·uhm too·úhk *injection*
viện bảo tàng vee·ụhn bỏw daàng
  museum

vi khuẩn vee kwúhn *virus*
vịnh vịng *bay*
vị trí veẹ cheé *location*
vòi nước vòy nuhr·érk *faucet • tap*
vòng tránh thai vòm cháang tai *IUD*
võ thuật võ twụht *martial arts*
vô địch vaw zịk *championships*
vô gia cư vaw zaa ğuhr *homeless*
vô tội vaw dọy *innocent*
vô tuyến truyền hình vaw dwee·úhn
  chwee·ùhn hìng *television*
vội vàng vọy vaàng *in a hurry*
với ver·eé *with*
vớ mặc váy vér mụhk váy *stockings*
vớ quần vér ğwùhn *pantyhose*
vở kịch vér ğịk *play (theatre)* n
vợ ver *wife*
vợ đính hôn vẹr đing hawn *fiancée*
vợt đánh banh vẹrt đaáng baang *racquet*
vua voo·uh *king*
vui đùa voo·ee đoo·ùh *fun* a
vui vẻ voo·ee vả *happy*
vú voó *breast (body)*
vùng quê vùm ğwe *countryside*
vũ trụ voõ chọọ *universe*
vụ giết người voọ zét nguhr·eè *murder* n
vụ lợi dụng voọ ler·eẹ zụm *rip-off*
vụ nổ bom voọ nảw bom *bombing*
vườn vuhr·èrn *garden*
vườn bách thảo vuhr·èrn baák tỏw
  botanic garden
vườn bách thú vuhr·èrn baák toó *zoo*
vườn trẻ vuhr·èrn chả *kindergarten*

X

xa saa *far*
xa lộ saa lạw *highway*
xa lộ siêu tốc saa lạw see·oo đáwp
  motorway (tollway)
xanh da trời saang zaa cher·eè *blue*
xa xăm saa suhm *remote*
xà phòng saà fòm *soap*
xăng suhng *gas (petrol)*
xâu soh *rope*
xây dựng say zụhrng *build*
xấu sóh *bad*
xe sa *aboard (train)*
xe buýt sa bweét *bus*

xe cấp cứu sa ğúhp ğuhr·oó *ambulance*

xe chở hàng sa jér haàng *truck*

xe díp sa zeép *jeep*

xe đạp sa đaạp *bicycle*

xe đạp leo núi sa đaạp lay·oo noo·eé *mountain bike*

xe đẩy em bé sa đảy am bá *stroller*

xe đẩy tay sa đảy day *trolley*

xe hàng sa haàng *van*

xe hơi sa her·ee *car*

xe lăn sa luhn *wheelchair*

xe lửa sa lúhr·uh *train*

xem sam *watch* v

xe máy sa máy *scooter*

xe mini sa mee·nee *minibus*

xe môtô sa maw·taw *motorcycle*

xe ôm sa awm *motorcycle-taxi*

xe taxi sa dúhk·see *taxi*

xe thùng sa tùm *caravan*

xe xích lô sa sík law *bicycle-rickshaw • cyclo (pedicab)*

xét nghiệm mẫu máu sát ngyee·ỵhm mõh móh *blood test*

xinh sing *pretty*

xích sík *chain*

xích xe đạp sík sa đaạp *bike chain*

xí ngàù súc sắc seé ngòh súp súhk *dice* n

xì ke seè ğa *drug user*

xoa bóp swaa bóp *massage* n

xoi lở đất soy lẻr đúht *erosion (soil)*

xốt cà chua sáwt ğaà joo·uh *ketchup • tomato sauce*

xu soo *cent*

xuất sắc swúht súhk *excellent*

xung quanh sum ğwaang *round* a

xuống soo·úhng *down • get off (a train, etc)*

xuống dốc soo·úhng záwp *downhill*

xương suhr·erng *bone*

xương muối suhr·erng moo·eé *frost*

xương sườn suhr·ern suhr·èrn *rib*

xưởng vẽ súhr·erng vã *studio (art)*

yên lặng ee·uhn lụhng *quiet*

yêu ee·oo *love* v

yếu ee·oó *weak*

y học ee họp *medicine (profession)*

y sĩ chữa bệnh đau cột sống ee seẽ jũhr·uh bẹng đoh ğạwt sáwm *chiropractor*

y tá ee daá *nurse* n

ý kiến eé·ğee·úhn *opinion*

ý tưởng Công Phu Tử eé dủhr·erng ğawm foo dủhr *Confucianism*

T

U

V

W

Z

A number of topics covered in this book are listed below in Vietnamese. Show this page to a Vietnamese speaker if you're having trouble understanding them.

What kind of traveller are you?

A. You're eating chicken for dinner *again* because it's the only word you know.

B. When no one understands what you say, you step closer and shout louder.

C. When the barman doesn't understand your order, you point frantically at the beer.

D. You're surrounded by locals, swapping jokes, email addresses and experiences – other travellers want to borrow your phrasebook.

If you answered A, B, or C, you NEED Lonely Planet's phrasebooks.

- **Talk to everyone everywhere**
  Over 120 languages, more than any other publisher

- **The right words at the right time**
  Quick-reference colour sections, two-way dictionary, easy pronunciation, every possible subject

- **Lonely Planet Fast Talk** – essential language for short trips and weekends away

- **Lonely Planet Phrasebooks** – for every phrase you need in every language you want

'Best for curious and independent travellers' – *Wall Street Journal*

Lonely Plar t Offices

Australia
90 Maribyrnong St,
Victoria 3011
☎ 03 8379 8000
fax 03 8379 8111
✉ talk2us@lonelypl

UK
2nd fl, 186 City Rd,
London EC1V 2NT
☎ 020 7106 2100
fax 020 7106 2101
✉ go@lonelyplanet

ww